AF766245

## വിനീത അനിൽ

കണ്ണൂർ ജില്ലയിലെ പേരാവൂരിൽ ജനനം. അച്ഛൻ : കെ. കെ. രാഘവൻ, അമ്മ: സി. ശാരദ. ബിരുദ പഠനത്തിന് ശേഷം ആന്ധ്രപ്രദേശിൽ സ്കൂൾ ഇൻചാർജായി കുറച്ച് വർഷം ജോലി നോക്കി. കൈരളി ബുക്സ് നോവൽ മത്സരത്തിൽ അവസാന ചുരുക്കപ്പട്ടികയിൽ വന്ന 'ഹാഷെപ്സ്റ്റു' ആദ്യ നോവൽ. തുടർന്ന് 'അവളിലേക്കുള്ള യാത്രയിൽ' എന്ന നോവലും 'കഥ പറയുന്ന കണ്ണുകൾ' എന്ന കഥാസമാഹാരവും കൊല്ലപ്പെട്ട വാളയാർ പെൺകുഞ്ഞുങ്ങളുടെ അമ്മയായ ഭാഗ്യവതിയുടെ ആത്മകഥ 'ഞാൻ വാളയാർ അമ്മ പേര് ഭാഗ്യവതി' എന്ന പുസ്തകവും തുടർന്ന് 'സതി' എന്ന നോവലും പ്രസിദ്ധീകരിച്ചു. 'സതി' എന്ന നോവലിന് മഹാകവി എസ്. രമേശൻനായർ ട്രസ്റ്റ് പുരസ്കാരവും, ബോധി ഒറ്റന്താൾ പുരസ്കാരവും ലഭിച്ചിട്ടുണ്ട്. ഇപ്പോൾ കൈരളി ബുക്സ് അസിസ്റ്റന്റ് എഡിറ്ററായി ജോലി നോക്കുന്നു.

സഹോദരങ്ങൾ : വിനോദ്, വിജിനി മനോജ്

ഭർത്താവ് : അനിൽകുമാർ

മകൻ : അമൽജിത്ത്

വിലാസം : അമ്പാടിയിൽ ഹൗസ്, വെള്ളർ വള്ളി പി.ഒ., പേരാവൂർ

Mob : 7907088049

Malayalam Language
Semitheriye Snehicha
Penkutti
(Novel)
by
Vineetha Anil

♦

Published in May 2023
by Kairali Books Private Limited
Thalikkavu Road, Kannur.
Ph : 0497-2761200
Email : kairalibooksknr@gmail.com

♦

Cover Design
Prasanth Mangad

♦

Printed at
Printing Park, Tly.



13/23-24/Sl.No.1439/300/NS 18.6
ISBN 978-93-93397-76-8

# സെമിത്തേരിയെ സ്നേഹിച്ച പെൺകുട്ടി

വിനീത അനിൽ

കൈരളി ബുക്സ്

# അധ്യായം 1

'മഞ്ഞു പെയ്യുന്ന ഡിസംബർ..

ക്രിസ്മസ് രാത്രിയിലെ പാതിരാ കുർബാന കഴിഞ്ഞ് ഇറങ്ങുകയായിരുന്നു ലീലാമ്മ. കണ്ണഞ്ചിക്കുന്ന നിറമുള്ള ബൾബുകളാൽ അലങ്കരിച്ച സെന്റ് ജോസഫ് പള്ളിയും ഗ്രൗണ്ടും നിറയെ ജനങ്ങളാണ്. പുൽക്കൂട്ടിനു മുന്നിൽ ഇപ്പോഴും കുഞ്ഞുങ്ങളും വലിയവരും, തിക്കും തിരക്കും തന്നെ. മലയോരപ്രദേശമായ കൊട്ടിയൂർ വനമേഖലയിൽ ഉൾപ്പെട്ട ഒരു ചെറിയ ടൗൺ പ്രദേശമാണ് തുണ്ടിയിൽ.

റബ്ബറും കുരുമുളകും കപ്പയും നെല്ലും നാടൻ പച്ചക്കറികളും കൃഷി ചെയ്യുന്ന കർഷകരാണ് നാട്ടുകാരിൽ ഭൂരിഭാഗവും. പള്ളിയും ക്രിസ്മസും കരോളുമൊക്കെ ഏറ്റവും ഭക്തിപൂർവ്വം ആഘോഷിക്കുന്നവർ. നാഗരികതയുടെ മാറ്റങ്ങൾ അല്പസ്വൽപ്പമായി വന്നു തുടങ്ങിയിട്ടേ ഉള്ളൂ.

'ലീനയും മോളമ്മയും വന്നില്ലേ ലീലാമ്മേ? '

കൊട്ടാരം കുന്നേലെ സൂസിയാണ്. തിരിച്ചുപോകുമ്പോൾ തന്നെയും കൊണ്ടുപോകണമെന്ന് പറഞ്ഞതുകൊണ്ട് അവരെയും കാത്തുനിൽക്കുകയായിരുന്നു ലീലാമ്മ.

'ഇല്ല സൂസി. മൂത്തവള് പ്രസവം കഴിഞ്ഞു പോയിട്ട് അത്രയല്ലേ ആയുള്ളൂ. മോളമ്മയും ജിമ്മിച്ചനും അവിടെ ജോലിയിൽ കയറിയതേയുള്ളൂ. പിന്നെ പെട്ടെന്ന് വന്നു പോകാൻ പറ്റിയ നാടൊന്നുമല്ലല്ലോ...'

'അതും ശരിയാ! എവിടെയായാലും സന്തോഷമായിരിക്കട്ടെ പിള്ളേർ.'

'സണ്ണിയും കെട്ടിയോളും വന്നില്ലേ സൂസി? കരോൾ വന്നപ്പോഴും പിള്ളേരെ ഒന്നും കണ്ടില്ല.'

'അതൊന്നും പറയണ്ട! അവളുടെ അപ്പനു മേലാത്തതല്ലേ, ഇപ്രാവശ്യത്തെ ക്രിസ്മസ് അപ്പനു വേണ്ടി മക്കളെല്ലാവരും ഒരുമിച്ച് ആഘോഷിക്കാം എന്ന് തീരുമാനിച്ചത്രേ! അടുത്തകൊല്ലം അപ്പൻ മരിക്കുമെന്ന പ്രതീക്ഷയിലാണ് ഈ കാട്ടിക്കൂട്ടലുകളൊക്കെ.'

'ആ അതുപോട്ടെ! നിങ്ങൾ വന്ന വണ്ടി എവിടെ? '

'ഇവിടെ എവിടെയേലും നിർത്താൻ പറ്റുമോ താഴെ ഗ്രൗണ്ടിലാണ് പാർക്ക് ചെയ്തിട്ടുള്ളത്. എന്നാ ഒരു ജനം ആന്നെ.. നിങ്ങടെ വണ്ടി അ

വിടെ കണ്ടാരുന്നു. ഔസേപ്പച്ചായൻ അപ്പോൾ തന്നെ പോയോ?'

'ആ... അങ്ങേരുടെ അപ്പൻ ഇന്നോ നാളെയോ എന്ന് പറഞ്ഞു കിടക്കുകയല്ലേ! എപ്പോഴും ആരേലും അടുത്ത് തന്നെ വേണം. എന്നെയും കൊണ്ടുവിട്ട് പള്ളിയിൽ ഒന്ന് കേറി അപ്പോൾ തന്നെ പോയി പുള്ളി.

അപ്പനെയും അമ്മയെയും നോക്കേണ്ടത് മക്കളുടെ കടമയാണല്ലോ കൊച്ചുമക്കളുടേതല്ല? എന്ന ന്യായവും പറഞ്ഞാണ് സണ്ണിക്കുട്ടിയെയും കൊണ്ട് കെട്ടിയോള് അവളുടെ അപ്പനെ ശുശ്രൂഷിക്കാൻ പോയത്. കെട്ടിക്കയറി വന്നതിൽ പിന്നെ നമുക്ക് അപ്പനും അമ്മയും ഒന്നും ഇല്ലാത്തതുകൊണ്ട് നമ്മളെ ആരും എണ്ണത്തിൽ എടുക്കില്ല. ഉള്ള കാലം മുഴുവൻ ഇവിടെത്തന്നെ. ഒരു കണക്കിന് നോക്കിയാൽ ഇപ്പോഴത്തെ പെൺപിള്ളേര് മിടുക്കികൾ...'

'അതിനെപ്പറ്റി ഒന്നും പറയാത്തതാണ് ഭേദം. അച്ചായൻ താഴെ എത്തിയിട്ടുണ്ടാവും. നീ വാ നമുക്ക് പതുക്കെ നടക്കാം. വേഗം ചെന്നിട്ട് എന്നാ ഉണ്ടാക്കാനാ.?'

ലീലാമ്മയും സൂസിയും വർഷങ്ങൾക്കു മുൻപ് ഏകദേശം ഒരേ സമയത്ത് തുണ്ടി ഇടവകയിലേക്ക് കെട്ടിക്കയറി വന്ന കോട്ടയംകാരികളാണ്. എല്ലാ ക്രിസ്ത്യാനി വീട്ടമ്മമാരെയും പോലെ ഭർതൃവീട് തന്നെ ലോകമെന്ന തത്വത്തിൽ ഉറച്ചു വിശ്വസിച്ചു ജീവിച്ചവർ.ജീവിത യാത്രയിൽ സ്വന്തക്കാരെയും മാതാപിതാക്കളെയും മറക്കാൻ വിധിക്കപ്പെട്ട കുടുംബിനികളിൽ ചിലർ.മക്കളും മരുമക്കളും കൊച്ചുമക്കളും ഒക്കെയായി ഒഴുകുന്ന ഈ ജീവിതത്തിന്റെ ഇത്തിരി പച്ചപ്പിൽ ആഹ്ലാദം കണ്ടെത്തുന്നവർ.

'നീയാ സാരി തലയിലൂടെ ഒന്ന് വലിച്ചിട്. എന്തൊരു മഞ്ഞാണ്...'

രണ്ടുപേരും പടിക്കെട്ടുകൾ ഇറങ്ങി താഴത്തെ ഗ്രൗണ്ടിലേക്ക് നടക്കുകയായിരുന്നു. താഴത്തെ ഗ്രൗണ്ടിൽ അവിടെയും ഇവിടെയുമായി പിടിപ്പിച്ച ഓരോ ബൾബുകളുടെ വെളിച്ചം മാത്രമേയുള്ളൂ. പള്ളിയുടെ മുൻവശത്ത് വരുന്ന വലിയ ഗ്രൗണ്ടിലാണ് ബഹളവും വെളിച്ചവും ജനങ്ങളും മൊത്തം. പള്ളിയുടെ പുറകുവശത്ത് സെമിത്തേരിക്കടുത്തുള്ള ചെറിയ ഗ്രൗണ്ട് അത്യാവശ്യക്കാർ കാർ പാർക്കിംഗിന് മാത്രമാണ് ഉപയോഗിക്കുന്നത്. ഗ്രൗണ്ടിനോട് ചേർന്ന് തന്നെ സെന്റ് ജോൺസ് യുപി സ്കൂൾ സ്ഥിതി ചെയ്യുന്നുണ്ടെങ്കിലും. വൈകുന്നേരം 5 മണിയോടെ ആ പരിസരം മുഴുവൻ വിജനമാണ്. ശവപ്പെട്ടി ഉണ്ടാക്കുന്ന ചെറിയ ഒരു കെട്ടിടം സെമിത്തേരിയോട് ചേർന്ന് പ്രവർത്തിക്കുന്നുണ്ടെങ്കിലും സന്ധ്യയോടെ അതും അടയ്ക്കും.

'സൂസിയേ ഒന്ന് പതുക്കെ! തണുപ്പ് തുടങ്ങിയേ പിന്നെ മുട്ടുവേദന ഒന്നുകൂടി കൂടുതലാണ്. ഇനി ഏത് ഡോക്ടറെ ആണോ കർത്താവേ കാണിക്കേണ്ടത്. ഒടുക്കം പെണ്ണ് പറഞ്ഞതുപോലെ മുട്ടു മാറ്റി വെക്കേണ്ടി വരുമോ എന്നാ ഇപ്പോൾ എന്റെ പേടി.'

സൂസിയുടെ കൈ തന്റെ കൈത്തണ്ടയിൽ മുറുകിയപ്പോഴാണ് ലീലാമ്മ സംസാരം നിർത്തി അവളെ ശ്രദ്ധിച്ചത്.'

'സെമിത്തേരിയിൽ ആരോ ഉണ്ടല്ലോ?'

' പോടി! ഈ നേരത്തോ?'

ലീലാമ്മ സെമിത്തേരിയിലേക്ക് നോക്കി.

ഗ്രൗണ്ടിന്റെ അരികിലായി നീളത്തിൽ ഒരു നടപ്പാതയാണ് സെമിത്തേരിയിലേക്ക്. രണ്ടുവശത്തും നിറയെ കളർ ഇലകളുള്ള ചെടികൾ പിടിപ്പിച്ചിട്ടുണ്ട്. അതു തീരുന്നിടത്തു വെച്ച് മതിലാണ്. സെമിത്തേരിയിലേക്ക് പ്രവേശിക്കുന്ന കവാടത്തിന്റെ ഇരുവശത്തുമായി മതിലിനു മുകളിൽ വലിയ രണ്ട് നിയോൺ ബൾബുകൾ കത്തുന്നുണ്ട്. അതിന്റെ വെളിച്ചം കല്ലറകളിലേക്കും വ്യാപിച്ചുകിടക്കുന്നുണ്ട്, എങ്കിലും മഞ്ഞു കാരണം ഒന്നും അത്രയ്ക്ക് അങ്ങോട്ട് വ്യക്തമല്ല.

'ഞാനൊന്നും കാണുന്നില്ലല്ലോ കർത്താവേ!

എന്റെ കണ്ണിന് കല്ലറ തന്നെ തെളിഞ്ഞു കാണുന്നില്ല.'

'നീ ഇങ്ങോട്ട് വന്നേ!'

ലീലാമ്മയെ പിടിച്ചു വലിച്ചുകൊണ്ട് സൂസി സെമിത്തേരിയിലേക്ക് നടന്നു. നടപ്പാതയുടെ പകുതിയോളം എത്തിയപ്പോൾ കൂട്ടുകാരിയെ പിടിച്ചുനിർത്തി സെമിത്തേരിയിലേക്ക് ചൂണ്ടി കാണിച്ചു കൊണ്ട് പറഞ്ഞു.

'ദേ നോക്ക്, കുഴിമറ്റത്തുകാരുടെ കല്ലറയുടെ അപ്പുറത്തെ കല്ലറയുടെ മേലെ ഒരാൾ ഇരിക്കുന്നത് നീ കാണുന്നില്ലേ?'

ലീലാമ്മ നല്ലോണം നോക്കി. ശരിയാണ്, നിയോൺ ബൾബുകളുടെ അരണ്ട വെളിച്ചത്തിൽ, പടർന്നുകിടക്കുന്ന മഞ്ഞിന്റെ നേർത്ത പാളികൾക്കിടയിലൂടെ ശ്രദ്ധിച്ചു നോക്കിയാൽ കാണുന്നുണ്ട്. കല്ലറയ്ക്ക് മുകളിൽ ആരോ ഇരിക്കുന്നത്. സ്വതവേ ഭീരുവായ ലീലാമ്മയുടെ ശരീരം ഭയം കൊണ്ട് കിടുകിടുത്തു.

'എന്റെ കർത്താവേ! ആരാണോ ഈ നേരത്ത് അതിനകത്ത്.'

നിമിഷനേരം കൊണ്ട് സൂസിയെ പിടിച്ചു വലിച്ചവർ തിരിഞ്ഞു നടന്നു.

'ഛെ... ഓടാതെ! അതാരാണെന്ന് നോക്കിയിട്ട് പോവാം.'

'ഒന്ന് പോ പെണ്ണേ! വല്ല ദുരാത്മാക്കളുമാവും. ഈ സെമിത്തേരിയിലെ പല കഥകളും അങ്ങേരുടെ അപ്പൻ പറഞ്ഞു ഞാൻ കേട്ടിട്ടുണ്ട്.

ഇങ്ങ് വന്നേ നീ...'

സൂസി ഒന്നുകൂടി തിരിഞ്ഞു നോക്കി.

ഇപ്പോൾ ആ രൂപം എഴുന്നേറ്റു നിന്നിട്ടുണ്ട്.

സൂസിയുടെ ഉള്ളിലൂടെ ഒരു ഇടിമിന്നൽ പുളഞ്ഞു.

'അതൊരു പെങ്കൊച്ചാണല്ലോ കർത്താവേ!?

ഞെട്ടലോടെ ലീലാമ്മയും തിരിഞ്ഞു നോക്കി അതൊരു പെൺകുട്ടിയാണ്. ഇത്രയും സമയം തിരിഞ്ഞിരുന്നത് കൊണ്ടാണ് വ്യക്തമല്ലാതിരുന്നത്. ഇപ്പോൾ അവൾ കല്ലറയുടെ താഴെ വന്നു നിന്ന് ചുറ്റും നോക്കുകയാണ്. മിഡിയും ടോപ്പും ധരിച്ച മെലിഞ്ഞ ഒരു പെൺകുട്ടി. പള്ളിയുടെ ഈ ഭാഗം സെമിത്തേരി ആയതുകൊണ്ട് തന്നെ രാത്രികാലങ്ങളിൽ ഇങ്ങോട്ടേക്ക് ആരും തന്നെ വരാറില്ല. പിന്നെ ആരാണ് ഈ സമയത്ത്? അതും ഒരു പെൺകുട്ടി. പ്രാർത്ഥിക്കാൻ ആണെങ്കിൽ പോലും തനിച്ച് ഈ സമയത്ത് എങ്ങനെ വന്നു? ലീലാമ്മയുടെ ഭയം പതുക്കെ സൂസിയിലേക്കും അരിച്ചു കയറുന്നുണ്ടായിരുന്നു.

'നമുക്ക് പോയി അച്ചായനെ കൂട്ടി വന്നാലോ?'

'എന്തിനാണ്? നമുക്ക് വീട്ടിൽ പോയാൽ പോരെ? ഈ നേരത്ത് അങ്ങനെ വന്നിരിക്കുന്നുണ്ടേൽ അതൊരു ദുരാത്മാവ് തന്നെയായിരിക്കും. അല്ലെങ്കിൽ തന്നെ മനുഷ്യനായി പിറന്നവർ ആരേലും പാതിരാ കഴിഞ്ഞാ പിന്നെ സെമിത്തേരിയിലേക്ക് പോകുന്നത് നീ കണ്ടിട്ടുണ്ടോ?'

'അങ്ങനെയല്ല ലീലാമ്മേ.. ഇപ്പോ ആരാ എന്താ എന്നൊന്നും അറിയാതെ! ഒന്നൂല്ലേലും ഒരു പെങ്കൊച്ചല്ലേ?'

സൂസിയുടെ സംസാരവും കേട്ടുകൊണ്ട് സെമിത്തേരിയിലേക്ക് നോക്കി നിന്ന ലീലാമ്മ ഞെട്ടിപ്പോയി. ചങ്കിൽ കൈവച്ചുകൊണ്ട് അവർ പറഞ്ഞു.

'കർത്താവേ! ആ പെണ്ണ് നടക്കുന്നുണ്ടല്ലോ.'

സൂസി തിരിഞ്ഞു നോക്കി. ആ പെൺകുട്ടി കല്ലറകൾക്കിടയിലൂടെ എന്തോ തിരഞ്ഞു കൊണ്ട് എന്നവണ്ണം അങ്ങോട്ടും ഇങ്ങോട്ടും നടക്കുകയാണ്.

'എടീ ഇത് പ്രേതം ഒന്നുമല്ല! ആ പെൺകൊച്ചിന്റെ എന്തേലും കളഞ്ഞു പോയിട്ടുണ്ടാവും. അത് നോക്കുന്നതാവും പാവം.'

'ദേ സൂസി! എന്നെ കൊണ്ടൊന്നും പറയിപ്പിക്കരുത്. ഈ നട്ടപ്പാതിര കഴിഞ്ഞ നേരത്തല്ലേ കാണാതായ സാധനം തപ്പാൻ സെമിത്തേരിയിൽ. അതും ഒരു പെൺകൊച്ച് ഒറ്റയ്ക്ക്.'

ലീലാമ്മയുടെ സംസാരം കേട്ടപ്പോഴാണ് അത് ശരിയാണല്ലോ എന്ന്

സൂസിയും ഓർത്തത്.

'ഏതായാലും നമുക്ക് ഒരു കാര്യം ചെയ്യാം.

പാർക്കിംഗിനടുത്ത് ചെന്ന് ആരെയേലും വിളിക്കാം. നിന്റെ അച്ചായനും ഉണ്ടാവുമല്ലോ, കാര്യം അറിയാതെ എങ്ങനെയാടീ പോവുക?'

ലീലാമ്മയ്ക്ക് ഒന്നിനും വയ്യായിരുന്നു. എങ്ങനെയെങ്കിലും ഒന്ന് വീട്ടിൽ എത്തിയാൽ മതി എന്ന ആലോചനയിൽ ആയിരുന്നു അവർ.

'നല്ല ദുരാത്മാക്കളുടെയും പണി ആണെങ്കിലോ? വെറുതെ അവറ്റകളെ വെല്ലുവിളിക്കണോ സൂസി'

'നീ ഇങ്ങു വന്നേ! ഒന്നുകിൽ അച്ചായനെയും ആൾക്കാരെയും വിളിക്കാം. അല്ലേൽ നമുക്കൊന്ന് ചെന്ന് നോക്കാം. വല്ല അപകടത്തിൽ നിന്നും രക്ഷപ്പെട്ടു വന്നതാണോ എന്നൊന്നും അറിയില്ലല്ലോ. പിശാചാണെന്ന വിചാരം നീ ആദ്യം മാറ്റി വെക്ക്.'

തിരിച്ചു കാറിനടുത്ത് ചെന്ന് ഭർത്താവിനെയും കുറച്ച് ആളുകളെയും കൂട്ടി വരുന്നത് തന്നെയാണ് നല്ലതെന്നാണ് ലീലാമ്മയ്ക്ക് തോന്നിയത്. അവരത് പറയാൻ തുടങ്ങുന്നതിനു മുൻപ് തന്നെ സൂസി നടപ്പാതയിലൂടെ മുന്നോട്ടേക്ക് നടന്നു കഴിഞ്ഞിരുന്നു.

'ഡി! നമുക്ക് ആരേലും ഉണ്ടോ എന്ന് നോക്കി കൂട്ടിക്കൊണ്ടു വരാം. അങ്ങോട്ടേക്ക് പോയി കേറല്ലേ.'

പുറകിൽ നിന്നും വിളിച്ചു പറയുന്ന ലീലാമ്മയെ തിരിഞ്ഞുനോക്കി ചെറിയൊരു പുച്ഛത്തോടെ,ചിരിച്ചുകൊണ്ട് സൂസി ചോദിച്ചു.

'എന്തിനാ എന്റെ ലീലാമ്മേ നീ ഇങ്ങനെ പേടിക്കുന്നത്? നമുക്കൊക്കെ ഇനി എന്നാ നോക്കാനാ? ഒരു ദിവസമെങ്കിൽ ഒരു ദിവസം നേരത്തെ ആർക്കും ഭാരമാകാതെ അങ്ങ് പോകാൻ കഴിയുമെങ്കിൽ അത് തന്നെ ഭാഗ്യം എന്ന് അനുഭവം കൊണ്ട് മനസ്സിലാക്കിയവരല്ലേ നമ്മൾ? പിന്നെ എന്തിനാ നീ പേടിക്കുന്നത്?'

കാര്യം സൂസി പറയുന്നതൊക്കെ ശരിയാണെങ്കിലും ലീലാമ്മയിൽ ഉടലെടുത്ത ഭയം അവരെ ഒരിഞ്ചു പോലും മുന്നോട്ടു നീങ്ങാൻ അനുവദിച്ചില്ല. കുറച്ചു ദൂരം മുന്നോട്ടു നടന്ന സൂസി തിരിഞ്ഞുനോക്കി വേഗം നടന്നു വന്ന് ലീലാമ്മയുടെ കയ്യിൽ മുറുകെപ്പിടിച്ച് മുന്നോട്ടേക്ക് തന്നെ നടന്നു.

'വേണ്ടെടീ! ഇവിടെ തീരുമെങ്കിൽ പോട്ടെ എന്ന് വയ്ക്കാമായിരുന്നു. എന്തെങ്കിലും പറ്റി കിടന്നു പോയാലോ?'

ഞരങ്ങുന്നത് പോലെയുള്ള ലീലാമ്മയുടെ സ്വരം കേട്ട് ആ വേവലാതിക്കിടയിലും സൂസിക്ക് ചിരി വന്നു. അവരെ തന്നെ ഒന്ന് രൂക്ഷമായി

നോക്കിക്കൊണ്ട് സൂസി വേഗം നടന്നു.

വിറച്ച്...വിളർത്ത്...തളർന്ന്... വിയർത്തൊഴുകി ലീലാമ്മ നിശബ്ദയായി തളർന്നുപോകുന്ന കാലുകൾ പെറുക്കി വെച്ച് സൂസിയെ അനുഗമിച്ചു. സെമിത്തേരിയുടെ കവാടത്തിനരികിൽ അവർ കുറച്ചു നിമിഷം നോക്കി നിന്നു.

വെളുത്തു മെലിഞ്ഞൊരു പെൺകുട്ടിയാണത്. കല്ലറകൾക്കിടയിലൂടെ നടന്ന് ശുശ്രൂഷ മണ്ഡപത്തിൽ കയറി, വീണ്ടും തിരിച്ച് കല്ലറകൾക്കിടയിലൂടെ നടന്നുകൊണ്ടിരിക്കുകയാണ് അവൾ. സെമിത്തേരിക്കുള്ളിലേക്ക് കടക്കാൻ ആഞ്ഞ സൂസിയെ ലീലാമ്മ കരഞ്ഞുകൊണ്ട് പുറകിലേക്ക് വലിച്ചു.

'വേണ്ട സൂസി! ഇവിടെനിന്ന് വിളിച്ചു നോക്ക്. എന്താ കാര്യം എന്ന് ചോദിച്ചിട്ട് ഇറങ്ങിയാൽ മതി.'

പുറമേ കാണിക്കുന്നില്ലെങ്കിലും സൂസിയിലും നല്ല ഭയം ഉണ്ടായിരുന്നു, വെറുതെ ഒരു ജീവൻ മരണ പോരാട്ടം നടത്തുന്നതിലും നല്ലത് ലീലാമ്മ പറഞ്ഞത് തന്നെയാണെന്ന് അവർക്കും തോന്നി.

കനത്ത മഞ്ഞിനിടയിലൂടെ ഒഴുകിയെന്ന വണ്ണം നീങ്ങുന്ന ആ പെൺകുട്ടിയെ നോക്കി അവർ ഉച്ചത്തിൽ വിളിച്ചു.

'മോളെ.. നീ ഏതാ? ഈ നേരത്ത് എന്താ ഇവിടെ ചെയ്യുന്നത്?'

പെൺകുട്ടിയിൽ ഒരു മാറ്റവും ഉണ്ടായില്ല.

അവൾ അതേ വേഗതയിൽ കല്ലറകൾക്കിടയിലൂടെ നടന്നു കൊണ്ടേയിരുന്നു. സൂസി രണ്ടുമൂന്നു പ്രാവശ്യം വീണ്ടും നല്ല ശബ്ദത്തിൽ വിളിച്ചെങ്കിലും ആ രൂപം തിരിഞ്ഞു നോക്കുകയോ നിൽക്കുകയോ ചെയ്തില്ല.

'എന്റീശോയേ.... ഞാൻ പറഞ്ഞില്ലേ? ഇത് അതുതന്നെ. നീ എന്തേലും ചെയ്യ് സൂസി ഞാൻ പോവുകയാണ്.'

വിറയലോടെ പറഞ്ഞുകൊണ്ട് ലീലാമ്മ തിരിഞ്ഞു നടക്കാൻ തുടങ്ങി. സൂസിക്ക് ആകെ ഭയവും ദേഷ്യവും വരുന്നുണ്ടായിരുന്നു. അവൾ പെട്ടെന്ന് കുനിഞ്ഞു നടപ്പാതയിലെ ചരലിൽ നിന്നും ഒരു പിടി കല്ലുകൾ വാരിയെടുത്ത് നടന്നുകൊണ്ടിരിക്കുന്ന ആ പെൺകുട്ടിക്ക് നേരെ വലിച്ചെറിഞ്ഞു.

കിടുകിടെ വിറച്ചുകൊണ്ട് സൂസി നോക്കിനിൽക്കെ പെട്ടെന്ന് ആ രൂപം ഒന്നു നിന്നു. പിന്നെ മുഖം വെട്ടിച്ച് കല്ല് വന്ന ഭാഗത്തേക്ക് തിരിഞ്ഞു നോക്കി. ഒഴുകി നീങ്ങുന്ന മഞ്ഞിനിടയിലൂടെ സൂസി വ്യക്തമായും കണ്ടു, തിളങ്ങുന്ന രണ്ടു കണ്ണുകൾ.

'കർത്താവേ...'

എന്നൊരലർച്ച കേട്ട് ലീലാമ്മ ഞെട്ടിത്തിരിഞ്ഞു നോക്കുമ്പോഴേക്കും സൂസി ബോധംകെട്ടു നടപ്പാതയിൽ വീണു കഴിഞ്ഞിരുന്നു. ഒരു നിമിഷം വിറങ്ങലിച്ചു നിന്ന ലീലാമ്മ സെമിത്തേരിയിലേക്ക് നോക്കി. ആ പെൺകുട്ടി അവിടെ നിന്ന് തങ്ങളെത്തന്നെ ഉറ്റുനോക്കി നിൽക്കുകയാണ്. അവളുടെ കണ്ണുകൾ വല്ലാതെ തിളങ്ങുന്നത് പോലെ.

അവരുടെ സകല ധൈര്യവും അതോടെ ചോർന്നു പോയി. ഒരലർച്ചയോടെ ലീലാമ്മ ഗ്രൗണ്ടിന്റെ അങ്ങേയറ്റത്ത് നിർത്തിയിട്ടിരിക്കുന്ന കാറുകൾക്കരികിലേക്ക് ഓടി.

## അധ്യായം 2

'അച്ചായോ... സെമിത്തേരിയിൽ പ്രേതം...'

എന്നലറിക്കൊണ്ടു പാഞ്ഞു വരുന്ന ലീലാമ്മയെ വർക്കിച്ചായൻ മാത്രമല്ല, അവിടെ പാർക്ക് ചെയ്ത വണ്ടി എടുക്കാനായി വന്ന എല്ലാവരും കണ്ടു.

'എന്നാടി ലീലാമ്മേ!'

എന്നും പറഞ്ഞുകൊണ്ട് കെട്ടിയോളെ വട്ടം പിടിച്ച് വർക്കിച്ചായൻ ഒന്നു കുടഞ്ഞു.

എന്തോ ബോധമില്ലാതെ പിച്ചും പേയും പറയുന്ന പോലെയാണ് അയാൾക്ക് തോന്നിയത്. അപ്പോഴേക്കും അവരുടെ അലർച്ച കേട്ട് ആളുകളൊക്കെ ഓടി കൂടുന്നുണ്ടായിരുന്നു.

'എന്നാടി? നീ കാര്യം പറ.'

സംസാരിക്കാൻ കഴിയാതെ വിയർത്തു വിറച്ചു ശ്വാസം മുട്ടിക്കൊണ്ട് ലീലാമ്മ സെമിത്തേരിക്ക് നേരെ കൈ ചൂണ്ടി.

'അതിനകത്ത് ഒരു പെൺകൊച്ച്! സൂസി ബോധംകെട്ട് വീണു.'

ലീലാമ്മ പറഞ്ഞു തീരുന്നതിനു മുൻപ് തന്നെ പുരുഷന്മാർ അങ്ങോട്ടേക്ക് കുതിച്ചു. സെമിത്തേരിയിലേക്ക് കടക്കുന്നതിന്റെ തൊട്ടുമുന്നിലായി ബോധംകെട്ട് കിടക്കുന്ന സൂസിയെ കണ്ടതോടെ എല്ലാവരും ഒന്ന് പകച്ചു ചുറ്റും നോക്കി. കുറച്ചുപേർ സെമിത്തേരിയിലേക്കും കുറച്ചു പേർ സൂസിയെ എഴുന്നേൽപ്പിക്കാനും തിരക്കിട്ടു.

വർക്കിച്ചായൻ ഭാര്യയെയും താങ്ങി അങ്ങോട്ടേക്ക് എത്തുമ്പോൾ സൂസിയെ ആരൊക്കെയോ കുറച്ചുപേർ എഴുന്നേൽപ്പിച്ച് ഇരുത്തി, വെള്ളം കൊടുക്കുകയായിരുന്നു.ആണുങ്ങളിൽ കുറച്ചുപേർ സെമിത്തേരിയിലേക്ക് ഇറങ്ങി അങ്ങോട്ടുമിങ്ങോട്ടും നടക്കുന്നുണ്ടായിരുന്നു. നല്ല ഇരുട്ട് ആയതിനാൽ ആരൊക്കെയോ ടോർച്ച് എടുക്കാനായി പള്ളിയിലേക്ക് ഓടിയിട്ടുണ്ട്.

'എവിടെയാ ചേട്ടത്തി? ഇവിടെങ്ങും ആരും ഇല്ലെന്ന്.'

സെമിത്തേരിയിൽ നിന്നും കയറിവന്ന ആരോ ഒരാൾ ലീലാമ്മയുടെ അടുത്ത് വന്ന് ചോദിച്ചു. അവർ സെമിത്തേരിയിലേക്ക് നോക്കി. ഇല്ല,

ആരെയും കാണാനില്ല.

മൊബൈലും ടോർച്ചുമൊക്കെയായി സെമിത്തേരിയിൽ അങ്ങോളം വെളിച്ചമുണ്ട് ഇപ്പോൾ. പക്ഷേ ആ പെൺകുട്ടിയെ കാണാനില്ല. നല്ല വ്യക്തമായി തന്നെ അവളെ കണ്ടത് അവർക്ക് ഓർമ്മയുണ്ടായിരുന്നു. പക്ഷേ ഇത്ര വേഗം എങ്ങോട്ടേക്ക് മാഞ്ഞുപോയി.?

'സൂസി ചേച്ചി എഴുന്നേറ്റെ! ചുമ്മാ മനുഷ്യരെ പേടിപ്പിക്കാനായിട്ട്.'

ചാഞ്ഞിരിക്കുന്ന സുസിയെ ആരോ കുലുക്കി ഉണർത്തുകയാണ്.

'പക്ഷേ ഞങ്ങൾ കണ്ടതാണ് അച്ചായാ! ഞങ്ങൾ രണ്ടുപേരും കണ്ട താണ്. അതൊരു മെലിഞ്ഞ പെൺകുട്ടിയായിരുന്നു. അവളുടെ കണ്ണു കൾക്ക് വല്ലാത്തൊരു തിളക്കം.'

'മതി ലീലാമ്മേ... മിണ്ടാതിരുന്നേ...'

ഭാര്യയെ ശാസിച്ചുകൊണ്ട് വർക്കിച്ചായൻ ചുറ്റും നോക്കി. ഒന്നും കാണാനില്ല.

'നീ വന്നേ! ആ സൂസിയെയും എണീപ്പിച്ചു കൂട്ടിക്കൊണ്ടു വാ. നേ രം പുലരാറായി. നാളെ വന്നു പള്ളിയിൽ പറയാം. ഇന്നിപ്പോൾ നല്ലൊ രു ദിവസമായിട്ട് വേണ്ട.'

കാര്യങ്ങൾക്ക് ഒരു തീരുമാനമായതോടെ ആളുകൾ പതുക്കെ പിരി ഞ്ഞു തുടങ്ങി. കല്ലറകൾക്കിടയിലൂടെ നടക്കുകയായിരുന്നവർ ഓരോ രുത്തരായി പുറത്തേക്കിറങ്ങി. വർക്കിച്ചായനും ലീലാമ്മയും കൂടി സൂ സിയെ പതുക്കെ താങ്ങിപ്പിടിച്ച് കാറിനടുത്തേക്ക് നടന്നു.

'നിന്നോട് ഞാൻ പറഞ്ഞതല്ലേ? അപ്പ അവൾക്ക് അഹങ്കാരം. ഇപ്പൊ എന്തായി? നാട്ടുകാർ എല്ലാവരും കൂടി നമുക്ക് ഭ്രാന്താക്കി.'

പിറുപിറുത്തു കൊണ്ട് ലീലാമ്മ കാറിൽ കയറിയിരുന്നു. സൂസി ഒന്നും പറഞ്ഞില്ല. ഒന്നും പറയാനുള്ള ശേഷി അപ്പോൾ അവരിൽ അവശേഷി ച്ചിരുന്നില്ല. ഒന്നും മിണ്ടാതെ കണ്ട കാഴ്ച സത്യമോ മിഥ്യയോ എന്ന് തിരിച്ചറിയാനാവാതെ ആകെ കുഴങ്ങിയ അവർ കണ്ണുകൾ അടച്ച് കാ റിൽ ചാരി കിടന്നു.

'നിങ്ങൾ രണ്ടുപേരും സത്യത്തിൽ അങ്ങനെ ഒരു പെൺകൊച്ചിനെ അകത്ത് കണ്ടോ?'

'അതെന്നാ വർത്താനാ അച്ചായാ? സൂസി ചുമ്മാതെ ബോധംകെട്ട് കിടക്കുകയാണെന്നാണോ നിങ്ങൾ പറഞ്ഞു വരുന്നത്? ഞങ്ങൾക്ക് എന്നാത്തിന്റെ കേടാണ് ഈ നേരത്ത് സെമിത്തേരിയിൽ പോയി നോ ക്കാൻ? '

'അതുതന്നെയാണെടി ലീലാമ്മേ ഞാനും ആലോചിക്കുന്നത്! ഈ

നേരത്ത് നിങ്ങള് സെമിത്തേരിയിൽ ചുമ്മാതെ പോകേണ്ട കാര്യമില്ല, അത് ശരി തന്നെ. പക്ഷേ നിങ്ങൾ രണ്ടുപേര് കണ്ട ഒരു പെങ്കൊച്ചിനെ ഒരു പത്തമ്പതു പേര് കയറി തപ്പിയിട്ടും കണ്ടില്ലല്ലോ.'

'എനിക്കൊന്നും അറിയില്ല എന്റെ കർത്താവേ! പക്ഷേ അതിനകത്ത് ഒരു പെൺകൊച്ച് ഉണ്ടായിരുന്നു.'

ലീലാമ്മയും ഭർത്താവും തമ്മിലുള്ള സംസാരം കേട്ടുകൊണ്ട് ഒന്ന് തർക്കിക്കാൻ പോലും വയ്യാതെ സൂസി കാറിൽ തളർന്നു കിടന്നു.

'സാധാരണ രീതിയിൽ ഒരു മനുഷ്യനാണെങ്കിൽ ഓടി ഒളിക്കാൻ പറ്റുന്ന സമയത്തിനുള്ളിൽ ഞങ്ങൾ എല്ലാവരും അവിടെ എത്തിയതല്ലേ? എന്നിട്ടും അവിടെ എങ്ങും ആരെയും കണ്ടില്ലല്ലോ എന്നാണ് ഞാൻ ആലോചിക്കുന്നത്...'

അതുതന്നെയായിരുന്നു സൂസിയും ലീലാമ്മയും ആലോചിച്ചത്. അതുകൊണ്ടുതന്നെ അവർക്ക് രണ്ടുപേർക്കും അത് ഒരു മനുഷ്യനല്ലെന്ന് ഉറപ്പായിരുന്നു. എങ്കിലും അത് ഒന്നുകൂടി പറയാനുള്ള ധൈര്യമില്ലാതെ ഇരുവരും നിശബ്ദരായിരുന്നു.

നേരം പുലരുകയാണ്. തിരക്കൊഴിഞ്ഞ റോഡിലൂടെ വളരെ പതുക്കെ കാറോടിച്ചുകൊണ്ട് ഡോക്ടർ സിബി ചിന്തിച്ചു. ആളും ആരവങ്ങളുമായി ഒരു ക്രിസ്മസ് കൂടി കഴിഞ്ഞു പോയിരിക്കുന്നു.

എവിടെ നോക്കിയാലും ആഹ്ലാദിക്കുന്ന മുഖങ്ങൾ മാത്രം. എന്തുകൊണ്ടോ തന്റെ ജീവിതത്തിൽ മാത്രം വലിയ മാറ്റങ്ങൾ ഒന്നും ഉണ്ടാകുന്നില്ല. അല്ലെങ്കിൽ മാറ്റങ്ങൾ ഉണ്ടാവാൻ താൻ ആഗ്രഹിക്കുന്നില്ല എന്നതാണ് കുറച്ചുകൂടി സത്യം. പപ്പയും മമ്മയും പോയതിനുശേഷം ആഘോഷങ്ങൾ ഉണ്ടായിട്ടില്ല. ആഘോഷിക്കുന്നവർക്ക് അവസരം ഒരുക്കി നൈറ്റ് ഡ്യൂട്ടി ചോദിച്ചു വാങ്ങാറാണ് പതിവ്.

അതിനുമുണ്ടൊരു മനഃസ്സുഖം. ആഘോഷിക്കാൻ ആരും ഇല്ലാത്തവർക്ക് ആഘോഷിക്കുന്നവരുടെ സന്തോഷം കാണുന്നതാണ് ഏറ്റവും വലിയ ആഘോഷം.

എന്തൊക്കെയോ ചിന്തിച്ചുകൊണ്ട് മുന്നോട്ടേക്കു നീങ്ങുകയായിരുന്ന സിബിയുടെ കാറിനു മുന്നിലേക്ക് പള്ളിയുടെ മുന്നിലെത്തുന്നതിന് തൊട്ടുമുന്നിലെ ഇടവഴിയിൽ നിന്നും ലൈറ്റ് ഇടാതെ ഒരു സ്കൂട്ടി പെട്ടെന്ന് കയറി വന്നു.

'ജീസസ്...'

ഒരു നിലവിളിയോടെ അയാൾ ബ്രേക്കിൽ കാലമർത്തിയെങ്കിലും

സ്കൂട്ടിയിൽ ചെറുതായൊന്ന് തട്ടി. അത് ഓടിച്ചു കൊണ്ടുവന്ന പെൺ കുട്ടി ഉരുണ്ട് വീഴുന്നത് അയാൾ വ്യക്തമായി കണ്ടു. സിബി പെട്ടെന്ന് ഡോർ തുറന്നു പുറത്തേക്കിറങ്ങുമ്പോഴേക്കും അവൾ ചെരിഞ്ഞ വണ്ടി നേരെ ആക്കി ഓടിച്ചു പോയി കഴിഞ്ഞു..

'ഹേയ്... കുട്ടി നിൽക്കു! തനിക്ക് എന്തെങ്കിലും പറ്റിയോ? '

താൻ പറഞ്ഞത് അവൾ ശ്രദ്ധിച്ചു പോലുമില്ലെന്ന് സിബിക്ക് തോന്നി. ആരിൽ നിന്നോ രക്ഷപ്പെടാൻ എന്നവണ്ണം അതിവേഗതയിൽ വണ്ടി ഓടി ച്ചു കൊണ്ട് അവൾ കണ്ണിൽ നിന്നും മറഞ്ഞു പോകുന്നത് സിബി നോക്കി നിന്നു.

എന്തൊരു പെൺകുട്ടിയാണത്. ഇങ്ങോട്ട് കയറി വന്ന് ഇടിച്ചിട്ട്, ഒരു സോറി പോലും പറയാതെ.. അയാൾക്ക് ദേഷ്യം വരുന്നുണ്ടായിരുന്നു.

സിബി മുഖം തിരിച്ച് അവൾ വന്ന ഇടവഴിയിലേക്ക് നോക്കി. പള്ളി യുടെ പ്രധാന കവാടത്തിനരികിൽ എത്തും മുൻപേ ഉള്ള ചെറിയ ഇട റോഡ് ആണത്. അവിടെ വെച്ചിട്ടുള്ള പഴക്കം ചെന്ന ചൂണ്ടുപലക അ യാൾ വായിച്ചു 'സെന്റ് ജോസഫ് ചർച്ച് സെമിത്തേരി.'

'സെമിത്തേരിയിൽ എന്താ ആവോ ആ കുട്ടിക്ക് കാര്യം? ചിലപ്പോൾ അതിനപ്പുറത്ത് എവിടേലും ആവാം അവളുടെ വീട്.'

ആത്മഗതത്തോടെ വണ്ടിയിൽ കയറി ഉറക്കച്ചടവുള്ള മുഖം ഒന്ന് മു റുക്കെ തുടച്ച് അയാൾ വണ്ടി സ്റ്റാർട്ട് ചെയ്തു.

'മരിയ ഭവൻ' എന്ന പേരിൽ രണ്ടു നിലയിൽ പണിതീർത്ത ഒരു പഴ യ കെട്ടിടത്തിലേക്ക് ആണ് റിയ വണ്ടി ഓടിച്ചു കയറ്റിയത്. വെളിച്ചം വീണു തുടങ്ങിയിട്ടില്ല. അതുകൊണ്ടാവും അവളുടെ പഴയ കറുത്ത സ്കൂട്ടി ലൈറ്റ് ഇടാതെ പാർക്കിംഗ് ഏരിയയിലേക്ക് കയറിപ്പോയത് സെ ക്യൂരിറ്റി റൂമിൽ കിടന്നുറങ്ങുന്ന പാപ്പച്ചൻ കണ്ടില്ല.

പള്ളി വക പ്രവർത്തിക്കുന്ന ഒരു ചെറിയ ലേഡീസ് ഹോസ്റ്റൽ ആ യിരുന്നു അത്. മഠത്തിന്റെ ചുമതലയുള്ള സിസ്റ്റർമാർക്കാണ് ഹോസ്റ്റ ലിന്റെ ചുമതലയും. ആകെ പത്തോ പതിനഞ്ചോ കുട്ടികൾ മാത്രമാണ് ഹോസ്റ്റലിൽ ഉള്ളത്. തൊട്ടടുത്ത എൻജിനീയറിങ് കോളേജ് വിദ്യാർഥി നികൾ ആണ് അവർ. കഴിഞ്ഞവർഷം മുതൽ പ്രവർത്തനം ആരംഭിച്ച ഒരു ചെറിയ രീതിയിലുള്ള ക്രിസ്ത്യൻ മിഷന്റെ കീഴിലുള്ള കോളേജ് ആണത്.

'റിയാ... കുട്ടി അവിടെ നിൽക്കൂ.'

ക്രിസ്മസ് രാത്രിയുടെ അലങ്കാരത്തിന്റെ ബാക്കിപത്രങ്ങൾക്കിടയി ലൂടെ പതുക്കെ നടന്നു അകത്തേക്ക് കയറാൻ ശ്രമിച്ച റിയയെ പിറ

കിൽ നിന്നും അന്നമ്മ സിസ്റ്റർ വിളിച്ചു.

'എന്താണ് കുട്ടി നീ മാത്രം ഇങ്ങനെ? എനിക്കൊന്നും മനസ്സിലാകുന്നില്ല. എന്താണ് നിന്റെ പ്രശ്നം? എവിടേക്കാണ് നീ ഇങ്ങനെ തോന്നുമ്പോൾ ഇറങ്ങിപ്പോകുന്നത്?പോകുമ്പോൾ നിന്റെ മമ്മി പറഞ്ഞേൽപ്പിച്ചത് ഒക്കെ നീ മറന്നോ?'

ഒന്നും മിണ്ടാതെ താഴേക്ക് നോക്കി നിശബ്ദയായി നിൽക്കുന്ന റിയയെ കണ്ടപ്പോൾ സിസ്റ്റർക്ക് കോപം ഇരച്ചു കയറുന്നുണ്ടായിരുന്നു.

'എന്ത് ചോദിച്ചാലും മറുപടിയില്ല. എന്തെങ്കിലും പറഞ്ഞാലല്ലേ അതിന്റെ പ്രതിവിധി എന്താണെന്ന് അന്വേഷിക്കാൻ പറ്റൂ! സദാസമയം മുഖം ഇങ്ങനെ കേറ്റിപ്പിടിച്ച് നടക്കുന്നതെന്തിനാണ് താൻ? ഇവിടെ ഒരു ഫ്രണ്ട് പോലും ഇല്ല തനിക്ക്. വന്നിട്ട് കുറച്ചു ദിവസമായല്ലോ.. വല്ലാത്തൊരു സ്വഭാവമാണല്ലോ കുട്ടി നിന്റേത്.'

'എന്താ സിസ്റ്റർ ഇവിടെ പ്രശ്നം?'

അന്നമ്മ സിസ്റ്റർ തിരിഞ്ഞു നോക്കിയപ്പോൾ കത്രീന സിസ്റ്റർ അങ്ങോട്ടേക്ക് നടന്നു വരുന്നുണ്ടായിരുന്നു.

കത്രീനമ്മയ്ക്കാണ് മഠത്തിന്റെയും ഹോസ്റ്റലിന്റെയും മുഴുവൻ ചാർജ്. അന്നാമ്മ സിസ്റ്റർ വിനയത്തോടെ ഒന്ന് ഒതുങ്ങി നിന്നുകൊണ്ട് പറഞ്ഞു.

'ഈ കുട്ടി ഇപ്പോളാണ് കയറിവരുന്നത്.ഇന്നലെ രാത്രി ആഘോഷത്തിന്റെ സമയത്തും ഞാൻ ശ്രദ്ധിച്ചിരുന്നു ഇവൾ ഇവിടെ ഇല്ലെന്ന്. കാര്യം ചോദിക്കുമ്പോൾ മറുപടിയില്ല. ഇവൾ ഒരാൾ മാത്രമല്ലല്ലോ ഇവിടെ താമസിക്കുന്നത്. തോന്നും പടി കയറി ഇറങ്ങിയാൽ മറ്റുള്ള കുട്ടികളുടെ രക്ഷിതാക്കളോടും നാളെ നമ്മൾ മറുപടി പറയേണ്ടി വരില്ലേ?'

കത്രീനമ്മ റിയയെ തന്നെ ഒന്ന് ഇരുത്തി നോക്കി. നല്ല ക്ഷീണമുണ്ടവൾക്ക്. അല്പം മഞ്ഞ കലർന്ന വെളുത്ത നിറവും കാപ്പി കലർന്ന പൂച്ച കണ്ണുകളും ആണ് അവളുടെ പ്രത്യേകത. ചെമ്പിച്ച മുടിയഴിച്ചിട്ട് ആ കണ്ണുകൾ കൊണ്ട് അവൾ നോക്കുമ്പോൾ വല്ലാത്ത ഒരു ദിവ്യ പരിവേഷമാണവൾക്ക് എന്ന് എപ്പോഴും സിസ്റ്റർക്ക് തോന്നാറുണ്ട്.

' ഉം.. കുട്ടി പൊയ്ക്കോളൂ. മേലിൽ ഇത് ആവർത്തിക്കരുത് കേട്ടോ?'

നിശബ്ദയായി തലകുനിച്ച് നടന്നു നീങ്ങുന്ന റിയയെ നോക്കി അന്നമ്മ സിസ്റ്റർ കോപത്തോടെ കത്രീനമ്മയോട് പറഞ്ഞു.

'എന്താ സിസ്റ്റർ ഇത്? ഇങ്ങനെ രാത്രിയിൽ ഇറങ്ങി രാവിലെ കയറി വരാൻ ആണെങ്കിൽ എന്തിനാണ് നമ്മൾ ഇത്ര അച്ചടക്കത്തിൽ ഈ ഹോസ്റ്റൽ നടത്തുന്നത്?'

കത്രീനമ്മ സിസ്റ്ററെ നോക്കി ഒന്ന് പുഞ്ചിരിച്ചു കൊണ്ട് പറഞ്ഞു.

'എറണാകുളത്തെങ്ങോ ഉള്ള ഏതോ ഒരു കോടീശ്വരന്റെ മകൾ ആണ് ഈ പെങ്കൊച്ച്. സിസ്റ്റർ കേട്ടിട്ടില്ലേ. 'എയ്ഞ്ചൽസ് ഗ്രൂപ്പ് ഓഫ് കമ്പനീസ്? അവരുടെ ഒരേയൊരു അനന്തരാവകാശിയാണ് ഈ കൊച്ച്. അവിടൊന്നും അവൾക്ക് പഠിക്കാൻ സ്ഥലം ഇല്ലാഞ്ഞിട്ടല്ല ഈ ചെറിയ ടൗണിലെ എൻജിനീയറിങ് കോളേജിൽ തന്നെ അവളെ കൊണ്ടു വന്ന് ചേർത്തത് എന്നെനിക്ക് അപ്പോഴേ തോന്നിയിരുന്നു.'

'അതെന്താ സിസ്റ്റർ?'

'കാര്യം എന്താണെന്ന് കൃത്യമായി എനിക്കും അറിയില്ല! പക്ഷേ ലക്ഷങ്ങളാണ് അയാൾ മകളുടെ അഡ്മിഷനു വേണ്ടി മഠത്തിന് സംഭാവന ചെയ്തിരിക്കുന്നത്. കുട്ടിക്ക് ചെറിയ കുഴപ്പമുണ്ടെന്ന് അയാൾ അന്ന് തന്നെ സൂചിപ്പിച്ചിരുന്നു. കൊച്ചിന്റെ മമ്മി പ്രത്യേകം പറഞ്ഞിരുന്നു അവൾക്ക് ചെറുതായി ഇങ്ങനെ അലഞ്ഞുതിരിഞ്ഞു നടക്കുന്ന സ്വഭാവമുണ്ടെന്ന്.'

'അപ്പോൾ ഈ കുട്ടിക്ക് മാനസിക വിഭ്രാന്തി ഉണ്ടെന്നാണോ?'

'ഹേയ്, അതാണെന്ന് തോന്നുന്നില്ല. മറ്റെല്ലാ കാര്യങ്ങളിലും അവൾ നോർമൽ ആണല്ലോ! വേറെന്തോ കുഴപ്പമുണ്ട് ആ കുട്ടിക്ക്. ചില സമയങ്ങളിൽ അവളുടെ മൈൻഡ് മൊത്തം ബ്ലാങ്ക് ആണ്. നമ്മൾ ചോദിച്ചതോ പറഞ്ഞതോ ഒന്നും അപ്പോൾ അവളുടെ മനസ്സിൽ കയറില്ല.'

അന്നമ്മ സിസ്റ്റർക്ക് ചെറിയ ഭയം തോന്നി.

'ആ കൊച്ചിന്റെ വീട്ടിൽ അറിയിച്ചൂടെ സിസ്റ്റർ? എന്തിനാണ് നമ്മൾ റിസ്ക് എടുക്കുന്നത്?'

'എന്തുകൊണ്ട് നമുക്ക് ഈ റിസ്ക് എടുത്തു കൂടാ? എന്നാണ് സിസ്റ്റർ ചിന്തിക്കേണ്ടത്! ചുരുങ്ങിയ വർഷങ്ങൾ കൊണ്ട് ആ കുട്ടി പഠിച്ചിറങ്ങിപ്പോകുമ്പോൾ ഇവിടെ നമ്മുടെ മഠത്തിനോട് അനുബന്ധിച്ചുള്ള അനാഥമന്ദിരത്തിന്റെ പണി തീരും. അതിനുവേണ്ടി ഇതുപോലുള്ള വട്ടുകൾക്ക് കണ്ണടയ്ക്കാൻ ഞാൻ തയ്യാറായതാണ്. അറിഞ്ഞിടത്തോളം കഴിഞ്ഞ രണ്ടുമൂന്നു വർഷങ്ങളായി ഈ കുട്ടി ഇങ്ങനെയാണ്. അവരുടെ സ്റ്റാറ്റസ് ഇടിഞ്ഞു പോകാതിരിക്കാനും കൂടിയാവാം ഇങ്ങനെയൊരു മലയോര മേഖലയിലേക്ക് ഇതിനെ കൊണ്ടു വന്ന് തള്ളിയത്. പിന്നെ അതിന്റെ തള്ള പ്രത്യേകം പറഞ്ഞിരുന്നു ഒന്ന് ശ്രദ്ധിക്കണമെന്ന്.'

അന്നമ്മ സിസ്റ്റർ എന്താണ് മറുപടി പറയേണ്ടത് എന്നറിയാതെ മുകളിലെ സ്റ്റെപ്പ് കയറി പോകുന്ന റിയയെ തന്നെ നോക്കി നിന്നു. പെട്ടെന്നാണ് അവൾ മുഖം വെട്ടി തിരിച്ച് അവരെ നോക്കിയത്. ഒറ്റ നിമിഷം കൊണ്ട് അന്നമ്മ സിസ്റ്റർ പുറകിലേക്ക് ആഞ്ഞുപോയി. ആ വെള്ളാരം

കണ്ണുകൾക്ക് വല്ലാത്തൊരു തിളക്കം. അവരുടെ ഉള്ളിലൂടെ ഒരു മിന്നൽ കടന്നുപോയത് പോലെ. രണ്ട് നിമിഷങ്ങൾക്കുള്ളിൽ തന്നെ അവൾ മുഖം തിരിച്ചു നടന്നു പോയി കഴിഞ്ഞിരുന്നു.

'ഈശോയെ.'

ഒരു കിടുങ്ങലോടെ അവർ കൊന്തയിലെ കുരിശെടുത്ത് ചുണ്ടോടു ചേർത്തു.

# അധ്യായം 3

സിബി കുളികഴിഞ്ഞ് പുറത്തിറങ്ങുമ്പോൾ തന്നെ നല്ല ബ്രൂ കോഫിയുടെ ഗന്ധം മൂക്കിലെത്തുന്നുണ്ടായിരുന്നു. അടുക്കളയിൽ എന്തൊക്കെയോ തട്ടും മുട്ടും കേൾക്കുന്നുണ്ട് കുറുപ്പ് ചേട്ടൻ ബ്രേക്ക് ഫാസ്റ്റ് ഉണ്ടാക്കുകയാവും.

മുടി ചീകി ഷോർട്ട്സിന്റെ മുകളിൽ ഒരു ബനിയൻ എടുത്തിട്ട് ബാൽക്കണിയിലെ കസേരയിൽ ഇരിക്കുമ്പോഴേക്കും കോഫിയുടെ ഗന്ധം അടുത്തെത്തി കഴിഞ്ഞിരുന്നു. കുറുപ്പേട്ടനെ നോക്കി ഒന്നു പുഞ്ചിരിച്ചുകൊണ്ട് അയാൾ ആ കോഫി വാങ്ങി ഒന്നു മൊത്തി.

കുറുപ്പേട്ടന്റെ കോഫിക്ക് ഒരു പ്രത്യേക രുചിയാണ്. വെള്ളം ചേർക്കാതെ തിളപ്പിച്ച പാലിൽ ഇൻസ്റ്റന്റ് ബ്രൂവും പഞ്ചസാരയും മാത്രമേ മൂപ്പർ ചേർക്കുകയുള്ളൂ പക്ഷേ അതിന്റെ ഒരു പാകം, അതാണ് പലർക്കും മിസ്സ് ആവുന്നത്.

'രണ്ടു ദിവസമായില്ലേ എന്റെ കുഞ്ഞേ നീ പോയിട്ട്? ഇത്രയും വലിയൊരു ആസ്പത്രിയിൽ വേറെ ഡോക്ടർമാർ ഇല്ലാത്തതുപോലെ! നമ്മൾ ഇങ്ങോട്ട് വന്നിട്ട് ആകെ ഒരാഴ്ചയല്ലേ ആയുള്ളൂ, അപ്പോഴേക്കും മൊത്തം ഏറ്റെടുത്തോ?'

പരിഭവത്തോടെയുള്ള വൃദ്ധന്റെ പറച്ചിൽ കേട്ട് സിബി ചിരിച്ചു പോയി . അതുകണ്ടതോടെ മൂപ്പരുടെ പരിഭവം ഇരട്ടിച്ചു.

'വിഷമം കൊണ്ട് പറഞ്ഞതാ കുഞ്ഞേ! നല്ലൊരു ദിവസം അല്ലായിരുന്നോ ഇന്നലെ. അന്നും ഡ്യൂട്ടി തന്നെ. അപ്പനും അമ്മയും ഉണ്ടായിരുന്നേൽ ഇങ്ങനെ ഒന്നും ആവില്ലായിരുന്നല്ലോ.'

'അതു തന്നെയാണ് ചേട്ടാ പ്രശ്നം. നമുക്ക് നമ്മളല്ലാതെ ആരാ ഉള്ളത് ആഘോഷിക്കാൻ? അപ്പോൾ ഉള്ളവർ ആഘോഷിക്കട്ടെ. നമുക്കത് കണ്ടു സന്തോഷിക്കാലോ.'

പുഞ്ചിരിയോടെയുള്ള സിബിയുടെ മറുപടി കേട്ടതോടെ

' വിശപ്പ് ആകുമ്പോൾ പറ. ദോശ ചുടുകയെ വേണ്ടൂ...' എന്നും പറഞ്ഞുകൊണ്ട് അയാൾ അകത്തേക്ക് നടന്നു. സിബിയുടെ അപ്പനും അമ്മയും ഉള്ള കാലം മുതൽ അവരുടെ കോട്ടയത്തെ തറവാട്ടിൽ പാചക

ക്കാരനായിരുന്നു കുറുപ്പേട്ടൻ.

അപ്പന്റെയും അമ്മയുടെയും മരണശേഷം സിബി അധികം നാട്ടിൽ നിന്നിട്ടില്ല. ചെന്നൈ ആസ്ഥാനമാക്കി പ്രവർത്തിക്കുന്ന കേരളത്തിൽ തന്നെ പല ബ്രാഞ്ചുകൾ ഉള്ള ഏഞ്ചൽസ് ഗ്രൂപ്പ് ഓഫ് ഹോസ്പിറ്റലിന്റെ കോട്ടയത്തെ ബ്രാഞ്ചിൽ ആയിരുന്നു ആദ്യം സിബി ജോയിൻ ചെയ്തത്. പിന്നീടങ്ങോട്ട് ഓരോരോ ബ്രാഞ്ചുകളിലേക്ക്, എല്ലാ യാത്രകളിലും കുറുപ്പേട്ടനും ഉണ്ടായിരുന്നു കൂടെ. 70 വയസ്സ് കഴിഞ്ഞെങ്കിലും ഇപ്പോഴും ആരോഗ്യവാനാണ് കക്ഷി. ഈ ലോകത്ത് ഇനി സ്വന്തമെന്നു പറയാൻ സിബിക്ക് ബാക്കിയുള്ളത് അയാൾ മാത്രമാണ്. അതുകൊണ്ടു തന്നെ കക്ഷിക്ക് വിഷമം ആവുന്ന ഒന്നും സിബി ചെയ്യാറില്ല.

അകത്തേക്ക് ഒന്ന് എത്തി നോക്കിയശേഷം സിബി വിളിച്ചുപറഞ്ഞു.

'കുറുപ്പേട്ടാ ദോശ ഇങ്ങോട്ട് എടുത്തോളൂ, ഒന്ന് പുറത്തു പോകണം. ഇനി നാളെയേ ഡ്യൂട്ടി ഉള്ളൂ അതുകൊണ്ട് രാത്രി ഉറങ്ങാം.'

കോഫി കുടിച്ചുകൊണ്ട് അയാൾ പുറത്തേക്ക് കണ്ണുകൾ ഓടിച്ചു. ഇതൊരു കുഗ്രാമമാണ്. എയ്ഞ്ചൽസ് ഗ്രൂപ്പ് ഓഫ് ഹോസ്പിറ്റൽ സേവനാർത്ഥം ചില കുഗ്രാമങ്ങളിൽ അവരുടെ ഹോസ്പിറ്റലുകളുടെ ബ്രാഞ്ചുകൾ സ്ഥാപിച്ചിട്ടുണ്ട്. അതിൽ ഒന്നാണ് ഇപ്പോൾ സിബി ജോലിചെയ്യുന്ന ഹോസ്പിറ്റൽ.

മെയിൻ ടൗണിലാണ് ഹോസ്പിറ്റൽ. രണ്ട് കിലോമീറ്ററോളം ഉള്ളിലേക്ക് കയറി ഒരു വീടിന്റെ മുകളിലത്തെ നിലയിലാണ് സിബിക്ക് താമസസൗകര്യം ഹോസ്പിറ്റൽ ഏർപ്പാടാക്കിയിരുന്നത്.

ചുറ്റും നിറയെ മരങ്ങളാണ് സപ്പോട്ടയും മാവും പ്ലാവുമടക്കം നിരവധി ഫലവൃക്ഷങ്ങൾ. മഠം വക പറമ്പാണെന്നാണ് കേട്ടിട്ടുള്ളത്..

നോക്കിയാൽ കാണുന്ന ദൂരത്തായി ഇല ചാർത്തുകൾക്കിടയിലൂടെ മരിയഭവൻ എന്ന ബോർഡ് കാണാം. മഠത്തിനോട് അനുബന്ധിച്ച് തന്നെ ഒരു ഹോസ്റ്റലും അനാഥാലയവും പ്രവർത്തിക്കുന്നുണ്ട് എന്ന് കേട്ടിട്ടുണ്ടെങ്കിലും ക്രിസ്മസ് വെക്കേഷൻ ആയതുകൊണ്ടാവാം താൻ വന്നിട്ട് ഇതുവരെ കുട്ടികളെ ഒന്നും കണ്ടിട്ടില്ല.

'രണ്ടുദിവസമായി മര്യാദക്ക് ഭക്ഷണം ഒന്നും ഉണ്ടാവില്ല അല്ലേ?'

മുന്നിലെ ചെറിയ ടീപ്പോയിൽ ദോശയും ചട്ണിയും സാമ്പാറും ചൂടോടെ വിളമ്പി കൊണ്ടാണ് കുറുപ്പേട്ടന്റെ ചോദ്യം.

'ഭക്ഷണത്തിന് ഒന്നും കുഴപ്പമില്ല. അവിടെ കാന്റീൻ ഉണ്ട്. ഇച്ചിരി രുചി കുറയും എന്നേയുള്ളൂ . ഇതൊരു ചെറിയ ഹോസ്പിറ്റലല്ലേ കുറുപ്പേട്ടാ, വലിയ ആളും ബഹളവും ഒന്നുമില്ല. രോഗികളും കുറവാണ്.'

'ആ അതുതന്നെയാണ് എനിക്കും മനസ്സിലാവാത്തത്. എറണാകുളത്ത് ഇത്രയും തിരക്കുള്ള ഹോസ്പിറ്റലിൽ നിന്നും എന്തിനാണ് ഇപ്പോൾ ഇങ്ങോട്ടേക്ക് ഒരു മാറ്റം അതും ഈ ആൾവാസമില്ലാത്ത കാട്ടു മുക്കിലേക്ക്.'

'ഇതൊന്നും നമ്മൾ അല്ലല്ലോ കുറുപ്പേട്ടാ തീരുമാനിക്കുന്നത്. ഹെഡ് ഓഫീസിൽ നിന്നും ഓർഡർ വന്നാൽ പിന്നെ പോരുകയല്ലാതെ എന്ത് ചെയ്യാൻ?'

'അതൊന്നുമല്ല കുഞ്ഞ് ഒറ്റാൻതടി ആയതുകൊണ്ട് എന്തുമാവാം, എന്ന് ഹെഡ് ഓഫീസിലുള്ളവർക്ക് അറിയാം. ഈ കാട്ടിലേക്ക് വേറെ ആര് വരാൻ?'

കുനിഞ്ഞിരുന്ന് ദോശ ചൂടോടെ മുറിച്ചു സാമ്പാറിൽ കുതിർത്തു കഴിക്കുന്ന സിബിയോട് കുറുപ്പേട്ടൻ തുടർന്നു ചോദിച്ചു.

'പക്ഷേ മോനല്ലേ പറഞ്ഞത് അഞ്ചോ ആറോ ഓപ്ഷൻസ് തരുമെന്ന്, പിന്നെ എന്തിനാണ് ഈ മലയോര മേഖല തെരഞ്ഞെടുത്തത്? വേറെ ഏതെങ്കിലും ടൗണിലെ ബ്രാഞ്ചിലേക്ക് പോകാമായിരുന്നല്ലോ നമുക്ക്? '

കഴിച്ചുകൊണ്ടിരുന്ന സിബിയുടെ കൈകൾ ഒരു നിമിഷം നിശ്ചലമായി അവനും അതുതന്നെയാണ് ആലോചിച്ചു കൊണ്ടിരുന്നത്. എന്തുകൊണ്ടാണ് ഈ കുഗ്രാമം മതിയെന്ന് താൻ തീരുമാനിച്ചത്?

അറിയില്ല,

ലിസ്റ്റിൽ കോട്ടയം അടക്കം പല ബ്രാഞ്ചുകളുടെയും പേരുണ്ടായിരുന്നു എന്നിട്ടും എന്തോ ഇതാണ് തിരഞ്ഞെടുക്കാൻ തോന്നിയത്.

'അറിയില്ല കുറുപ്പേട്ടാ, എന്തോ അപ്പോ അങ്ങനെ തോന്നി. കുറുപ്പേട്ടന് ഇവിടം മടുത്തോ? '

'എനിക്കെന്തു മടുപ്പ് കുഞ്ഞേ?ഈ ലോകത്ത് എനിക്ക് ആകെയുള്ളത് മോനാണ്. നിന്റെ കൂടെ എവിടെയാണെങ്കിലും കുറുപ്പേട്ടന് സന്തോഷം തന്നെ.!'

'എന്നാപ്പിന്നെ ഇരി, ദോശ കഴിക്കാം...'

'മോൻ കഴിക്ക് ഞാൻ രണ്ടെണ്ണം കൂടി ചൂടോടെ എടുക്കട്ടെ.'

അകത്തേക്ക് തിടുക്കത്തിൽ നടന്നുപോകുന്ന വൃദ്ധനെ നോക്കി ഒരു പുഞ്ചിരിയോടെ മുഖം തിരിച്ച സിബി പെട്ടെന്നാണ് അത് ശ്രദ്ധിച്ചത്. മരിയ ഭവൻ ഹോസ്റ്റലിന്റെ മുകൾ നിലയിലെ തന്റെ വീടിനു നേരെ എതിർവശം വരുന്ന റൂമിൽ ജനലിന് പിറകിനായി ആരോ ഇങ്ങോട്ട് നോക്കി നിൽക്കുന്നുണ്ട്.നിറയെ മരച്ചില്ലകളുടെ മറവ് ഉള്ളതുകൊണ്ടു

തന്നെ ആരാണെന്ന് വ്യക്തമല്ല. ഇത് അയാൾക്ക് ആദ്യത്തെ അനുഭവമായിരുന്നില്ല. പലപ്പോഴും തന്നെ ആരോ വാച്ച് ചെയ്യുന്നതായി സിബിക്ക് അനുഭവപ്പെട്ടിട്ടുണ്ട്.അസ്വസ്ഥമായ മനസ്സോടെ അയാൾ എഴുന്നേറ്റു ബാൽക്കണിക്ക് അരികിലേക്ക് നീങ്ങി ഇരുന്നപ്പോഴേക്കും ആ നിഴൽ അവിടെ നിന്നും മാഞ്ഞു കഴിഞ്ഞിരുന്നു.

അന്നത്തെ സിബിയുടെ ദിവസം തിരക്കുള്ളതായിരുന്നു. ഡ്യൂട്ടിയിൽ ജോയിൻ ചെയ്തിട്ട് കുറച്ചു ദിവസങ്ങൾ ആയെങ്കിലും സമയക്കുറവ് കാരണം ടൗണിലേക്ക് ഇറങ്ങാൻ പറ്റിയിട്ടുണ്ടായിരുന്നില്ല.ഇന്ന് ആ പരാതി തീർക്കാനായി തന്നെ അത്യാവശ്യം നല്ല രീതിയിൽ ഒന്നു കറങ്ങി,പള്ളിയിൽ കയറി അച്ചനെ ഒന്ന് കണ്ടു. മാർക്കറ്റിൽ പോയി മീനും ഇറച്ചിയും അടക്കം ചില്ലറ സാധനങ്ങളും വാങ്ങി വീട്ടിൽ തിരിച്ചെത്തുമ്പോൾ സന്ധ്യയായിരുന്നു.

ചെന്ന് കയറി കവറുകൾ കുറുപ്പേട്ടന് കൈമാറുമ്പോൾ തന്നെ അദ്ദേഹം പറഞ്ഞു

'ഹോസ്റ്റലിൽ പിള്ളേരൊക്കെ വന്നു തുടങ്ങി കേട്ടോ. ഇനി നമ്മൾ ഒറ്റയ്ക്കല്ല. എന്നാ ഒരു ബഹളമായിരുന്നു പകലൊക്കെ.'

'ഓ... അപ്പോ കുറുപ്പേട്ടന് കമ്പനിയായല്ലോ!'

സിബിയുടെ സംസാരത്തിലെ കളിയാക്കൽ കുറുപ്പേട്ടനും മനസ്സിലായി.

'ഓ പിന്നെ... അവിടുത്തെ പീക്കിരി പിള്ളേര് വേണല്ലോ എനിക്ക് കൂട്ടിന്. അതിന്റെ പ്രായമൊക്കെ മോനല്ലേ... നന്നായി ഒന്നു മനസ്സുവെച്ചാൽ ഇവിടുന്നു പോകുമ്പോഴേക്കും നമുക്ക് മൂന്നു പേരായി പോകാം.'

'തൽക്കാലം ഞാനൊന്നു കുളിക്കട്ടെ. ചൂടോടെ ഒരു ബ്രൂ കോഫി പോരട്ടെ അപ്പോഴേക്കും.' എന്നു പറഞ്ഞുകൊണ്ട് അകത്തേക്ക് കയറി പോകുന്ന സിബിയെ നോക്കി വൃദ്ധൻ നെടുവീർപ്പോടെ ആത്മഗതം ചെയ്തു.

'കല്യാണക്കാര്യം പറഞ്ഞാൽ പിന്നെ ചെവി കേൾക്കില്ല. കുറെ കാലമായി ഞാൻ അത് ശ്രദ്ധിക്കുന്നു.'

ഏതോ ചിന്തയിൽ മുഴുകി അകത്തേക്ക് കയറിപ്പോയ സിബി അത് കേട്ടില്ല.

സമയം അർദ്ധരാത്രി കഴിഞ്ഞിരുന്നു. രണ്ടുദിവസത്തെ ഉറക്ക ക്ഷീണം കാരണം നേരത്തെ കിടന്ന സിബി സുഖനിദ്രയിൽ ആയിരുന്നു.

ഒരു സെമിത്തേരിയിലാണ് താൻ. വലുതും ചെറുതുമായ നിറയെ കല്ലറകൾ നിറഞ്ഞ ഒരു പഴയ സെമിത്തേരി. ഇരുട്ടിൽ ഒരു നിഴൽ പോലെ

അവയുടെ നേരിയ രൂപങ്ങൾ മാത്രം. ആരോ ദൂരെ നിന്നും ഉച്ചത്തിൽ നിലവിളിക്കുന്നത് പോലെ തോന്നിയിട്ടാണ് സിബി ഞെട്ടിയുണർന്നത്.

അതൊരു ഏങ്ങിക്കരച്ചിൽ ആയിരുന്നു. സഹിക്കാൻ വയ്യാത്ത ദുഃഖത്താൽ ഒരു പെൺകുട്ടി ഏങ്ങലടിച്ചു കരയുന്നു.

ഞെട്ടി എഴുന്നേറ്റ് കുറച്ച് സമയം ആ ഇരുട്ടിൽ തന്നെ അവൻ തരിച്ചിരുന്നു. കണ്ണു തുറന്ന് കുറച്ചു നിമിഷങ്ങൾ കഴിഞ്ഞാണ് താൻ സ്വന്തം ബെഡ്റൂമിൽ ആണെന്ന് അവന് ഓർമ്മ വന്നത്.

നല്ല ശക്തിയിൽ കാറ്റടിക്കുന്നുണ്ട് എവിടെയോ ജനാല ആഞ്ഞടയുന്ന ശബ്ദം കേട്ടു.ലൈറ്റ് ഇടാൻ വേണ്ടി സ്വിച്ച് ബോർഡിന് നേരെ തിരിഞ്ഞ അവന്റെ ഹൃദയത്തിലൂടെ ഒരു ഇടിമിന്നൽ കടന്നുപോയി.നേരെ മുൻപിൽ വീശി അടിക്കുന്ന കാറ്റിൽ ഇളകി ഉലയുന്ന കർട്ടന്റെ ഇടയിലൂടെ കാണാം..

തുറന്നിട്ട ജനലിനപ്പുറം നിന്ന് ഇങ്ങോട്ടേക്ക് തുറിച്ചു നോക്കി നിൽക്കുന്ന ഒരു പെൺകുട്ടി. ഒരൊറ്റ നിമിഷം സിബി നെഞ്ചിൽ കൈവെച്ചു പോയി. പച്ച ശരീരത്തെ കീറിമുറിക്കുന്ന ഒരു ഡോക്ടർ ആണ് താനെന്ന കാര്യം പോലും അവൻ മറന്നു പോയി.

ഞെട്ടലോടെ പിടഞ്ഞെഴുന്നേറ്റ് അവൻ ഒന്നനങ്ങാൻ പോലും ആവാതെ അവിടെത്തന്നെ തരിച്ചു നിന്നു. ആ പെൺകുട്ടിയും അതുപോലെ തന്നെ അനക്കമില്ലാതെ നിന്ന് അവനെ തുറിച്ചു നോക്കുകയായിരുന്നു.

അറിയാതെ സ്വിച്ച് ബോർഡിലേക്ക് കൈ എത്തിച്ച് അവൻ ലൈറ്റ് ഇട്ടു. മിനിറ്റുകൾക്ക് ശേഷം സ്വബോധത്തിലേക്ക് തിരിച്ചു വന്നപ്പോളാണ് അവൻ ശ്രദ്ധിച്ചത് ആ കുട്ടിക്ക് ഒരനക്കവുമില്ല. മുറിയിൽ വെളിച്ചം നിറഞ്ഞതൊന്നും അവൾ അറിഞ്ഞിട്ടില്ല. ചെറിയൊരു പകപ്പോടെ അവൻ അവളെ തന്നെ ശ്രദ്ധിച്ചു.

ചെമ്പൻ മുടിയിഴകൾ ഉള്ള വെളുത്ത ഒരു പെൺകുട്ടി. കൃഷ്ണമണികൾക്ക് എന്തോ വല്ലാത്തൊരു തിളക്കം പോലെ. കുറുപ്പേട്ടനെ ഒന്ന് വിളിക്കണം എന്നു തോന്നിയെങ്കിലും ആ കുട്ടി അവിടെത്തന്നെ നിന്നിങ്ങനെ തുറിച്ചു നോക്കുമ്പോൾ മുറിയിൽ നിന്നിറങ്ങി പോകാൻ അവന് ബുദ്ധിമുട്ട് തോന്നി. ധൈര്യം സംഭരിച്ച് കുറച്ചു മുന്നോട്ടു നീങ്ങി നിന്നു കൊണ്ട് സിബി ചോദിച്ചു.

'ആരാണ് താൻ? എന്തുവേണം?'

ആ പെൺകുട്ടിക്ക് അനക്കം ഒന്നുമില്ലെന്ന് കണ്ടതോടെ സിബി കുറച്ചുകൂടി ധൈര്യവാനായി മുന്നോട്ടേക്ക് നടന്നു ചെന്നു. വീശിയടിക്കുന്ന കാറ്റ് നേർത്ത് നേർത്ത് വരുന്നുണ്ടായിരുന്നു. പുറത്തേക്ക് വീഴുന്ന ലൈ

റ്റിന്റെ വെളിച്ചത്തിൽ അവൻ വ്യക്തമായും ആ പെൺകുട്ടിയെ കണ്ടു.

'തന്നെ ഞാൻ എവിടെയോ കണ്ടിട്ടുണ്ടല്ലോ? എന്തിനാണ് ഇങ്ങോട്ടേക്ക് വന്നത്? കാര്യം പറഞ്ഞില്ലെങ്കിൽ ഞാൻ പോലീസിനെ വിളിക്കും.'

പറയുന്നതോടൊപ്പം തന്നെ തലയിണയുടെ കീഴിൽ വച്ച മൊബൈൽ അവൻ കയ്യിലെടുത്തു തിരിഞ്ഞപ്പോൾ അവളെ കണ്ടില്ല. കാറ്റിന്റെ ശക്തി കുറഞ്ഞപ്പോൾ ആടിയുലയുന്ന കർട്ടൻ പൂർവ്വ സ്ഥിതിയിൽ ആയതോടെ അവളുടെ മുഖം കർട്ടനു പിറകിലേക്ക് മറഞ്ഞിരുന്നു. തിടുക്കത്തിൽ വാതിൽ തുറന്നു ബാൽക്കണിയിലേക്ക് വന്നു നോക്കിയ സിബിക്ക് പുറത്ത് ജനലരികിൽ ആരെയും കാണാൻ കഴിഞ്ഞില്ല.

പുറത്ത് എവിടെനിന്നോ പട്ടികൾ ഓരിയിടുന്ന ശബ്ദം മാത്രം നന്നായി കേൾക്കുന്നുണ്ട്.കുറച്ചു നിമിഷങ്ങൾ കൊണ്ട് തന്റെ മുന്നിൽ സംഭവിച്ചത് എന്താണെന്ന് മനസ്സിലാകാതെ ഒരു വിഡ്ഢിയെപ്പോലെ ബാൽക്കണിയുടെ കൈവരിയിൽ പിടിച്ചു നിന്നുകൊണ്ട് സിബി തൊട്ടുമുന്നിലെ കനത്ത ഇരുട്ടിലേക്ക് നോക്കി മരവിച്ചു നിന്നു.

രാവിലെ എഴുന്നേറ്റ് വന്ന സിബിയുടെ മുഖത്ത് നല്ല ഉറക്കച്ചടവ് ഉണ്ടായിരുന്നു.

കുറുപ്പേട്ടൻ കൊടുത്ത കട്ടനും കുടിച്ച് പതിവ് ജോഗിങ്ങിന് വേണ്ടി പുറപ്പെടുമ്പോൾ നേരം നന്നായി വെളുത്തു തുടങ്ങിയിരുന്നു.

'എന്താ ഡോക്ടറെ നോക്കുന്നത്? എന്തേലും കളഞ്ഞുപോയോ?'

മതിലിനരികിൽ വന്ന് മഠത്തിന്റെ പറമ്പിലേക്ക് ചൂഴ്ന്നു നോക്കുകയായിരുന്ന സിബി ഞെട്ടി മുഖമുയർത്തി നോക്കി.

വന്ന ദിവസം പരിചയപ്പെട്ട സിസ്റ്റർമാരിൽ ഒരാളാണ്. പേരൊന്നും ഓർമ്മയിൽ വരുന്നില്ല.

'ഒന്നുമില്ല സിസ്റ്റർ, ഇന്നലെ രാത്രി ഇവിടെ എന്തോ ശബ്ദം കേട്ടിരുന്നു. എന്തെങ്കിലും മൃഗങ്ങളാണെങ്കിൽ കാൽപ്പാടുകൾ ഉണ്ടാവുമല്ലോ എന്ന് കരുതി നോക്കിയതാണ്...'

പെട്ടെന്ന് സിസ്റ്ററിന്റെ മുഖം മാറിയതുപോലെ സിബിക്ക് തോന്നി.

അവൻ നോക്കി നിൽക്കെ സിസ്റ്റർ തിടുക്കത്തിൽ അകത്തേക്ക് കയറിപ്പോയി. താൻ പറഞ്ഞത് അവർക്ക് എന്തോ ഇഷ്ടപ്പെടാത്തത് പോലെ സിബിക്ക് തോന്നിയെങ്കിലും അതിനെപ്പറ്റി അധികം ചിന്തിക്കാതെ അവൻ പുറത്തേക്കു നടന്നു.

# അധ്യായം 4

മഠവും പള്ളിയും കഴിഞ്ഞ് വലതുവശത്താണ് സെന്റ് ജോസഫ് ഹൈസ്കൂൾ. സ്കൂൾ ഗ്രൗണ്ടിലാണ് സിബി പതിവായി ജോഗിങ്ങിന് പോകാറുള്ളത്.

വന്നിട്ട് കുറച്ചു ദിവസങ്ങളെ ആയിട്ടുള്ളൂ എങ്കിലും കുറച്ചു പരിചയക്കാരായിട്ടുണ്ട് അവിടെ. സിബി ചെല്ലുമ്പോൾ അവിടെ ചൂട് പിടിച്ച എന്തോ ചർച്ച നടക്കുകയാണ്. രാവിലെ നടക്കാൻ വരുന്ന മധ്യവയസ്കരും ബാഡ്മിന്റൺ കളിക്കാൻ വരുന്ന പിള്ളേരും ഒരുമിച്ചു കൂടിയിട്ടാണ് ചർച്ച എന്നു മനസ്സിലായതോടെ വിഷയം എന്തോ സീരിയസ് ആണെന്ന് സിബിക്ക് തോന്നി. അവൻ അടുത്തെത്തിയപ്പോഴേക്കും ടൗണിൽ തന്നെ സൂപ്പർമാർക്കറ്റ് നടത്തുന്ന ജോണി ചേട്ടൻ സിബിയെ കണ്ടു അടുത്തേക്ക് വന്നു.

'എന്താ ചേട്ടാ പ്രശ്നം? എന്താ രാവിലെ തന്നെ ഒരു വട്ടമേശ സമ്മേളനം?'

'അപ്പോൾ ഡോക്ടർ സാർ ഒന്നുമറിഞ്ഞില്ലേ?'

'ഇല്ല, മിനിഞ്ഞാന്ന് നൈറ്റ് ഡ്യൂട്ടി ആയതുകൊണ്ട് ഇന്നലെ ലേറ്റ് ആയാ വന്നത് അതുകൊണ്ട് ജോഗിങ്ങിന് വന്നില്ല.'

'ഡോക്ടർക്ക് കേൾക്കുമ്പോൾ ചിലപ്പോൾ തമാശയായിട്ട് തോന്നാം. എന്നാലും കാര്യം പറയണമല്ലോ. ഇന്നലെ പാതിരാ കുർബാന കഴിഞ്ഞ് വന്ന രണ്ടു പെണ്ണുങ്ങൾ പനിച്ചു വിറച്ചു വീട്ടിൽ കിടപ്പാണ്.'

'എന്തുപറ്റി? മഞ്ഞു കൊണ്ടതിന്റെ ആവും ഹോസ്പിറ്റലിൽ കാണിച്ചില്ലേ?'

'അയ്യോ എന്റെ ഡോക്ടറെ! ഇതതല്ല, അവര് രണ്ടുപേരും പള്ളി സെമിത്തേരിയിൽ ഒരു പെങ്കൊച്ചിനെ കണ്ടെന്ന്...'

സിബി പെട്ടെന്ന് അറിയാതൊന്നു ഞെട്ടി.

എന്തോ ആലോചിച്ചുകൊണ്ട് അവൻ ചോദിച്ചു.

'ഏത്? ഈ സെമിത്തേരിയിലോ?'

'അതുതന്നെ ഡോക്ടറെ! ഒരാൾ മാത്രമാണ് കണ്ടതെങ്കിൽ അവരുടെ തോന്നലാണെന്ന് കരുതി പോട്ടെന്നു വയ്ക്കാം. ഇതിപ്പോ രണ്ടുപേരും

കണ്ടു. ഒരുത്തി പേടിച്ചു ബോധം കെട്ടുപോയി അവിടെത്തന്നെ.'

'എന്നിട്ട്?'

'എന്നിട്ടെന്താ! ബഹളവും വെളിച്ചവും ഒക്കെയായപ്പോൾ ആളങ്ങ് മുങ്ങി. ഒടുക്കം സംശയം മാത്രം ബാക്കിയായി. കണ്ട രണ്ടുപേർക്കും പനിയും പിടിച്ചു.'

'എന്നിട്ട് സ്റ്റേഷനിൽ ഒന്നും പറഞ്ഞില്ലേ?'

'സ്റ്റേഷനിലോ? സെമിത്തേരിയിൽ ബാധ കേറിയ ആരോ നടക്കുന്നതിന് സ്റ്റേഷനിൽ പറഞ്ഞിട്ടെന്താ കാര്യം? ഇന്നലെത്തന്നെ അച്ചായൻ പള്ളിയിൽ അറിയിച്ചിട്ടുണ്ട്. ഇന്ന് സെമിത്തേരിയിൽ പ്രാർത്ഥനയുണ്ട്.'

'അത് ബാധ തന്നെയാണെന്ന് ഉറപ്പുണ്ടോ ചേട്ടാ? ചിലപ്പോൾ ആരെങ്കിലും പേടിപ്പിക്കാൻ വന്നതാണെങ്കിലോ?'

'അതിപ്പോ എന്തുതന്നെയായാലും പള്ളിയിലെ കാര്യം അച്ചനല്ലേ തീരുമാനിക്കേണ്ടത്? അതുകൊണ്ട് മൂപ്പര് നോക്കിക്കോളും ബാക്കി.'

എന്നും പറഞ്ഞുകൊണ്ട് വേഗത്തിൽ നടന്നു തുടങ്ങിയ ജോണിച്ചേട്ടനെ അദ്ദേഹത്തിന്റെ വഴിക്ക് വിട്ടുകൊണ്ട് സിബി ജോഗിംഗ് തുടങ്ങി. അവന്റെ മനസ്സിൽ മിനിഞ്ഞാന്ന് പുലർച്ചെ സെമിത്തേരിയിൽ നിന്നും ഇറങ്ങി വന്ന ആ പെൺകുട്ടിയായിരുന്നു. താൻ ഉദ്ദേശിക്കുന്ന ആൾ തന്നെയാണെങ്കിൽ ആ കുട്ടിക്ക് ബാധ കൂടിയതോ ആത്മാവോ ഒന്നുമല്ല. അവൾക്ക് കൃത്യമായ ബോധമുണ്ട്. അതുകൊണ്ടാണ് വണ്ടി ചെറുതായൊന്ന് തട്ടിയ ഉടനെ ആളുകൾ കൂടും മുൻപേ എത്രയും വേഗം അവൾ അവിടെ നിന്ന് രക്ഷപ്പെട്ടത്.

ജോഗിംഗ് കഴിഞ്ഞു വീട്ടിലെത്തി കുളിച്ച് ഹോസ്പിറ്റലിലേക്ക് പോകാൻ തയ്യാറായി ബ്രേക്ക് ഫാസ്റ്റ് കഴിക്കുമ്പോഴാണ് സിബി ഇന്നറിഞ്ഞ വിശേഷം കുറുപ്പേട്ടനുമായി പങ്കുവെച്ചത്.

'ഞാനും പറയണമെന്ന് വിചാരിക്കുകയായിരുന്നു മോനെ. പല ദിവസങ്ങളിലും പുറത്തു കൂടെ ആരോ നടക്കുന്നത് എനിക്ക് തോന്നിയിട്ടുണ്ട്.ഈ നാട് അത്ര ശരിയല്ല.'

കഴിപ്പ് നിർത്തി സിബി ഒന്ന് ചിരിച്ചുകൊണ്ട് ചോദിച്ചു.

'ഇത് സെമിത്തേരി അല്ലല്ലോ കുറുപ്പേട്ടാ? സെമിത്തേരിയിൽ നടന്ന കാര്യമാണ് അവർ പറഞ്ഞത്.'

'പക്ഷേ അതല്ല മോനേ! ഇവിടെ മൊത്തത്തിൽ എന്തോ കുഴപ്പമുണ്ട്. ഞാൻ പറഞ്ഞത് സത്യമാണ്. ഇന്നീ കാര്യം അറിഞ്ഞില്ലെങ്കിൽ ഞാൻ മോനോട് പറയുകയില്ലായിരുന്നു. മോൻ ഇല്ലാത്ത പല ദിവസങ്ങളിലും രാത്രി പുറത്ത് ആരോ നടക്കുന്നത് ഞാൻ ശരിക്കും അറിയാ

റുണ്ട്.'

സിബി ഒന്നും പറയാതെ കഴിക്കുന്നത് കണ്ട് കുറുപ്പേട്ടൻ തുടർന്നു.

'ഇന്നലെയും ആരോ എന്റെ ജനലിന്റെ അരികിലൂടെ ഓടുന്നത് പോലെ തോന്നി. ഇത് പതിവായതുകൊണ്ട് ഞാൻ മിണ്ടാതെ കിടന്നു.'

അപ്പോൾ ഇന്നലെ രാത്രി അനുഭവപ്പെട്ടത് തന്റെ മാത്രം തോന്നൽ ആയിരുന്നില്ല എന്ന വിശ്വാസം സിബിക്ക് ഒന്നുകൂടി ഉറപ്പായി.

'അപ്പുറത്തെ മഠത്തിൽ ഒന്ന് അന്വേഷിച്ചു നോക്കിയാൽ അറിയാമായിരുന്നു ഇവിടെ വല്ല ദുർമരണവും നടന്നിട്ടുണ്ടോ എന്ന്.'

'നാണക്കേടാക്കല്ലേ കുറുപ്പേട്ടാ... ഒരു ഡോക്ടർ അല്ലേ ഞാൻ? വെറുതെ ആളുകളെ കൊണ്ട് ചിരിപ്പിക്കാൻ.'

'അതിനു ഞാൻ ഡോക്ടർ അല്ലല്ലോ? എനിക്ക് ചോദിക്കാലോ! സമയം പോലെ ഒരു ദിവസം ഞാൻ ചോദിച്ചോളാം.'

സിബി പിന്നീട് ഒന്നും മിണ്ടാതെ വേഗം കഴിച്ചു പൂർത്തിയാക്കി ഡ്യൂട്ടിക്ക് ഇറങ്ങി.

ടൗൺ കഴിഞ്ഞു പള്ളിയുടെ അരികിലൂടെ പോകുമ്പോൾ അവൻ ചുറ്റുപാടും നന്നായി വീക്ഷിക്കുന്നുണ്ടായിരുന്നു. പൊതുവേ കർഷകരായതുകൊണ്ടാവാം ടൗണിലോ റോഡിലോ ആളുകൾ അലഞ്ഞു തിരിയുന്നത് കാണാറേയില്ല ഇവിടെ.

രാവിലെയും വൈകുന്നേരവും സ്കൂൾ ടൈമിൽ മാത്രമാണ് റോഡിലും കവലയിലും കുറച്ച് ആളുകൾ ഉണ്ടാവുക. ഞായറാഴ്ച ഒഴികെ ബാക്കി എല്ലാ ദിവസങ്ങളിലും ഏറെക്കുറെ പള്ളിയും പരിസരവും വിജനം തന്നെയാണ്. സെമിത്തേരിയിലേക്ക് പോകുന്ന ഒരാൾ പള്ളിയിലേക്കാണോ സ്കൂളിലേക്കാണോ സെമിത്തേരിയിലേക്കാണോ പോകുന്നതെന്ന് ഒറ്റനോട്ടത്തിൽ തിരിച്ചറിയില്ല. ഒന്നുകിൽ നേരെ സ്കൂളിലേക്ക് കയറാം. അതല്ലെങ്കിൽ വലതുവശത്തെ കാടുപിടിച്ച സ്ഥലത്ത് ശവപ്പെട്ടി ഉണ്ടാക്കുന്ന ഒരു കെട്ടിടമുണ്ട്.

അതിനപ്പുറമാണ് തെമ്മാടിക്കുഴി. അതും കഴിഞ്ഞാണ് സെമിത്തേരി. സ്കൂളിൽ നിന്നും നേരെ നടന്നാൽ പള്ളിയുടെ പുറകുവശത്തെ പടിക്കെട്ടുകൾ ആണ്.

ആ പടികൾ കയറിയാൽ പള്ളിയിലേക്ക് ചെന്നെത്താൻ കഴിയും. സെമിത്തേരിയുടെ മതിൽക്കെട്ടിനപ്പുറം പള്ളിവക കൃഷി സ്ഥലമാണ്. കനത്ത ഒരു വനപ്രദേശം പോലെയാണ് അവിടം. തെങ്ങും ജാതിയും കവുങ്ങും വാഴയും എന്നു വേണ്ട സകല വൃക്ഷങ്ങളും അവിടെ തഴച്ചു വളരുന്നുണ്ട്. സെമിത്തേരിയുടെ വലതുവശം പുഴയാണ്.

തൊട്ടിപ്പുറത്ത് ചെറിയ ഒരു റോഡ് ഉണ്ടെങ്കിലും അത് അങ്ങോട്ടേക്കുള്ള കുറച്ചു വീട്ടുകാർ മാത്രമാണ് ഉപയോഗിക്കുന്നത്. ഓരോ ആലോചനകളിൽ മുഴുകി ഹോസ്പിറ്റലിൽ എത്തിയത് അന്നവൻ അറിഞ്ഞതേയില്ല.

അന്ന് സിബിക്ക് മൂന്ന് സർജറി ഉണ്ടായിരുന്നതുകൊണ്ട് അവന് നല്ല തിരക്കുള്ള ദിവസമായിരുന്നു. ഉച്ചയ്ക്ക് ഭക്ഷണം കഴിക്കാൻ മാത്രമാണ് ഒരല്പം ഗ്യാപ്പ് കിട്ടിയത്. കാന്റീനിൽ പോയി തിടുക്കത്തിൽ കഴിച്ച് വരുന്ന വഴിയാണ് സയനോര ഡോക്ടറുടെ ക്യാബിനിൽ നിന്നും ഒരു സിസ്റ്ററും മറ്റൊരു യുവതിയും ഇറങ്ങിവരുന്നത് കണ്ടത്.യുവതി തിടുക്കത്തിൽ നടന്നു നീങ്ങിയെങ്കിലും സിസ്റ്റർ ഡോക്ടറെ കണ്ടതോടെ തിരിഞ്ഞു നിന്ന്.

'ഡോക്ടർക്ക് എന്നെ മനസ്സിലായോ? ഞാൻ മഠത്തിലെ അന്തേവാസിയാണ്. ഡോക്ടറെ കണ്ടിട്ടുണ്ട്.'

'ഓ അതെയോ? സിസ്റ്റർ എന്താ ഇവിടെ?'

ചോദിച്ചു കഴിഞ്ഞപ്പോഴാണ് വേണ്ടായിരുന്നു എന്ന ചിന്ത സിബിക്ക് വന്നത്. കാരണം സയനോര സൈക്യാട്രിസ്റ്റ് ആണ്. മാനസിക ബുദ്ധിമുട്ട് അനുഭവപ്പെടുന്ന ഒരാൾ മറ്റുള്ളവരെ പോലെ അവരുടെ രോഗത്തെപ്പറ്റി തുറന്നു സംസാരിക്കാൻ ഇഷ്ടപ്പെടില്ലെന്ന് ഡോക്ടർക്ക് നന്നായി അറിയാമായിരുന്നു.

'മഠത്തിലെ ഒരു കുട്ടിക്ക് നല്ല തലവേദന. അവളെ ഒന്നു ഡോക്ടറെ കാണിക്കാൻ വേണ്ടി വന്നതാണ്. അപ്പോൾ ശരി ഡോക്ടർ, കാണാം...' എന്നു പറഞ്ഞുകൊണ്ട് അവർ തിരിഞ്ഞു നടന്നു കഴിഞ്ഞിരുന്നു. കുറച്ചുസമയം അവരെ തന്നെ നോക്കി നിന്ന ശേഷം തിരിഞ്ഞു നടക്കുമ്പോഴാണ് ക്യാബിനിൽ നിന്നും സയനോരയുടെ വിളി വന്നത്.

'ഹായ് സിബി ഡോക്ടർ, ഒരു മിനിറ്റ്.' പുഞ്ചിരിയോടെ സയനോര ക്യാബിനിൽ നിന്നും ഇറങ്ങി വന്നു. ഇരുപത്തി അഞ്ചു വയസ്സുള്ള വെളുത്തു മെലിഞ്ഞ നല്ല ഫാഷനബിൾ ആയ ഒരു സ്ത്രീയാണ് സയനോര. വന്ന് ദിവസങ്ങൾക്കുള്ളിൽ തന്നെ രണ്ടുപേരും നല്ല സുഹൃത്തുക്കൾ ആയി തീർന്നിരുന്നു.

'ഇന്നത്തെ സർജറി കഴിഞ്ഞോ? ഇന്ന് ഡോക്ടർ ഫുൾ ബിസി ആണെന്നാണല്ലോ കേട്ടത്.'

'ലഞ്ച് ബ്രേക്ക് ആണ്. മഠം വക കെട്ടിടത്തിലാണ് ഞാൻ താമസിക്കുന്നത്. സിസ്റ്ററെ കണ്ടപ്പോൾ സംസാരിച്ചതാ.'

'ആ സിസ്റ്റർ അല്ല പേഷ്യന്റ്. കൂടെ വന്ന പെൺകുട്ടിയാണ്.'

'ഓഹോ. എന്താണ് അവൾക്ക് പ്രശ്നം?'

'സ്വപ്നാടനം ആണെന്നാണ് പറയുന്നത്. പക്ഷേ സംതിങ് ഡിഫറെന്റ്... നോക്കാം... തൽക്കാലത്തേക്ക് മെഡിസിൻ കൊടുത്തു വിട്ടിട്ടുണ്ട്. കൗൺസിലിങ്ങിന് ഡേറ്റ് കൊടുത്തിട്ടുണ്ട്.. '

ഡോക്ടറോട് യാത്ര പറഞ്ഞു ക്യാബിനിലേക്ക് നടക്കുമ്പോൾ സിബിയുടെ മനസ്സ് ആകെ അസ്വസ്ഥമായിരുന്നു. തൊട്ടപ്പുറത്തുള്ള ഒരു കുട്ടിക്ക് ഇങ്ങനെയൊരു മാനസിക വിഭ്രാന്തി ഉണ്ടെങ്കിൽ അവൾ തന്നെ ആവില്ലേ ഇന്നലെ രാത്രി ജനലരികിൽ വന്നു നിന്നത്?

അവളുടെ മുഖം ഒന്ന് കണ്ടിരുന്നെങ്കിൽ മനസ്സിലാക്കാമായിരുന്നു. പക്ഷേ ഇപ്രാവശ്യവും മിസ്സായി. ഒരു പക്ഷേ സെമിത്തേരിയിൽ വച്ച് കണ്ടെന്ന് പറഞ്ഞതും ഈ പെൺകുട്ടിയെ തന്നെ ആവാം. എന്തായാലും ഇന്ന് രാത്രി ഉറങ്ങാതെ ഇരിക്കണം. അവളാണ് വരുന്നതെങ്കിൽ അവളെ കയ്യോടെ പിടിച്ചിട്ട് തന്നെ ബാക്കി കാര്യം.

ഹോസ്പിറ്റലിൽ നിന്നും പുറത്തേക്ക് ഇറങ്ങിയ റിയ സ്കൂട്ടിയുടെ അരികിലേക്ക് പോയി. അത് സ്റ്റാർട്ട് ചെയ്യും മുൻപേ പുറകെ എത്തിയ സിസ്റ്ററോട് പറഞ്ഞു.

'സിസ്റ്റർ ഒരു ഓട്ടോ പിടിച്ചു പൊയ്ക്കോളൂ! എനിക്ക് വേറെ വഴിയാണ് പോകാനുള്ളത്.'

'അതിന് നിനക്ക് ക്ലാസ് തുടങ്ങിയില്ലല്ലോ?'

'ഞാൻ ക്ലാസ്സിലേക്കാണ് പോകുന്നത് എന്ന് സിസ്റ്ററോട് ആരാണ് പറഞ്ഞത്? എനിക്കൊരു ഫ്രണ്ടിനെ കാണാൻ പോകണം.'

'ഇവിടെ വന്നിട്ട് ആകെ കുറച്ച് ദിവസമേ ആയുള്ളൂ! അപ്പോഴേക്കും നിനക്ക് ഏത് ഫ്രണ്ട്? ക്ലാസ് തുറക്കാതെ സുഹൃത്തുക്കളും ഉണ്ടാവില്ല.'

സിസ്റ്ററുടെ ചോദ്യത്തിനു മറുപടി പറയാതെ റിയ സ്കൂട്ടി സ്റ്റാർട്ട് ചെയ്തു വിട്ടു കഴിഞ്ഞിരുന്നു. നല്ല സ്പീഡിൽ വണ്ടി പറന്നു പോകുന്നത് നോക്കി റോഡരികിൽ സിസ്റ്റർ അന്തം വിട്ടുനിന്നു.

# അധ്യായം 5

**സി**ബി ഡ്യൂട്ടി കഴിഞ്ഞ് എത്തുമ്പോൾ സമയം 7 മണി കഴിഞ്ഞിരുന്നു. കാർ നിർത്തി ഹാളിലേക്ക് കയറുമ്പോൾ തന്നെ കണ്ടു തിടുക്കപ്പെട്ട് ഇറങ്ങിവരുന്ന കുറുപ്പേട്ടനെ.

'എന്തേ ചേട്ടാ? എന്തെങ്കിലും പ്രശ്നമുണ്ടോ?'

'മോൻ ഇന്ന് പള്ളിയിൽ പോയോ?'

'ഇല്ലല്ലോ!ഇന്ന് നല്ല തിരക്കുണ്ടായിരുന്നു.ഡ്യൂട്ടി കഴിഞ്ഞ് ഇറങ്ങുമ്പോൾ തന്നെ വൈകിയില്ലേ? നല്ല ക്ഷീണവും,ഞാൻ നേരെ ഇങ്ങോട്ട് പോന്നു. എന്താ ഇന്ന് വിശേഷം?'

വേദന നിറഞ്ഞ കണ്ണുകളോടെ അവനെത്തന്നെ ഉറ്റു നോക്കിക്കൊണ്ട് കുറുപ്പേട്ടൻ പറഞ്ഞു.

'ഇന്ന് അപ്പൻ പോയ ദിവസമല്ലേ മോനേ? നിനക്കെന്താ പറ്റിയത്? രാവിലെ ഇറങ്ങി പോയി കഴിഞ്ഞാണ് എനിക്ക് ഓർമ്മ വന്നത്. പള്ളിയിൽ പോയിട്ടുണ്ടാവും എന്ന് തന്നെയാണ് ഞാൻ വിചാരിച്ചത്!'

ഒരു ഞെട്ടലോടെ സിബി ചുവരിൽ തൂക്കിയിട്ടിരുന്ന കലണ്ടറിലേക്ക് നോക്കി. ദിവസങ്ങളും മാസങ്ങളും പോകുന്നതൊന്നും ഇപ്പോൾ താൻ അറിയുന്നില്ല. ഇന്ന് ഡിസംബർ മുപ്പത്തിയൊന്നാണ്.പപ്പ മരിച്ച ദിവസം.

നാളത്തെ പുതുവർഷത്തെ വരവേൽക്കാൻ ഹോസ്പിറ്റലിൽ എന്തൊക്കെയോ ആഘോഷങ്ങൾ തുടങ്ങിയിട്ടുണ്ട്. എന്നിട്ടുപോലും തനിക്ക് ഓർമ്മ വന്നില്ല.

'എന്റെ കുഞ്ഞേ! നീ ഇങ്ങനെ ആയാൽ നമ്മൾ എന്താണ് ചെയ്യുക? എന്തെങ്കിലും വിഷമം ഉണ്ടെങ്കിൽ അതു മാറ്റാൻ ഉള്ള മാർഗം അല്ലേ നോക്കേണ്ടത്? എപ്പോഴും ഇങ്ങനെ വിഷമിച്ചു കൂട്ടുകാർ ഒന്നുമില്ലാതെ ഈ കിളവൻ മാത്രംമതിയോ?'

അയാൾക്ക് നേരെ തിരിഞ്ഞു കൊണ്ട് ഒരു ചിരിയോടെ സിബി പറഞ്ഞു.

'അതിനിപ്പോ ഇവിടെ എന്താ സംഭവിച്ചത്? ജോലിത്തിരക്ക് കാരണം എന്നോട് മറന്നുപോയി. എന്റെ പപ്പയല്ലേ. സാരമില്ല മൂപ്പര് അങ്ങ് ക്ഷമി

ച്ചോളും.'

രണ്ടര വർഷം മുൻപ് സിബിയുടെ പപ്പയും അമ്മയും സഞ്ചരിച്ച കാർ ഒരു ലോറിയുമായി കൂട്ടിയിടിച്ച് അവിടെവച്ച് തന്നെ അമ്മ മരണപ്പെട്ടെങ്കിലും  വീണ്ടും മൂന്നര മാസത്തോളം പപ്പ ജീവിച്ചു.

'മൂപ്പര് ക്ഷമിക്കും.. മൂപ്പർക്ക് ക്ഷമിക്കാൻ അല്ലേ അറിയൂ! ആകെയുള്ള ഒരു മോനല്ലേ. നിന്നോടല്ലാതെ ആരോടു ക്ഷമിക്കാനാ മൂപ്പർ?'

'ഇനിയും ഒരുപാട് കാലം ജീവിക്കേണ്ടത് ആയിരുന്നു പപ്പയും മമ്മിയും...'

ചിന്തകളിൽ ആഴ്ന്ന് വിഷാദത്തോടെയുള്ള മുഖത്തോടെ ഇരിക്കുന്ന സിബിയെ സമാധാനിപ്പിച്ചുകൊണ്ട് കുറുപ്പേട്ടൻ പറഞ്ഞു.

'സാരമില്ല കുഞ്ഞേ!ഇനിയിപ്പോ അത് തന്നെ ആലോചിച്ചു വിഷമിക്കാതെ. നമ്മളെക്കൊണ്ട് പറ്റുന്നതിന്റെ പരമാവധി ചെയ്തില്ലേ? ഹൃദയം മാറ്റിവെച്ചാൽ ആളെ കിട്ടുമെന്ന് പറഞ്ഞ് ലക്ഷങ്ങൾ എത്രയാ വാരിയെറിഞ്ഞത്..! ഒടുവിൽ ആളും ഇല്ല കാശും ഇല്ല.. അനുഭവിക്കാനും യോഗം വേണം. നമുക്ക് അത്രയേ വിധിച്ചിട്ടുള്ളൂ.'

ആശുപത്രിയിൽ എത്തുമ്പോൾ മരണത്തോടു മല്ലിട്ടു കൊണ്ടിരിക്കുന്ന പപ്പയുടെ അവസ്ഥ അതിദയനീയം ആയിരുന്നു. ആദ്യത്തെ കുറച്ചു ദിവസങ്ങൾ ഡോക്ടർമാർ കഠിന ശ്രമം നടത്തിയെങ്കിലും ഹൃദയം മാറ്റി വയ്ക്കാൻ കഴിഞ്ഞാൽ ജീവിതത്തിലേക്ക് തിരിച്ചു വരാനുള്ള സാധ്യത കൂടുതലാണ് എന്ന് ഡോക്ടർ പറഞ്ഞതനുസരിച്ച് ലക്ഷങ്ങളാണ് സിബിയുടെ കുടുംബം ചിലവഴിച്ചത്.ഓപ്പറേഷൻ നല്ല രീതിയിൽ തന്നെ നടന്നെങ്കിലും വെന്റിലേറ്ററിൽ ആഴ്ചകളോളം കിടന്നു ജീവിതത്തിലേക്ക് തിരിച്ചു വരാൻ ശ്രമിച്ചുകൊണ്ടിരിക്കെ ഒരു സുപ്രഭാതത്തിൽ അപ്രതീക്ഷിതമായി വന്ന ഒരു സ്ട്രോക്കിലൂടെ അദ്ദേഹം മരണത്തിന് കീഴടങ്ങി.

'മോൻ പോയി കുളിച്ചു മാറി വാ! ഞാൻ ഭക്ഷണം എടുത്തു വയ്ക്കാം. വൈകുന്നേരം അമ്പലത്തിൽ പോയി പപ്പയ്ക്ക് വേണ്ടി ഞാൻ പ്രാർത്ഥിച്ചിരുന്നു.'

നനുത്ത ഒരു പുഞ്ചിരിയോടെ സിബി അകത്തേക്ക് കയറിപ്പോയി. അവനെത്തന്നെ നോക്കി ഒരു നെടുവീർപ്പോടെ കുറുപ്പേട്ടൻ അടുക്കളയിലേക്കും കയറി.

രാത്രി ഭക്ഷണം കഴിച്ചു കൊണ്ടിരിക്കുമ്പോഴാണ് അപ്പുറത്ത് ഹോസ്റ്റലിൽ നിന്നും എന്തൊക്കെയോ എറിഞ്ഞു തകർക്കുന്ന ശബ്ദം കേട്ടത്. കൂടെത്തന്നെ പെൺകുട്ടികളുടെ കരച്ചിലും കേൾക്കാം.

'കള്ളനോ മറ്റോ കേറിയതാണോ ആവോ? പിള്ളേരുടെ കരച്ചിൽ അല്ലേ കേൾക്കുന്നെ?'

സിബിയും കേട്ടിരുന്നു ആ ശബ്ദം.

അവൻ ചാടി എഴുന്നേറ്റ് കൈ കഴുകി താഴേക്ക് ഇറങ്ങി ഹോസ്റ്റലിലേക്ക് ഓടി. ഗേറ്റ് കടക്കുമ്പോൾ തന്നെ കണ്ടു സെക്യൂരിറ്റി ഇങ്ങോട്ടേക്ക് ഓടിവരുന്നത്.

'ഡോക്ടറെ ഒന്ന് വേഗം വാ... ഞാൻ അങ്ങോട്ട് വരികയായിരുന്നു.'

'എന്താ എന്തു പറ്റി?'

സിബിയുടെ പുറകിൽ തന്നെ ഓടിവന്ന കുറുപ്പേട്ടൻ ആണ് ചോദിച്ചത്.

'മുകളിലെ റൂമിൽ താമസിക്കുന്ന ഒരു പെൺകൊച്ച് മറ്റേ കൊച്ചിനെ എന്തോ കുപ്പിയോ മറ്റോ എടുത്ത് അടിച്ചു! അതിന് നല്ലോണം രക്തം പോകുന്നുണ്ട്.'

അകത്തേക്ക് കയറിയ സിബി സെക്യൂരിറ്റി കാണിച്ച പടിക്കെട്ടുകളിലൂടെ ഓടി മുകളിലേക്ക് എത്തി. വലത്തെ അറ്റത്തെ മുറിയുടെ മുൻപിൽ കുറെ കുട്ടികൾ കൂടി നിൽക്കുന്നുണ്ട്.

'എല്ലാരും മാറിക്കെ പിള്ളേരെ. ഡോക്ടർ വന്നിട്ടുണ്ട്.'

സെക്യൂരിറ്റിയുടെ ശബ്ദം കേട്ടപാടെ അകത്തുനിന്ന് രണ്ട് സിസ്റ്റർമാർ ഓടിയിറങ്ങി വന്നു .പെൺകുട്ടികൾ എല്ലാവരും രണ്ടു സൈഡിലേക്കായി മാറിനിന്ന് ഡോക്ടർക്ക് വഴി കൊടുത്തു.

സിബി റൂമിലേക്ക് കയറുമ്പോൾ വെറും നിലത്ത് കമിഴ്ന്നു കിടക്കുകയാണ് ഒരു പെൺകുട്ടി. അവളുടെ ചുമലിൽ ആണെന്ന് തോന്നുന്നു മുറിവ്. ചുരിദാറിന്റെ ആ ഭാഗം രക്തത്തിൽ കുതിർന്നിരിക്കുന്നു.സിബി നിലത്തേയ്ക്കിരുന്നു അവളുടെ ഉടുപ്പിൽ പിടിച്ചു കൊണ്ട് സിസ്റ്റർമാരോട് പറഞ്ഞു.

'ഒരു കത്രിക എടുത്തു കൊണ്ടു വരൂ കുറച്ചു കോട്ടണും വെള്ളവും കൂടി വേണം.'

നിമിഷങ്ങൾക്കുള്ളിൽ കത്രികയുമായി ഒരു പെൺകുട്ടി ഓടി വന്നു. സിബി അത് വാങ്ങി അവളുടെ ചുരിദാറിന്റെ പുറകുവശം മുറിച്ച ശേഷം മുറിവ് പരിശോധിച്ചു കൊണ്ട് ചോദിച്ചു.

'എന്താ സംഭവിച്ചത്?'

തൊട്ടടുത്തു നിന്ന സിസ്റ്റർ മറുപടി പറഞ്ഞു.

' അറിയില്ല ഡോക്ടർ. അത്താഴത്തിന് ബെല്ലടിച്ചപ്പോൾ പെൺകുട്ടികൾ എല്ലാവരും താഴേക്ക് വന്നുകൊണ്ടിരിക്കുകയായിരുന്നു. ഞങ്ങളും

മെസ്സിൽ ആയിരുന്നു ഉണ്ടായിരുന്നത്. കരച്ചിലും ബഹളവും കേട്ട് വന്നു നോക്കുമ്പോൾ ഇതാണ് അവസ്ഥ.'

അപ്പോഴേക്കും കോട്ടണും വെള്ളവുമായി മറ്റൊരു സിസ്റ്ററും വന്നു കഴിഞ്ഞിരുന്നു. സിബി മുറിവ് കഴുകിക്കൊണ്ട് നന്നായി പരിശോധിച്ചു. വലിയ ആഴത്തിലുള്ളതല്ല, എങ്കിലും കുറച്ച് നീളം ഉള്ളതിനാൽ രക്തം നന്നായി പോകുന്നുണ്ട്.അവൻ പഞ്ഞി വെച്ച് മുറിവ് അമർത്തിപ്പിടിച്ച ശേഷം തിരിഞ്ഞു നിന്ന് കുറുപ്പേട്ടനോട് വിളിച്ചുപറഞ്ഞു.

'ചേട്ടാ വേഗം പോയി ഫസ്റ്റ് എയ്ഡ് ബോക്സ് എടുത്തു വാ..'

തിരിഞ്ഞോടുന്ന കുറുപ്പേട്ടനെ നോക്കിയശേഷം സിസ്റ്ററിനോട് സിബി വീണ്ടും ചോദിച്ചു.

'ആരാണ് ഇത് ചെയ്തത്?'

'ദേ ഈ കുട്ടിയാണ്...'

സിസ്റ്റർ ചൂണ്ടിക്കാണിച്ചിടത്തേക്ക് നോക്കിയ സിബി കണ്ടത്. ചുരുണ്ട മുടിയുള്ള കുറച്ചു തടിച്ച ഒരു പെൺകുട്ടിയെ ആണ്. അവൾ ആകെ ഭയന്നിട്ടുണ്ടെന്ന് മുഖഭാവം വ്യക്തമാക്കുന്നു.

സിബി തന്നെ നോക്കുന്നത് കണ്ടതോടെ വിതുമ്പി കൊണ്ട് അവൾ പറഞ്ഞു.

'എനിക്ക്... എനിക്കൊന്നും അറിയില്ല ഡോക്ടർ! ഞാനൊന്നും ചെയ്തിട്ടില്ല.'

സിബി ചുറ്റും നോക്കി. പെൺകുട്ടിയെ അടിച്ച കുപ്പി അവിടെ എവിടെയും കാണാനില്ല. അടികൊണ്ട പെൺകുട്ടിക്ക് ഇനിയും ബോധം വന്നിട്ടില്ല.

'ഏതു വസ്തു കൊണ്ടാണ് അടിച്ചത്?'

അവന്റെ ചോദ്യം കേട്ടതോടെ സിസ്റ്റർ അടക്കം പെൺകുട്ടികൾ എല്ലാവരും ഒന്ന് പരുങ്ങുന്നത് അവൻ വ്യക്തമായി കണ്ടു.

'ഈ കുട്ടിയെ അടിച്ചത് എന്ത് വസ്തുവെച്ചാണ്?'

അവൻ മുഖം തിരിച്ചു ആ ചുരുണ്ട മുടിയുള്ള പെൺകുട്ടിയോട് ചോദിച്ചു.

അവൾ സിസ്റ്ററെ നോക്കി ഒരു പരുങ്ങലോടെ പറഞ്ഞു.

'അത് ബിയർ ബോട്ടിൽ ആയിരുന്നു...'

ഒന്നും പറയാതെ നിന്ന സിബിയുടെ അടുത്തേക്ക് വന്നു സിസ്റ്റർ പറഞ്ഞു.

'എന്ത് ചെയ്യാനാ ഡോക്ടർ..! ഇത് പുറത്ത് പറയാൻ പറ്റുമോ? മഠം വക ഹോസ്റ്റലിൽ രാത്രി ബിയർ കുപ്പി കിട്ടി എന്നെങ്ങാൻ നാളെ ഒരു

വാർത്ത പുറത്തു എത്തിയാൽ...!'

അവൻ ഒന്നും മിണ്ടിയില്ല. മിക്കവാറും പെൺകുട്ടികൾ രണ്ടുപേരും ബിയർ കുടിച്ച് ഫിറ്റായി തമ്മിൽ തല്ലിയതാവും എന്ന് അവൻ ഊഹിച്ചു. നാളെ ജനുവരി ഒന്നാണല്ലോ. അതിന്റെ ആഘോഷത്തിനു വേണ്ടി കൊണ്ടു വന്നതാവും.

അപ്പോഴേക്കും ഫസ്റ്റ് എയ്ഡ് ബോക്സുമായി കുറുപ്പേട്ടൻ ഓടി യെത്തി. അതു വാങ്ങിവെച്ച ശേഷം സിബി സിസ്റ്ററിനോട് പറഞ്ഞു.

'ആരെങ്കിലും രണ്ടുപേർ ചേർന്ന് ഈ പെൺകുട്ടിയെ കട്ടിലിലേക്ക് എടുത്തു കിടത്തു. മരുന്നു വയ്ക്കാം...'

അതു പറഞ്ഞിട്ടും പെൺകുട്ടികൾ ആരും മുന്നോട്ടു വരുന്നില്ല എന്ന കാര്യം സിബി ശ്രദ്ധിച്ചു. എല്ലാവരും പേടി കൊണ്ടെന്നപോലെ അവളെ തുറിച്ച് നോക്കി അനങ്ങാതെ നിൽക്കുന്നു.

സിസ്റ്റർ മാത്രം അടുത്തുവന്ന് അവളെ ഉയർത്താൻ വേണ്ടി ശ്രമിക്കു ന്നുണ്ട്. സിബി ഒന്ന് മുഖം തിരിച്ചു അവളെ തന്നെ നോക്കി. വെളുത്തു മെലിഞ്ഞ ഒരു പെൺകുട്ടിയാണ് കമിഴ്ന്നു കിടക്കുന്നത്. അവളുടെ സ്വർ ണ്ണ വർണ്ണമാർന്ന മുടി അവന് നല്ല പരിചയം തോന്നി. കുറച്ച് മുന്നോട്ടേ ക്ക് വന്ന സിബി സിസ്റ്ററിനെ ഒന്നു നോക്കിയശേഷം ആ പെൺകുട്ടിയെ കൈകളിൽ കോരിയെടുത്തു മലർത്തി.

അറിയാതെ അവന്റെ കൈകൾ ഒന്നു വിറച്ചു പോയി... അത് ആ പെൺകുട്ടി ആയിരുന്നു... അർദ്ധരാത്രി സമയത്ത് അന്ന് ജനലരികിൽ കണ്ട അതേ പെൺകുട്ടി.

സ്വർണ്ണ വർണ്ണമാർന്ന മുടിയും... ഇളം മഞ്ഞ കലർന്ന വെളുത്ത മു ഖവും...

ഒരു ഞെട്ടലോടെ അവൻ തിരിഞ്ഞ് കുറുപ്പേട്ടനെ നോക്കി. സിബി യുടെ ഭാവമാറ്റം മനസ്സിലായ കുറുപ്പേട്ടനും അവനെത്തന്നെ പകച്ചു നോക്കി.

ആ പെൺകുട്ടി സിബിയുടെ കയ്യിൽ നിന്നും വഴുതിപ്പോകും എന്നു തോന്നിയ സെക്യൂരിറ്റി പെട്ടെന്ന് തന്നെ മുന്നോട്ടു വന്നു അവളെ എടു ത്തു കട്ടിലിൽ ചെരിച്ചു കിടത്തി.പെൺകുട്ടിയുടെ മുറിവ് ഡ്രെസ്സ് ചെയ് തു കൊണ്ടിരിക്കുമ്പോൾ തന്നെ അവൾക്ക് ബോധം വന്നിരുന്നു. പക്ഷേ അത്രയും വലിയ മുറിവായിട്ടും അവൾ ഒരു ഞരക്കം പോലും പുറപ്പെ ടുവിച്ചില്ല എന്നത് സിബി ശ്രദ്ധിച്ചു.അവൻ മുറിവ് ഡ്രെസ്സ് ചെയ്ത് പുറ ത്തേക്ക് ഇറങ്ങിപ്പോകുന്നത് വരെ അവൾ ഒന്നു മുഖം തിരിച്ചു നോക്കു കപോലും ചെയ്തില്ല.

'ശരീരം അധികം ഇളക്കാതെ ഒന്നു ശ്രദ്ധിച്ചാൽ മതി സിസ്റ്റർ.'

എന്നുപറഞ്ഞുകൊണ്ട് സിബി കുറുപ്പേട്ടനോടൊപ്പം വീട്ടിലേക്കു മടങ്ങി. തിരിച്ചു വീട്ടിലെത്തിയിട്ടും സിബിയുടെ മനസ്സ് ആകെ അസ്വസ്ഥമായിരുന്നു. ഹാളിലൂടെ അങ്ങോട്ടുമിങ്ങോട്ടും നടക്കുന്ന അവന്റെ അടുത്തേക്ക് വന്നു കുറുപ്പേട്ടൻ ചോദിച്ചു.

'എന്താ കുഞ്ഞേ വല്ലാതെ?'

'ഞാനൊന്നു പള്ളിയിൽ പോയി വരാം കുറുപ്പേട്ടാ..! മനസ്സിനൊന്നും ഒരു സുഖമില്ല. ഇന്ന് പപ്പയുടെ ഓർമ്മ ദിവസം കൂടിയല്ലേ...'

'സമയം ഒമ്പതര കഴിഞ്ഞു മോനെ! ഈ നേരത്താണോ പള്ളിയിലേക്ക് ?'

'അതൊന്നും സാരമില്ല! കർത്താവിന് അങ്ങനെ സമയക്കണക്കൊക്കെ ഉണ്ടോ? ഞാനൊന്നു വേഗം പോയി കുറച്ചു സമയം പ്രാർത്ഥിച്ചു വരാം.'

'അങ്ങനെയെങ്കിൽ ഞാനും കൂടി വരാം... മോൻ വണ്ടി എടുക്ക്...'

'വേണ്ട ചേട്ടൻ കിടന്നോ.. ഞാൻ കുറച്ച് സമയം അവിടെ ഇരുന്നിട്ട് വരാം...'

പിന്നെ ഒന്നും പറയാൻ നിൽക്കാതെ കുറുപ്പേട്ടൻ താക്കോൽ എടുത്തു കൊണ്ടുവന്ന് സിബിയുടെ കയ്യിൽ കൊടുത്തു.കഴിഞ്ഞ കുറച്ചു വർഷങ്ങളായി അവന്റെ സ്വഭാവത്തിൽ ഉണ്ടായ ഓരോ മാറ്റവും അയാൾക്ക് മനഃപ്പാഠമായി കഴിഞ്ഞിരുന്നു. അതുകൊണ്ടുതന്നെ അനാവശ്യമായി അവനെ ഒരു കാര്യത്തിലും അയാൾ നിർബന്ധിക്കാറില്ല.

'പോയി വരാം... ചേട്ടൻ കിടന്നോളൂ..!' എന്നു പറഞ്ഞുകൊണ്ട് വണ്ടിയിൽ കയറി ഓടിച്ചു പോകുന്ന സിബിയെ നോക്കി ഒരു നെടുവീർപ്പോടെ അയാൾ പോർച്ചിൽ തന്നെ നിന്നു.

അമ്മയും അപ്പനും മകനും മാത്രമേ ഉള്ളൂ എങ്കിലും സ്വർഗം പോലൊരു കുടുംബമായിരുന്നു അവരുടേത്.

പരമ്പരാഗതമായി കാരണവന്മാർ സമ്പാദിച്ചതും അതിനുശേഷം സിബിയുടെ പപ്പ വാങ്ങിക്കൂട്ടിയതുമായ ഒരുപാട് സമ്പത്ത് ആ കുടുംബത്തിന് ഉണ്ടായിരുന്നു. സത്യത്തിൽ മകനെ ഡോക്ടർ ആക്കാൻ ആ അപ്പനും അമ്മയ്ക്കും തീരെ താല്പര്യമില്ലായിരുന്നു. സിബിയുടെ താല്പര്യം ഒന്നുകൊണ്ടുമാത്രമാണ് അവൻ പഠിച്ച് ഡോക്ടറായത്. ഇന്നും കുടുംബക്കാരിൽ ആരൊക്കെയോ ആണ് പലയിടത്തും ഉള്ള സ്വത്ത് വകകൾ നോക്കി നടത്തുന്നത്. അപ്പനും അമ്മയും പോയതോടെ സിബിക്കുഞ്ഞിന് അതിലൊന്നും തീരെ താല്പര്യമില്ലാതായി.

അകത്തേക്ക് കയറി പോകാൻ കൂട്ടാക്കാതെ വരാന്തയിൽ ഇട്ട ചൂരൽ കസേരയിൽ ഇരുന്ന് അയാൾ റോഡിലേക്ക് തന്നെ നോക്കിയിരുന്നു.

# അധ്യായം 6

സിബി പള്ളിയിലേക്കുള്ള യാത്രയിൽ ആ പെൺകുട്ടിയെ പറ്റി തന്നെയാണ് ചിന്തിച്ചത്.

എന്തോ ഒരു ദുരൂഹത അവളിൽ ഒളിഞ്ഞിരിക്കുന്നുണ്ട്. സ്ലീപ് വാക്കിംഗ് ആണെങ്കിൽ അവളുടെ കണ്ണുകൾക്ക് ഇത്രയേറെ വന്യത ഉണ്ടാവില്ല. അന്ന് രാത്രി അവൾ തന്നെ നോക്കിയ ആ നോട്ടം ഇന്നും മനസ്സിൽ നിന്ന് മാഞ്ഞിട്ടില്ല. ഉറക്കത്തിൽ നടക്കുന്ന ഒരാളുടെ നോട്ടമല്ല അത്. വല്ലാത്തൊരു വെറുപ്പും പകയും തിങ്ങിനിറഞ്ഞ നോട്ടം. അല്പസമയം മുൻപ് ഇത്രയും വലിയൊരു മുറിവ് പറ്റി അതിൽ മരുന്നു വയ്ക്കുമ്പോൾ പോലും അവളിൽ യാതൊരു ചലനവും ഉണ്ടായിരുന്നില്ല എന്ന കാര്യവും അവൻ ഓർമ്മിച്ചു.

ആലോചനയിൽ മുഴുകി പള്ളി കഴിഞ്ഞു കുറച്ച് മുന്നോട്ട് എത്തിയപ്പോഴാണ് സിബിക്ക് സ്ഥലകാല ബോധം ഉണ്ടായത്.

ചിന്തിച്ച് ചിന്തിച്ച് വലിയ ഗ്രൗണ്ട് കഴിഞ്ഞു പോയിരിക്കുന്നു. അവൻ നേരെ സ്കൂളിനു പിറകിലുള്ള ചെറിയ ഗ്രൗണ്ടിലേക്ക് വണ്ടി കയറ്റി ഇട്ടശേഷം പടിക്കെട്ടുകൾ കയറി പള്ളിയിലേക്ക് പോയി.പള്ളിയിലും പരിസരങ്ങളിലും ആരും ഉണ്ടായിരുന്നില്ല. നോക്കിയാൽ കാണുന്ന ദൂരത്തിലാണ് പള്ളിയിലെ അച്ഛന്റെ താമസസ്ഥലം. അതിനു പുറത്തായി കുറച്ചു പേർ ഇരുന്നു സംസാരിക്കുന്നുണ്ട്.

അവൻ ചെരുപ്പഴിച്ചു വെച്ച് പള്ളിക്കകത്തേക്ക് കയറി ക്രൂശിത രൂപത്തിനു മുന്നിൽ മുട്ടുകുത്തി.

എന്തിനെന്നറിയാത്ത ഒരു സങ്കടം നെഞ്ചിൽ വിങ്ങി പിടയുന്നു.ഈ ഭൂമിയിൽ ഒറ്റപ്പെട്ടു പോവുക എന്നത് എത്രയേറെ വേദനാജനകമായ കാര്യമാണെന്ന് അനുഭവിക്കുമ്പോഴാണ് ഓരോരുത്തരും മനസ്സിലാക്കുക. പപ്പക്കും മമ്മിക്കും ഒറ്റ മോനാണ് എന്ന അഹങ്കാരം കുറച്ചൊന്നുമായിരുന്നില്ല. പക്ഷേ ഇന്ന് താൻ ഏറ്റവും വേദനിക്കുന്നതും ആ ഒരു കാര്യത്തിലാണ്. ഒരു സഹോദരനോ സഹോദരിയോ ഉണ്ടായിരുന്നെങ്കിൽ തന്റെ ജീവിതം ഇത്രയേറെ വ്യർത്ഥമായതായി തോന്നുമായിരുന്നില്ല.

എത്ര സമയം അവിടെത്തന്നെ ഇരുന്നുവെന്ന് സിബിക്ക് ഓർമ്മയില്ല. കണ്ണുതുറന്നപ്പോൾ ഒരുപാട് വൈകിയത് പോലെ തോന്നി. അവൻ വാച്ചിലേക്ക് നോക്കി. സമയം 11 ആകുന്നു.

പാവം കുറുപ്പേട്ടൻ ഉറങ്ങാതെ കാത്തിരിക്കുന്നുണ്ടാവും. സിബി പെട്ടെന്ന് തന്നെ എഴുന്നേറ്റ് പുറത്തേക്കിറങ്ങി. പുറത്ത് എല്ലായിടത്തും വെളിച്ചമുണ്ട്. പുതുവർഷ രാവായതു കൊണ്ടാവാം താഴെ കടകളിലെ വെളിച്ചവും കാണാം. അവൻ പതുക്കെ പള്ളിയുടെ പുറകിലേക്ക് വന്ന് പടിക്കെട്ടുകൾ ഇറങ്ങി താഴേക്ക് നടന്നു.

സെമിത്തേരിക്ക് മുന്നിലെ ഗ്രൗണ്ടിൽ നിർത്തിയിട്ട കാറിനടുത്തേക്ക് നടക്കുമ്പോഴാണ് ആരോ സെമിത്തേരിയിലൂടെ നടക്കുന്നുണ്ടെന്ന് അവന് തോന്നിയത്. ഒരു നിമിഷം നിന്ന് കുറച്ചുസമയം അവൻ സെമിത്തേരിയിലേക്ക് തന്നെ നോക്കി നിന്നു. ശരിയാണ് ആരോ ഒരാൾ അങ്ങോട്ടുമിങ്ങോട്ടും നടക്കുന്നുണ്ട്.

കാറിനടുത്ത് നിന്നും അവൻ സെമിത്തേരിയിലേക്കുള്ള വഴിയിലൂടെ മുന്നോട്ടേക്ക് നടന്നു.ഇരുവശങ്ങളിലും നിറയെ വലിയ ഇലകൾ ഉള്ള ചെടികൾ ആയതു കാരണം അവൻ ആ വഴിയുടെ അരികിലൂടെ നടക്കുന്നത് പെട്ടെന്ന് ആർക്കും കാണാൻ കഴിയില്ല.

സെമിത്തേരിയുടെ കവാടത്തിനരികിലെത്തി സിബി അകത്തേക്ക് നോക്കി. മതിലിന്മേലുള്ള രണ്ട് ബൾബുകളുടെ പ്രകാശം മാത്രമേയുള്ളൂ അവിടെ. കല്ലറകൾ ക്ലിയർ ആയി കാണാൻ കഴിയുന്നില്ല. എങ്കിലും ഒരു പെൺകുട്ടി അങ്ങോട്ടുമിങ്ങോട്ടും നടക്കുന്നത് കാണാം.

അവൻ പതുക്കെ സെമിത്തേരിയിലേക്ക് ഇറങ്ങി. ആദ്യം തന്നെ സെമിത്തേരിയുടെ ഗേറ്റ് ശബ്ദം ഉണ്ടാക്കാതെ വലിച്ചു കൊണ്ടു വന്ന് അടച്ചു. ഷൂസിട്ട കാലുകൾ കൊണ്ട് ചവിട്ടുമ്പോൾ ചരൽ ഞെരിയുന്ന ശബ്ദം കേൾക്കാതിരിക്കാൻ അവൻ വളരെ ശ്രദ്ധിച്ചാണ് മുന്നോട്ട് നടന്നത്.

മുന്നിൽകണ്ട ഒരു കല്ലറയുടെ കുരിശിനു പിറകിൽ നിന്നുകൊണ്ട് അവൻ ആ പെൺകുട്ടിയെ നന്നായി ശ്രദ്ധിച്ചു.

അവന്റെ ഊഹം തെറ്റിയില്ല. ഹോസ്റ്റലിൽ വച്ച് കണ്ട പെൺകുട്ടി തന്നെയായിരുന്നു അത്. താൻ അവിടേക്ക് വന്നതോ നിൽക്കുന്നതോ അവൾ അറിഞ്ഞിട്ടേയില്ല.

കേട്ടിടത്തോളം ആള് അതീവ സാമർത്ഥ്യക്കാരിയാണ്. അതുകൊണ്ടു തന്നെ ഇപ്രാവശ്യം അവൾ രക്ഷപ്പെടാൻ പാടില്ല. സിബി കുറച്ചുകൂടി മുന്നോട്ടേക്ക് നീങ്ങി നിന്നു.അവൾ ഒന്ന് അങ്ങോട്ടേക്ക് തിരിഞ്ഞ സമയത്ത് അവൻ അതിവേഗത്തിൽ അവളുടെ തൊട്ടു പുറകിൽ എത്തി

നിന്നു. കുറച്ചു മുന്നോട്ടേക്ക് നടന്ന ശേഷം തിരിഞ്ഞു വന്ന ആ പെൺ കുട്ടി അവന്റെ നെഞ്ചിൽ അടിച്ചാണ് നിന്നത്. ഒന്നു ഞെട്ടി മുഖമുയർ ത്തിയ അവൾ സിബിയെ കണ്ടതോടെ കുറച്ച് പിറകിലേക്ക് മാറിയശേഷം അവനെത്തന്നെ തുറിച്ചു നോക്കി.

‘താനാ ഹോസ്റ്റലിലെ കൊച്ചല്ലേ? തനിക്കെന്താ ഈ നേരത്ത് സെമി ത്തേരിയിൽ പണി? കഴിഞ്ഞദിവസം രണ്ട് ചേച്ചിമാരെ പേടിപ്പിച്ചു വീഴ് ത്തിയത് നീയാണ് അല്ലേ? എന്താ തന്റെ ഉദ്ദേശം? ഇതിലെ പോകുന്ന വരെ പേടിപ്പിച്ചു വീഴ്ത്തി വല്ലതും മോഷ്ടിക്കാൻ ആണോ?’

സിബി പറഞ്ഞു തീരും മുൻപേ അവൾ തിരിഞ്ഞു ഓടിക്കഴിഞ്ഞിരു ന്നു. ഒരു നിമിഷം ഒന്നു പകച്ചു നിന്നെങ്കിലും ഒട്ടും വിട്ടു കൊടുക്കാതെ അവനും പുറകെ കുതിച്ചു. വലുതും ചെറുതുമായ കല്ലറകൾക്കിടയിലൂ ടെ ഒരു മുയൽ കുഞ്ഞിനെ പോലെ അവൾ കുതിച്ചുപാഞ്ഞു.ഓടി ഗേ റ്റിന്റെ അരികിലെത്തിയ അവൾ ഗേറ്റ് അടച്ചത് കണ്ട് അത് തുറക്കാൻ വേണ്ടി ശ്രമിക്കുമ്പോഴേക്കും സിബി പുറകിൽ എത്തിക്കഴിഞ്ഞിരുന്നു.അ വളുടെ കയ്യിൽ പിടിച്ച് ഒറ്റ വലിക്ക് തന്റെ ദേഹത്തോട് ചേർത്തു നിർ ത്തി കൈ രണ്ടും പിറകിലേക്ക് ചേർത്തു വച്ചു കൊണ്ട് അവൻ ചോ ദിച്ചു.

‘പറ... നീ ഏതാ? നിന്റെ ഉദ്ദേശം എന്താണ്? പറയുന്നില്ലെങ്കിൽ പോ ലീസ് വന്ന് പറയിപ്പിക്കും.’

അവന്റെ പിടിവിടുവിക്കാനായി ആ പെൺകുട്ടി പരമാവധി ശ്രമിക്കു ന്നുണ്ടായിരുന്നു. പക്ഷേ അത്യാവശ്യം നല്ല ശരീരബലം ഉണ്ടായിരുന്ന സിബിയുടെ കൈ കരുത്തിനു മുന്നിൽ അവൾ ഒരു പൂച്ചക്കുട്ടിയെ പോലെ ഒതുങ്ങിപ്പോയി.അവന്റെ കൈ ഒന്നുകൂടി മുറുകിയപ്പോഴാണ് അവളിൽ നിന്നും വേദനയുടെ ഒരു ശബ്ദം പുറത്തുവന്നത്.

അവളുടെ പുറത്തെ മുറിവിനെ പറ്റി അപ്പോഴാണ് അവനും ഓർമ്മ വന്നത്. കൈ ഒന്ന് അയച്ചശേഷം അവളുടെ കൈപ്പിടിയിൽ നിന്നും മാ റ്റാതെ പിടിച്ചു വലിച്ചു കൊണ്ട് അവൻ ശുശ്രൂഷ മണ്ഡപത്തിന് നേരെ നടന്നു.

‘വിടടോ.. തനിക്ക് എന്താ വേണ്ടത്? ഞാൻ തന്റെ എന്തെങ്കിലും മോ ഷ്ടിച്ചോ?’

അപ്പോഴാണ് അവളുടെ സ്വരം സിബി ആദ്യമായി കേൾക്കുന്നത്. ഒന്ന് തിരിഞ്ഞുനിന്ന് ശേഷം അവൻ പറഞ്ഞു.

‘ഓഹോ അപ്പോൾ നിനക്ക് ശബ്ദമുണ്ട് അല്ലേ? ഇത്രയും നേരം ഞാൻ ചോദിച്ചതൊന്നും നീ കേട്ടില്ലായിരുന്നോ?’

'താൻ എന്നെ വിട്ടേ.! എനിക്ക് പോകണം...'

'ഒരു കുഴപ്പവുമില്ല നേരെ സ്റ്റേഷനിലേക്ക് തന്നെ പോകാം. വേണമെന്ന് വെച്ചാൽ ഒന്നും രണ്ടുമല്ല ഇഷ്ടം പോലെ കേസ് ഉണ്ടല്ലോ...'

'എന്ത് കേസ്? ഞാനെന്താ തന്നെ ഉപദ്രവിച്ചോ?'

'ഉപദ്രവം മാത്രമാണോ കേസ് കൊടുക്കാൻ ഉള്ള കാരണം? രണ്ടു ദിവസം മുൻപേ സ്ത്രീകളെ ഭയപ്പെടുത്തി ബോധം കെടുത്തിയതിന് ഒന്ന്, എന്റെ കാറിനു വന്നു സ്കൂട്ടർ ഇടിച്ച് നിർത്താതെ പോയത് രണ്ട്,

അർദ്ധരാത്രി എന്റെ മുറിക്ക് പുറത്തുവന്നു നിന്ന് എന്നെ ഭയപ്പെടുത്തിയതിന് മൂന്ന്, ന്യൂ ഇയർ ആഘോഷിക്കാൻ വേണ്ടി ഹോസ്റ്റലിൽ മദ്യം വാങ്ങി വെച്ച് കൂട്ടുകാരിയുമായി തല്ലുണ്ടാക്കിയത് നാല്.'

ഒന്നും മിണ്ടാതെ തന്നെ തുറിച്ചു നോക്കുന്ന അവളോട് സിബി തുടർന്നു.

'ഇത്ര മതിയോ കേസിന്റെ എണ്ണം? ബാക്കി പുറകെ വന്നോളും! നിന്നെ കണ്ടാൽ തന്നെ അറിയാം ആള് ശരിയല്ലെന്ന്...'

അവന്റെ കൈപ്പിടിയിൽ ഇരുന്നു ഞെരിയുന്ന തന്റെ കൈത്തണ്ടയെ വലിച്ചൂരാൻ വേണ്ടി പരിശ്രമിച്ചുകൊണ്ട് അവൾ പറഞ്ഞു.

' ഞാൻ... ഞാനറിയാതെ വന്നതാണ്... പൊക്കോളാം... എന്നെ വിട്...'

'ശരി... വിട്ടേക്കാം... ഈ നേരത്ത് താൻ എങ്ങനെ പോകും?'

'എന്റെ വണ്ടി അവിടെയുണ്ട്.'

'എവിടെ... ഗ്രൗണ്ടിൽ ഒന്നും കണ്ടില്ലല്ലോ...'

'അപ്പുറത്ത് അസ്ഥിക്കുഴിയുടെ അടുത്ത്...'

സിബി തിരിഞ്ഞുനോക്കി. മതിലിനോട് ചേർന്ന് അങ്ങേയറ്റത്താണ് അസ്ഥിക്കുഴി. പകലുപോലും ആരും അങ്ങോട്ടേക്ക് പോകാൻ ധൈര്യപ്പെടാറില്ല. ഈ സമയത്ത് അവിടെ ഒരു വണ്ടി ഇരിക്കുന്നുണ്ടെങ്കിൽ പോലും ഒരാളും അടുത്തു പോയി നോക്കില്ല.

'താൻ ആളു കൊള്ളാമല്ലോ കൊച്ചേ..! ഫുൾ പ്ലാൻഡ് ആണ് അല്ലേ?'

' എന്തു പ്ലാൻ?'

'അതെന്താണെന്ന് എനിക്കറിയില്ല! പക്ഷേ താൻ ഫുൾ പ്ലാനിങ്ങോടെയാണ് ഇതൊക്കെ ചെയ്യുന്നത്. ഒന്നുകിൽ എല്ലാവരെയും ഭയപ്പെടുത്തി അവരുടെ വല്ലതും മോഷ്ടിക്കാൻ. അതല്ലെങ്കിൽ ഇതിനകത്ത് വല്ല അവിഹിതവും നടത്താനുള്ള പരിപാടി ഉണ്ടാവും.. ഇവിടെ ആവുമ്പോൾ ആരും പേടിച്ചിട്ട് വന്നു നോക്കില്ലല്ലോ...'

സിബിയുടെ സംസാരം കേട്ടതോടെ അവൾക്ക് ദേഷ്യം വന്നു...

'താൻ പോടോ... തന്റെ മറ്റവളാണ് ഇവിടെ അവിഹിതം നടത്തുന്നത്, അല്ലാതെ ഞാനല്ല!വൃത്തികെട്ടവൻ...'

'പിന്നെ എന്താണ് എല്ലാ ദിവസവും അർദ്ധരാത്രിയിൽ നിനക്ക് ഇതിനകത്ത് പണി? ഒന്നുകിൽ സത്യം പറയുക അല്ലെങ്കിൽ ഞാൻ പോലീസിനെ വിളിക്കും.'

ഒരു കൈ കൊണ്ട് അവളെ മുറുക്കെ പിടിച്ച ശേഷം സിബി പോക്കറ്റിൽ നിന്നും മൊബൈൽ ഫോൺ എടുത്തു.

അത് കണ്ടതോടെ അവൾക്ക് ചെറിയൊരു പരുങ്ങൽ ഉണ്ടായത് അവൻ ശ്രദ്ധിച്ചു.

'വേണ്ട വിളിക്കല്ലേ...!'

ഫോണിൽ നമ്പർ ഡയൽ ചെയ്യുന്നതിനു മുൻപേ അവളുടെ ദയനീയമായ സ്വരം കേട്ട് അവൻ മുഖം തിരിച്ചു ഒന്നു നോക്കി...

നേരത്തെ കണ്ട ശൂരത അൽപം കുറഞ്ഞിട്ടുണ്ട്. ഇപ്പോ ഒന്ന് കുലുക്കിയാൽ ഇങ്ങു പോരും. അവൻ ഗൗരവത്തോടെ തുടർന്നു.

'ഒന്നുകിൽ താൻ സത്യം പറയുക അല്ലെങ്കിൽ ഞാൻ പോലീസിനെ വിളിക്കും. ഒരു രണ്ടുമിനിറ്റ് സമയം തരാം അതിനുള്ളിൽ തീരുമാനിക്കണം..'

പറയുന്നതോടൊപ്പം തന്നെ അവളുടെ കയ്യിൽ പിടിച്ച് മണ്ഡപത്തിന്റെ അരികിലുള്ള പടിയിൽ ഇരുത്തിയശേഷം അവനും ഇരുന്നു. അവനെത്തന്നെ ചെറിയ പേടിയോടെ ഉറ്റു നോക്കിക്കൊണ്ട് അവൾ പറഞ്ഞു.

'സത്യം പറഞ്ഞാൽ ഞാൻ മനഃപ്പൂർവ്വം ചെയ്യുന്നതല്ല! എല്ലാമൊന്നും പറഞ്ഞു തരാൻ എന്റെ ഓർമ്മയിലുമില്ല.. '

'ഇങ്ങനെയല്ല പറയേണ്ടത്! ആദ്യം തന്റെ പേര് പറ.. പിന്നെ എവിടെ നിന്ന് വരുന്നു വീട്ടിൽ ആരൊക്കെയുണ്ട് അങ്ങനെ അങ്ങനെ ഓരോന്നായി പോരട്ടെ...'

'എന്റെ പേര് റിയ. പഠിച്ചതും വളർന്നതും ഒക്കെ കുവൈറ്റിലാണ്. ഇവിടുത്തെ കോളേജിൽ ചേർന്നിട്ട് ദിവസങ്ങളെ ആയുള്ളൂ. മഠം വക ഹോസ്റ്റലിൽ ആണ് താമസം...'

അവളെത്തന്നെ നോക്കിക്കൊണ്ട് സിബി പറഞ്ഞു.

'ഇത്രയും ഓക്കെയാണ് വലിയ കുഴപ്പമില്ലാതെ വിശ്വസിക്കാം. ഇനി ബാക്കി പറ! ഇതിനകത്ത് അർദ്ധരാത്രി നിനക്ക് എന്താണ് ജോലി?'

'ഞാൻ അവൾ വിളിച്ചിട്ട് വന്നതാണ്... വന്നില്ലെങ്കിൽ എന്നെ ഉറങ്ങാൻ സമ്മതിക്കാതെ ശല്യപ്പെടുത്തും.'

ഒന്ന് മുന്നോട്ടേക്കാഞ്ഞിരുന്നു കൊണ്ട് സിബി ചോദിച്ചു.

'അവളോ?... അവൾ എന്നു പറഞ്ഞാൽ ആരെയാണ് ഉദ്ദേശിക്കുന്നത്? അവളുടെ പേരോ അഡ്രസ്സോ എന്തെങ്കിലും ഉണ്ടെങ്കിൽ പറ...'

'അതൊന്നും എനിക്കും അറിയില്ല..!'

പതറിയുള്ള അവളുടെ സംസാരം കേട്ട് സിബി അതിശയത്തോടെ ചോദിച്ചു.

'അപ്പോ ആരാ എന്താ എന്നൊന്നും അറിയാത്ത ഒരു സ്ത്രീ വിളിച്ചിട്ടാണോ താൻ ഈ സമയത്ത് ഇവിടെ വന്നിരിക്കുന്നത്?'

'ഉം.. അതെ.. പക്ഷേ വേണമെന്ന് വെച്ചിട്ടല്ല. അവൾക്ക് ആരുമില്ല... അപ്പോൾ ഞാൻ തന്നെ അറിയാതെ എഴുന്നേറ്റു വന്നു പോകും...'

'അപ്പോൾ നീ പറഞ്ഞു വരുന്നത്ഏതോ ഒരു സ്ത്രീ നിന്നെ ഇങ്ങോട്ടേക്ക് വരാൻ വിളിക്കുന്നു എന്നാണോ?'

'അത് സ്ത്രീയല്ല. എന്നോളം പ്രായമുള്ള ഒരു പെണ്ണാണ്. ഞാൻ ഇങ്ങോട്ട് വരാത്ത ദിവസങ്ങളിൽ അവൾ എന്റെ കാൽക്കൽ ഇരുന്നു എന്നെ വിളിച്ചു കൊണ്ടേയിരിക്കും.'

'എന്നിട്ട് അവൾ എവിടെ?'

'ബഹളവും ആളുകളും ഒക്കെ ആയാൽ പിന്നെ അവൾ വരില്ല! ഞാൻ തനിച്ചാണെങ്കിൽ മാത്രമേ അവൾ വരൂ.'

സിബി ആകെ അന്തം വിട്ട് ഇരുന്നു പോയി.

ഈ പെൺകുട്ടിക്ക് മാനസികമായി എന്തോ വൈകല്യം ഉണ്ടെന്ന് അവന് മനസ്സിലായി.

'എന്താണ് നിന്നോട് അവൾ സംസാരിക്കാറുള്ളത്?'

'അതൊന്നും എനിക്ക് പിറ്റേ ദിവസത്തേക്ക് ഓർമ്മയുണ്ടാവില്ല. പക്ഷേ ഞങ്ങൾ ഒരുപാട് സമയം സംസാരിക്കാറുണ്ട്...'

'ശരി തൽക്കാലം താൻ എഴുന്നേൽക്ക് നമുക്ക് പോകാം. ഞാനും അങ്ങോട്ടേക്ക് തന്നെയാ...'

'അയ്യോ ഞാൻ പോകാറായിട്ടില്ല... ഞാൻ കുറച്ചു സമയം കഴിഞ്ഞു പൊയ്ക്കോളാം. ഇല്ലെങ്കിൽ അവൾ വീണ്ടും വരും...'

സിബിക്ക് ചെറിയ പേടിയുണ്ടെങ്കിലും. താനൊരു ഡോക്ടർ ആണെന്ന ചിന്ത അവന് കൂടുതൽ ധൈര്യം നൽകി.

'പുതുവർഷ രാവായതുകൊണ്ട് ഇന്നിനി അവൾ വരില്ല! പുറത്തൊക്കെ നിറയെ ആളുകളാണ്. തൽക്കാലം നീ എഴുന്നേൽക്ക്, നമുക്ക് പോകാം...'

മനസ്സില്ലാ മനസ്സോടെ ചുറ്റും നോക്കിക്കൊണ്ട് റിയ എഴുന്നേറ്റു നിന്നു പറഞ്ഞു.

'എന്നാപ്പിന്നെ ഡോക്ടർ പൊയ്ക്കോളൂ! ഞാൻ എന്റെ വണ്ടിയിൽ വന്നോളാം...'

'അതു വേണ്ട! ഈ സമയത്ത് റോഡിൽ നിറയെ വാഹനങ്ങളുണ്ടാവും. കൂടുതൽ പേരും മദ്യപിച്ചിട്ടാണ് ഉണ്ടാവുക. താനാണെങ്കിൽ ആൾ റെഡി കിക്ക് ആണ്.'

'അയ്യോ ഞാൻ കുടിച്ചിട്ടില്ല ഡോക്ടർ...'

'പിന്നെന്തിനാ ബിയർ കുപ്പിയുമായി തല്ലു പിടിച്ചത്?'

'അത് അവളുടേതാണ്. എന്റെ റൂംമേറ്റ് ആണ് അവൾ സെറീന. എല്ലാവരെയും നന്നായി റാഗ് ചെയ്യും.'

'തന്നെ റാഗ് ചെയ്തതാണോ അത്?'

'അത് ഞാൻ തന്നെ അടിച്ചതാണ്. അവൾ എന്നെ വല്ലാതെ മൂപ്പിക്കാൻ വന്നു. പുറത്തിറങ്ങാൻ പാടില്ല ഇന്ന് രാത്രി എന്നൊക്കെ പറഞ്ഞു. കഴിഞ്ഞദിവസം ഞാൻ പാതിരാത്രി വന്നു കയറിയത് അവൾ ശ്രദ്ധിച്ചിരുന്നു.'

സിബി കൗതുകത്തോടെ അവളുടെ സംസാരം ശ്രദ്ധിച്ചുകൊണ്ട് ചോദിച്ചു.

'അതെങ്ങനെയാ ബോട്ടിൽ വെച്ച് താൻ തന്റെ തന്നെ ചുമലിൽ അടിച്ചത്? '

'അതൊന്നും എനിക്ക് ഓർമ്മയില്ല! പക്ഷേ ഞാനാണ് അടിച്ചത്. അവള് പേടിച്ച് ദൂരെ നിൽക്കുകയായിരുന്നു.'

സിബിക്ക് ആകെ ഒരു വശപ്പിശക് തോന്നി. ഏതായാലും അവളെ ഇവിടെ ഇരുത്തുന്നത് സുരക്ഷിതമല്ലെന്ന് അവന് അറിയാമായിരുന്നു.

'ശരി വാ പോകാം. ദേ ഇപ്പോൾ 12 മണിയാവും. എല്ലായിടത്തും ആളുകൾ ഉണ്ടാവും.'

അവളുടെ കൈപിടിച്ച് വലിച്ച് അവൻ പതുക്കെ എഴുന്നേൽപ്പിച്ചു. എന്തോ ഇപ്രാവശ്യം വലിയ മല്ലു പിടുത്തം ഒന്നുമില്ലാതെ അവൾ സിബിയുടെ പുറകെ ചെന്നു.ഗേറ്റ് തുറന്ന് പുറത്ത് കടന്ന അവൻ അവളെയും കൊണ്ട് കാറിനരികിലേക്ക് പോയി ഫ്രണ്ട് ഡോർ തുറന്നു അകത്തേക്ക് കയറ്റി ഇരുത്തി.

'രാവിലെ സംഭവിച്ചത് ഒന്നും അപ്പോൾ തനിക്ക് ഓർമ്മയുണ്ടാവില്ല അല്ലേ?'

'ഇല്ല ഡോക്ടർ! ആകെ ഒരു പുക പോലെയാണ്. പിന്നെ ഒന്നും ഓർമ്മയില്ല.'

'സാരമില്ല... ഇതൊക്കെ മനസ്സിന്റെ ഒരു തോന്നലാണ്. അതിന് ഒരു

പാട് നല്ല ചികിത്സകൾ ഉണ്ട് ഇന്ന് വൈദ്യശാസ്ത്രത്തിൽ. തനിക്ക് വീട്ടുകാരോട് ഒന്ന് സംസാരിക്കായിരുന്നില്ലേ?'

അവന്റെ ചോദ്യത്തിന് മറുപടി പറയാതെ അവൾ പുറത്തേക്ക് നോക്കി നിശബ്ദയായി ഇരുന്നു. വീണ്ടും വീണ്ടും ചോദിച്ച് അവൾക്ക് സ്ട്രസ്സ് കൊടുക്കേണ്ടെന്ന് കരുതി അവനും പിന്നെ ഒന്നും ചോദിച്ചില്ല.

ഹോസ്റ്റലിലേക്ക് വണ്ടി കയറുമ്പോൾ തന്നെ കാണാമായിരുന്നു എല്ലാം മുറികളിലും വെളിച്ചമുണ്ട്. പുതുവർഷത്തെ വരവേൽക്കാൻ തയ്യാറായി നിൽക്കുകയാണ് എല്ലാവരും.

ഡോക്ടറുടെ കാർ നിർത്തുന്നത് കണ്ട് മരിയ സിസ്റ്റർ താഴേക്ക് ഇറങ്ങി വന്നു. കാറിൽ നിന്നും റിയ ഇറങ്ങുന്നത് കണ്ടതോടെ അവരുടെ മുഖഭാവം മാറി. ഒരു വെപ്രാളത്തോടെ മുന്നോട്ടേക്ക് ഓടിവന്ന സിസ്റ്റർ അവൾക്ക് മുന്നിലേക്ക് കയറി നിന്നു.

# അധ്യായം 7

'എവിടെ നിന്നാണ് ഡോക്ടർ ഇവളെ കിട്ടിയത്? ഇവളുടെ വണ്ടി എവിടെ?'

'വണ്ടി നാളെ എടുത്തോട്ടെ സിസ്റ്റർ! അത് പാർക്ക് ചെയ്തിടത്ത് തന്നെയുണ്ട്.' എന്നു പറഞ്ഞശേഷം സിബി അവൾക്ക് നേരെ തിരിഞ്ഞു കൊണ്ട് പറഞ്ഞു.

'താൻ പോയി കിടന്നോളൂ! നന്നായൊന്ന് ഉറങ്ങിയാൽ മതി. രാവില ത്തേക്ക് എല്ലാം ശരിയാവും.'

ഒന്നും മിണ്ടാതെ തലകുനിച്ച് അകത്തേക്ക് കയറിപ്പോകുന്ന അവ ളെത്തന്നെ നോക്കിക്കൊണ്ട് സിബി സിസ്റ്ററോട് ചോദിച്ചു.

'ആ കുട്ടിയുടെ പേരന്റ്സ് ഒക്കെ എവിടെയാണ് സിസ്റ്റർ? അവർക്ക് അറിയില്ലേ ഈ കുട്ടിക്ക് സുഖമില്ലെന്ന്?'

ഒന്നു ചുറ്റും നോക്കി കുറച്ചു മുന്നോട്ടേക്ക് വന്ന് അവർ ചോദിച്ചു.

'സാറിന് റിയയെ എവിടെ നിന്നാണ് കിട്ടിയത്?'

'കിട്ടിയ സ്ഥലം ഒന്നും ഇപ്പോൾ പറഞ്ഞിട്ട് കാര്യമില്ല സിസ്റ്റർ. പ ക്ഷേ ആ കുട്ടിക്ക് കാര്യമായ എന്തോ കുഴപ്പമുണ്ട്. എത്രയും പെട്ടെന്ന് അവളുടെ പേരന്റ്സിനെ വിവരം അറിയിക്കണം.'

'എന്റെ ഡോക്ടറെ..! ആ കൊച്ചിന് എന്തൊക്കെയോ പ്രശ്നങ്ങൾ ഉണ്ടെന്ന് അതിന്റെ വീട്ടുകാർക്ക് ഞങ്ങളെക്കാൾ നല്ലവണ്ണം അറിയാം. പക്ഷേ അവർക്കും വേറെ വഴിയൊന്നും ഇല്ലാഞ്ഞിട്ട് ഇവിടെ കൊണ്ടു വന്ന് നട തള്ളിയതാണെന്ന് തോന്നുന്നു.'

ഒന്ന് തിരിഞ്ഞ് പുറകിലേക്ക് നോക്കി സിസ്റ്റർ തുടർന്നു.

'ആ കുട്ടിക്ക് എന്തൊക്കെയോ വലിയ കുഴപ്പങ്ങളുണ്ട്. പുറത്ത് പഠി ച്ചു വളർന്ന കൊച്ചാണ്. ഇട്ടു മൂടാൻ സ്വത്തുള്ള കോടീശ്വരി. ആ കുട്ടി യാണ് ഈ പട്ടിക്കാട്ട് മൂലയിൽ വന്ന് താമസിച്ച് പഠിക്കുന്നത് എന്ന് പറ യുമ്പോൾ തന്നെ ഡോക്ടർക്ക് മനസ്സിലായല്ലോ ഇതിന്റെ പുറകിലെ കളി കൾ.'

'പിന്നെ എന്തുകൊണ്ടാണ് സിസ്റ്റർ കുട്ടിയെ അവർ ചികിത്സിക്കാ

ത്തത്? അച്ഛനോ അമ്മയോ കൂടെ ഇല്ലാതെ ഇങ്ങനെ ഒരു ഹോസ്റ്റലിൽ എന്ത് ധൈര്യത്തിലാണ് അവർ ഈ പെൺകുട്ടിയെ ഒഴിവാക്കിയത്?'

'എന്റെ പൊന്നു ഡോക്ടറെ ഒഴിവാക്കിയതൊന്നുമല്ല! ഈ കൊച്ചിനെ ഇവിടെ ചേർത്ത വക മഠത്തിന് എത്ര ലക്ഷമാണ് കിട്ടിയതെന്ന് ഡോക്ടർക്ക് അറിയാമോ? പുതിയ ഒരു ബിൽഡിങ് തന്നെ പണിയാനുള്ള പൈസ കിട്ടിയിട്ടുണ്ട്. ഞാനറിഞ്ഞിടത്തോളം ഈ കൊച്ചിന്റെ നിർബന്ധം കൊണ്ടാണ് ഇവിടെ വന്ന് ചേർന്നത്, ആരു പറഞ്ഞാലും ആ കൊച്ചു കേൾക്കില്ല, അവര് കുറെ ശ്രമിച്ച ശേഷം ഒഴിവാക്കി ഇവിടെ കൊണ്ടുവന്നു വിട്ടതാണെന്നാണ് തോന്നുന്നത്.'

ഒന്നും മനസ്സിലാവാതെ സിസ്റ്ററെ തന്നെ പകച്ചു നോക്കിക്കൊണ്ട് സിബി ചോദിച്ചു.

'അപ്പോൾ ഇങ്ങനെ രാത്രിയിൽ ഇറങ്ങി നടന്ന് അവൾക്ക് എന്തെങ്കിലും അപകടം പറ്റിയാൽ നിങ്ങൾ സമാധാനം പറയേണ്ടേ?'

'ഈ കൊച്ച് ഇങ്ങനെ ഇറങ്ങി നടന്നു തുടങ്ങിയിട്ട് രണ്ടു മൂന്നു വർഷമായി എന്നാണ് കേൾക്കുന്നത്. പിന്നെ എന്തിനാണ് ഞങ്ങൾ സമാധാനം പറയേണ്ടത്? എല്ലാ കാര്യങ്ങളും അറിഞ്ഞു കൊണ്ടാണ് രണ്ടു കൂട്ടരും ധാരണയിലെത്തിയത്.'

'പക്ഷേ സിസ്റ്റർ, ഇത് ഇങ്ങനെ തന്നെ തുടർന്നാൽ ഒരു പക്ഷേ ആ പെൺകുട്ടിക്ക് എന്തെങ്കിലും അത്യാഹിതം സംഭവിച്ചേക്കാം.'

'ഞങ്ങൾ എന്തു ചെയ്യാനാണ് ഡോക്ടർ. ഇതിനു മുൻപ് പലപ്രാവശ്യം ഞാൻ പറഞ്ഞു നോക്കിയതാണ്. ഹോസ്പിറ്റലിൽ കൊണ്ടുപോയി കൗൺസിലിംഗ് ഒക്കെ തുടങ്ങിയിട്ടുണ്ട്. പക്ഷേ ഒരു മാറ്റവും ഉള്ളതായിട്ട് എനിക്ക് തോന്നിയില്ല.'

കുറച്ച് സമയം ആലോചിച്ച ശേഷം സിബി പറഞ്ഞു.

'ഏതായാലും ഒരു കാര്യം ചെയ്യൂ! ഇന്ന് രാത്രി ആ പെൺകുട്ടിയുടെ മുറി പുറത്തുനിന്ന് ലോക്ക് ചെയ്തേക്ക്. ഇന്നവൾ ഇറങ്ങി പോയില്ലെങ്കിൽ നാളെയും അതുതന്നെ ചെയ്യു.. കുറച്ചു ദിവസങ്ങൾ കൊണ്ട് ആ ശീലം അവളെ വിട്ടു പോകും.'

സിസ്റ്റർ മറുപടി പറയുന്നതിനോടൊപ്പം തന്നെ പടക്കങ്ങൾ പൊട്ടിത്തുടങ്ങി. പുതുവർഷത്തെ വരവേൽക്കുകയാണ് എല്ലാവരും. ദൂരെ നിന്ന് എവിടെയൊക്കെയോ 'ഹാപ്പി ന്യൂ ഇയർ' എന്ന ആർപ്പുവിളികൾ കേൾക്കാം.

അവൻ പതുക്കെ മുഖമുയർത്തി മുകളിലേക്ക് നോക്കി. മുകളിലത്തെ നിലയിൽ എല്ലാം മുറികളിലും വെളിച്ചമുണ്ട്. റിയയുടെത് ഒഴികെ. ആ

ജനലഴിയിൽ പിടിച്ചുകൊണ്ട് ഒരു നിഴല് പോലെ അവൾ താഴേക്ക് തന്നെ നോക്കിനിൽക്കുന്നത് സിബി കാണുന്നുണ്ടായിരുന്നു.

സമയം അർദ്ധരാത്രി ആവുകയാണ്...

'റിയ എഴുന്നേൽക്ക്... വാ... എന്നെ ഒറ്റയ്ക്കാക്കല്ലേ... ഒന്നു വാ..എനിക്ക് പേടിയാവുന്നുണ്ട്.'

റിയ കണ്ണുകൾ വലിച്ചു തുറന്നു നോക്കി. കാൽക്കൽ ഒരു നിഴൽ പോലെ ആ പെൺകുട്ടി ഇരിക്കുന്നുണ്ട്. റിയ കണ്ണുകൾ നന്നായി തിരുമ്മി ഒന്നുകൂടി നോക്കി.

തോന്നലല്ല! ശരിക്കും അവൾ അവിടെത്തന്നെ ഇരിക്കുന്നുണ്ട്. മുഖത്തേക്ക് വെളിച്ചം വരുന്നില്ലെന്നു മാത്രം. ഒരു നിഴൽ ഇരിക്കുന്നതിനേക്കാൾ വ്യക്തമാണ്. റിയ പതുക്കെ എഴുന്നേറ്റിരുന്നു.

'വാ പോകാം...'

'പോകാനാവില്ല..! സിസ്റ്റർ മുറി പുറത്തു നിന്നു പൂട്ടി ഇരിക്കുകയാണ്.'

ആ പെൺകുട്ടിയോട് സംസാരിക്കുമ്പോഴും തനിക്ക് നല്ല ബോധമുണ്ടെന്ന് റിയക്ക് ഉറപ്പായിരുന്നു. രാത്രി ഭക്ഷണം കഴിഞ്ഞ് റൂമിൽ കയറി കതകടക്കുമ്പോൾ തന്റെ അനുവാദം ചോദിച്ചിട്ടാണ് സിസ്റ്റർ വാതിൽ പുറത്തുനിന്ന് അടച്ചത് എന്ന് അവൾക്ക് നല്ല ഓർമ്മയുണ്ടായിരുന്നു.

'ഇല്ല..! അതൊക്കെ ഞാൻ തുറന്നു! നീ എഴുന്നേറ്റു വാ.. എനിക്ക് ഒറ്റയ്ക്ക് പറ്റുന്നില്ല.'

റിയ പതുക്കെ എഴുന്നേറ്റു, സ്വയം അറിയാതെ അവളുടെ കൈ ചുവരിൽ തൂക്കിയിട്ട താക്കോലിലേക്ക് പോയി.

സ്കൂട്ടിയുടെ ചാവിയും എടുത്ത് ആ പെൺകുട്ടിയുടെ പുറകെ ഇടനാഴിയിലേക്ക് ഇറങ്ങി അവൾ അതിവേഗത്തിൽ നടന്നു.

ആരോ കോളിംഗ് ബെൽ അടിച്ച ശബ്ദം കേട്ടാണ് സിബി ഉറക്കത്തിൽ നിന്നും ഞെട്ടി ഉണർന്നത്. കുറച്ചുനിമിഷങ്ങൾ അവൻ കണ്ണുതുറന്ന് അങ്ങനെ തന്നെ കിടന്നു.

കുറുപ്പ് ചേട്ടൻ എഴുന്നേറ്റ് വാതിൽ തുറക്കുന്ന ശബ്ദം കേട്ടതോടെ അവൻ എഴുന്നേറ്റ് ടീഷർട്ട് എടുത്തിട്ട ശേഷം ഹാളിലേക്ക് വന്നു. അപ്പോഴേക്കും കുറുപ്പേട്ടൻ വാതിൽ തുറന്നു കഴിഞ്ഞിരുന്നു

'ആഹാ സിസ്റ്റർ ആയിരുന്നോ? എന്താ സിസ്റ്ററെ ഈ സമയത്ത്? എന്തെങ്കിലും പ്രശ്നം ഉണ്ടായോ?'

കുറുപ്പേട്ടന്റെ സംസാരം കേട്ട് സിബി വാതിൽക്കലേക്ക് ചെന്നു. അവിടെ അന്നമ്മ സിസ്റ്റർ ഒരു പരുങ്ങലോടെ നിൽക്കുന്നുണ്ടായിരുന്നു. അവരുടെ കൂടെ മറ്റൊരു സിസ്റ്ററും ഉണ്ട്. അത് കണ്ടപ്പോൾ തന്നെ ഇന്ന

ലത്തെപ്പോലെ ഇന്നും റിയ ഇറങ്ങി പോയിട്ടുണ്ടാവും എന്ന് സിബിക്ക് മനസ്സിലായി.

'ഇന്നലെ ഞാൻ പറഞ്ഞതല്ലേ സിസ്റ്റർ വാതിൽ പുറത്തുനിന്ന് ലോക്ക് ചെയ്യാൻ? ആ പെൺകുട്ടി വീണ്ടും പോയോ?'

മുഷിച്ചിലോടെയുള്ള സിബിയുടെ ചോദ്യം കേട്ട് സിസ്റ്റർ പറഞ്ഞു.

'അതുകൊണ്ടാണ് ഡോക്ടർ ഞാൻ പറയാൻ വന്നത്. ഇന്ന് ഞാനാണ് വാതിൽ പുറത്തുനിന്ന് പൂട്ടിയത്. റൂംമേറ്റിനെ അവളുടെ മുറിയിൽ നിന്നും മാറ്റിയതുകൊണ്ട് അവൾ തനിച്ചാണ് ആ മുറിയിൽ..'

'എന്നിട്ട് എന്തു പറ്റി?'

'ഞാൻ അവളോട് സമ്മതം ചോദിച്ചിട്ടാണ് റൂം പുറത്തുനിന്നു പൂട്ടിയത്. ഇപ്പോൾ ഉറക്കം ഞെട്ടിയപ്പോൾ എഴുന്നേറ്റു വെറുതെ ഒന്ന് ചെന്ന് നോക്കിയതാണ്. നോക്കിയപ്പോൾ മുറി തുറന്നു കിടക്കുന്നു. ആ കുട്ടിയെ കാണാനുമില്ല.'

പ്രതീക്ഷിച്ച കാര്യമാണ് എങ്കിലും പുറത്തുനിന്നു പൂട്ടിയ മുറി തുറന്നു,എന്നത് സിബിയിൽ കുറച്ച് ചിന്താ കുഴപ്പം ഉണ്ടാക്കി.

'ഇതിലിപ്പോൾ നമുക്ക് ചെയ്യാൻ ഒന്നുമില്ല സിസ്റ്റർ! ഒന്നുകിൽ നിങ്ങൾ പോലീസിൽ പരാതി കൊടുത്തിടുക, അതല്ലെങ്കിൽ ആ കുട്ടിയുടെ മാതാപിതാക്കളെ വിവരമറിയിക്കുക. ഇതു രണ്ടും ചെയ്യുന്നില്ലെങ്കിൽ വളരെ വലിയ ഭവിഷ്യത്താണ് നിങ്ങളെ കാത്തിരിക്കുന്നത്.'

സിബിയുടെ സംസാരം കേട്ട് ഒന്ന് ചിന്തിച്ചശേഷം സിസ്റ്റർ പറഞ്ഞു.

'ആ കുട്ടിയുടെ പേരന്റ്സിനെ വിവരമറിയിച്ചിട്ടുണ്ട് ഡോക്ടർ. അവർ നാളെ ഇവിടെയെത്തും. പക്ഷേ ഇപ്പോൾ ഞാൻ വന്നത് അത് പറയാനല്ല.'

'പിന്നെ...?'

സംശയത്തോടെയുള്ള സിബിയുടെ ചോദ്യത്തിന് ഉത്തരമായി അവർ പറഞ്ഞു.

'ഡോക്ടർ അല്ലേ ഇന്നലെ അവളെ തിരിച്ചുകൊണ്ടുവന്നത്..! എവിടെനിന്നാണ് കിട്ടിയത് എന്ന് പറഞ്ഞിട്ടുമില്ല. അപ്പോൾ ആ സ്ഥലത്ത് ഒന്നുകൂടെ പോയി നോക്കിയാൽ ആ കുട്ടിയെ തിരിച്ചു കിട്ടില്ലേ?'

ഒന്നും പറയാതെ സിസ്റ്ററെ തന്നെ ഒന്ന് ഇരുത്തി നോക്കിയ ശേഷം സിബി പറഞ്ഞു.

'ശരി, നിങ്ങൾ രണ്ടുപേരും മഠത്തിലേക്ക് പൊയ്ക്കോളൂ, ഞാൻ ആ കുട്ടിയെ ഒന്ന് അന്വേഷിച്ചു നോക്കി വരാം.'

എല്ലാം കേട്ടുകൊണ്ട് നിന്ന കുറുപ്പേട്ടൻ പെട്ടെന്ന് തന്നെ ഇടപെട്ടു .

‘ ഇപ്പോൾത്തന്നെ പോണോ മോനേ? സമയം പാതിരാ കഴിഞ്ഞു! ആ കൊച്ചു ഇറങ്ങിപ്പോയത് പോലെ തന്നെ തിരിച്ചു വരാറുണ്ടല്ലോ! പിന്നെ എന്തിനാണ് നമ്മൾ ബേജാറാവുന്നത്?’

കുറുപ്പേട്ടന്റെ ചോദ്യം ന്യായമാണ്. എങ്കിലും ഇങ്ങനെ ഒരു കാര്യമായതുകൊണ്ട് തള്ളിക്കളയാൻ സിബിക്കു തോന്നിയില്ല.

തന്നെത്തന്നെ പ്രതീക്ഷയോടെ നോക്കി നിൽക്കുന്ന കന്യാസ്ത്രീകളെയും കുറുപ്പേട്ടനെയും മാറിമാറി നോക്കിക്കൊണ്ട് സിബി പറഞ്ഞു.

‘അങ്ങനെയല്ല കുറുപ്പേട്ടാ! ആ കുട്ടിക്ക് കൃത്യമായി ഓർമ്മയോ ബോധമോ ഈ സമയത്ത് ഉണ്ടാവില്ല. ഇങ്ങനെയുള്ള ഒരു അവസ്ഥയിൽ ഇറങ്ങിപ്പോയ അവൾക്ക് ഇതുവരെ അപകടം ഒന്നും പറ്റാത്തതാണ് ഏറ്റവും വലിയ അതിശയം...’

നിശ്ശബ്ദരായി കേട്ടുനിൽക്കുന്ന കന്യാസ്ത്രീകളോടായി സിബി തുടർന്നു.

‘ഞാനൊന്നു ചെന്ന് നോക്കിയിട്ട് വരാം.. നിങ്ങൾക്ക് പേടിയുണ്ടെങ്കിൽ കുറുപ്പേട്ടനെ കൂടി കൂട്ടിക്കൊണ്ടുപോയിക്കോളൂ.’

വണ്ടിയിലേക്ക് കടന്നിരുന്ന് അതിവേഗം സെമിത്തേരിയെ ലക്ഷ്യമാക്കി തന്നെയാണ് സിബി ഓടിച്ചത്. അവിടെത്തന്നെ അവൾ ഉണ്ടാവുമെന്ന് അവന്റെ മനസ്സ് പറഞ്ഞു.

കാർ ഗ്രൗണ്ടിൽ പാർക്ക് ചെയ്ത് സെമിത്തേരിയിലേക്ക് തിടുക്കത്തിൽ ചെന്നിറങ്ങിയ അവനെയും കാത്ത് പ്രതീക്ഷിച്ചതുപോലെ തന്നെ റിയ അങ്ങോട്ടുമിങ്ങോട്ടും നടക്കുന്നുണ്ടായിരുന്നു .സിബി പെട്ടെന്ന് തന്നെ കല്ലറകൾക്കിടയിലൂടെ നടന്നു ചെന്ന് അവളെ പിറകിൽ നിന്നും പിടിച്ചു നന്നായി ഒന്നു കുലുക്കി കൊണ്ട് പറഞ്ഞു.

‘തനിക്ക് പറഞ്ഞാൽ മനസ്സിലാവില്ലേ? എങ്ങോട്ടേക്കാ നീ ഇറങ്ങിപോകുന്നത്? ഇതിനകത്ത് എന്തിരുന്നിട്ടാണ്?’

ശക്തിയോടെയുള്ള സിബിയുടെ കുലുക്കലിൽ ഒന്ന് ഞെട്ടിയ റിയ അവനെ തന്നെ തുറിച്ചു നോക്കി.

‘വാ പോകാം.’

എന്നു പറഞ്ഞുകൊണ്ട് അവളുടെ കയ്യിൽ പിടിച്ച് ഒന്ന് ആഞ്ഞു വലിച്ച അവന്റെ ദേഹത്തേക്ക് റിയ കുഴഞ്ഞുവീണു.

ആകെ പകച്ചുപോയ സിബി അവളെ കോരിയെടുത്ത് ശുശ്രൂഷ മണ്ഡപത്തിലേക്ക് നടന്നു. അവിടെ നിലത്ത് അവളെ കിടത്തിയ ശേഷം അവൻ കുലുക്കി വിളിച്ചു നോക്കി.

‘റിയ... എടോ എഴുന്നേൽക്ക്.’

പക്ഷേ അവളിൽ വലിയ ചലനം ഒന്നും ഉണ്ടായില്ല. സിബി അവളെ എടുത്ത് ചുമലിലേക്ക് ഇട്ട് കാറിൽ അരികിലേക്ക് പോയി പുറകിലെ സീറ്റിൽ നന്നായി കിടത്തിയശേഷം വണ്ടി എടുത്തു.

നേരെ ഹോസ്പിറ്റലിലേക്ക് കൊണ്ടുപോകാനാണ് അവൻ ആദ്യം ആലോചിച്ചതെങ്കിലും, അതിനു പിറകിൽ ഒരുപാട് ചോദ്യങ്ങൾ നേരിടേണ്ടി വരുമെന്ന് ഓർമിച്ചപ്പോൾ അവൻ നേരെ മഠത്തിലേക്ക് തന്നെ വണ്ടി ഓടിച്ചു.ഹോസ്റ്റലിലേക്ക് കയറുമ്പോൾ തന്നെ കണ്ടു. വരാന്തയിൽ തന്നെ ഇരുന്ന് സംസാരിക്കുന്ന സിസ്റ്റർമാരെയും കുറുപ്പേട്ടനെയും. കാറ് വരുന്നത് കണ്ടതോടെ അവർ എഴുന്നേറ്റു പുറത്തേക്കിറങ്ങി.

'കർത്താവേ... ആ പെണ്ണിനെ കിട്ടിയാൽ മതിയായിരുന്നു...'

അന്നമ്മ സിസ്റ്റർ എഴുന്നേറ്റു വരുമ്പോഴേക്കും സിബി കാറിൽ നിന്നിറങ്ങി പുറകിലെ ഡോർ തുറന്ന് ഒരു തൂവൽ എന്നപോലെ റിയയെ എടുത്തു ചുമലിലേക്കിട്ടു നടന്നു കഴിഞ്ഞിരുന്നു.

ഒന്നു പകച്ചു നിന്നശേഷം തിടുക്കത്തിൽ അനുഗമിച്ചു കൊണ്ട് സിസ്റ്റർ ചോദിച്ചു.

'അപകടം ഒന്നും പറ്റിയിട്ടില്ലല്ലോ ഡോക്ടറെ?'

'കുഴപ്പമൊന്നുമില്ല! തൽക്കാലം എവിടെയെങ്കിലും ഒന്ന് കിടത്തണം. ഇവളുടെ മുറി വേണ്ട. സിസ്റ്ററുടെ മുറി എവിടെയാണ്?'

ഒരു പരുങ്ങലോടെ സിസ്റ്റർ ചൂണ്ടിക്കാണിച്ച മുറിയിലേക്ക് സിബി റിയയെയും എടുത്തുകൊണ്ടു നടന്നു. ശേഷം ടീപോയി മേലിരുന്ന ചെറിയ ജഗ്ഗിലെ വെള്ളമെടുത്ത് അവളുടെ മുഖത്തേക്ക് കുടഞ്ഞു കൊണ്ടു വിളിച്ചു.

'ഡോ... റിയ...! എഴുന്നേൽക്കൂ.'

കുറച്ചു നിമിഷങ്ങൾക്ക് ശേഷം ഒരു ഞരങ്ങലോടെ അവൾ കണ്ണു തുറന്ന് അയാളെ തന്നെ ഉറ്റുനോക്കി. സിബിയേ കണ്ടപ്പോൾ തന്നെ അവൾക്ക് കാര്യം മനസ്സിലായി. ഒരു ചമ്മലോടെ ചുറ്റും നോക്കിയ അവൾ പതുക്കെ എഴുന്നേറ്റു ബെഡ്ഡിൽ ചാരിയിരുന്നു.

'താൻ എങ്ങനെയാ പുറത്തു നിന്നു പൂട്ടിയ മുറി തുറന്നു പോയത്?'

സിബിയുടെ ചോദ്യം കേട്ടപ്പോഴാണ് മുറി കിടക്കുമ്പോൾ പുറത്തു നിന്നും പൂട്ടിയിരുന്നല്ലോ എന്ന കാര്യം റിയ ഓർത്തത്.ഒരു നിമിഷം ഒന്ന് അന്ധാളിച്ചിരുന്ന അവൾക്ക് പെട്ടെന്നാണ് അത് ഓർമ്മ വന്നത്.

'ഞാനല്ല..! അവളാണ് തുറന്നത്. ഞാൻ പറഞ്ഞതല്ലേ ഡോക്ടർ? പുറത്തുനിന്ന് വാതിൽ തുറന്ന് അകത്തു കയറിയിട്ടാണ് അവൾ എന്നെ വിളിച്ച് എഴുന്നേൽപ്പിച്ചത്, എന്തുകൊണ്ടാണ് നിങ്ങൾ ആരും എന്നെ

വിശ്വസിക്കാത്തത്?'

സിബിക്ക് ഇനി ഒന്നും പറയാനില്ലായിരുന്നു.

അവളെ അവിടെത്തന്നെ കിടക്കാൻ വിട്ട് സിസ്റ്റർക്ക് നേരെ തിരിഞ്ഞു കൊണ്ട് അവൻ ചോദിച്ചു.

'മറ്റു കുട്ടികൾ ആരെങ്കിലും വാതിൽ പുറത്തു നിന്ന് തുറന്നിട്ടുണ്ടെന്ന് തോന്നുന്നു. അല്ലാതെ എങ്ങനെയാണ് ഈ കുട്ടി പുറത്തേക്കിറങ്ങി പോവുക?'

'അതിനു സാധ്യതയില്ല ഡോക്ടർ! കാരണം ഇവളുടെ വല്ലാത്ത പെരുമാറ്റം കാരണം ഈ ഹോസ്റ്റലിലെ എല്ലാ കുട്ടികൾക്കും ഇവളെ പേടിയും വെറുപ്പും ആണ്. അതുപോലെ തന്നെ ഇവൾക്കും ആരോടും സൗഹൃദമില്ല.'

കുറച്ചുനിമിഷം ആലോചിച്ചിരുന്ന ശേഷം സിബി പറഞ്ഞു.

'സിസ്റ്റർ ഒന്ന് പുറത്തേക്ക് വരൂ.'

ഇടനാഴിയിൽ ഇറങ്ങിയ സിബി പുറത്തേക്കിറങ്ങി വന്ന അന്നമ്മ സിസ്റ്ററോട് പറഞ്ഞു.

'ഇത് നമ്മൾ വിചാരിക്കുന്നത് പോലെയല്ല! ഒരു പക്ഷേ നമ്മുടെ കയ്യിൽ നിന്നെന്നു വരില്ല! മറ്റു കുട്ടികൾ ആരെങ്കിലുമാണ് തുറന്നതെങ്കിൽ ഒരു കുഴപ്പവുമില്ല, പക്ഷേ സിസ്റ്റർ പറഞ്ഞതുപോലെ ആരും തുറന്നു കൊടുത്തില്ലെങ്കിൽ പിന്നെ അവൾ എങ്ങനെ പുറത്തു കടന്നു?'

'അതു തന്നെയാണ് ഡോക്ടർ ഞാനും ആലോചിക്കുന്നത്. ഇനിയിപ്പോൾ ഞാൻ അറിയാതെ മറ്റു കുട്ടികൾ ആരെങ്കിലും തുറന്നോ എന്നും ഇപ്പോൾ ഞാൻ സംശയിച്ചു പോകുന്നു...'

'അപ്പോൾ സിസ്റ്റർ മുറി പുറത്തുനിന്നും താക്കോലിട്ട് പൂട്ടിയതല്ലേ? '

'അല്ല ഡോക്ടർ! ഞാൻ ഓടാമ്പൽ വലിച്ചിട്ട് പൂട്ടുക മാത്രമാണ് ചെയ്തത്. അതും റിയയുടെ അനുവാദത്തോടെ. മറ്റു കുട്ടികൾ ആരും തുറക്കില്ലെന്ന് എനിക്ക് ഉറപ്പായിരുന്നു.'

സിബിയുടെ മുഖത്ത് ചെറിയ ആശ്വാസം ദൃശ്യമായി. ഒരു ചെറു ചിരിയോടെ അവൻ സിസ്റ്ററോട് പറഞ്ഞു.

'ഇപ്പോഴത്തെ പിള്ളേരല്ലേ സിസ്റ്റർ.. അവർക്കെന്തു പേടി? മാത്രമല്ല കൗതുകം കൂടുതലുള്ള പ്രായവും. തീർച്ചയായും അവരിൽ ആരെങ്കിലും ആവും വാതിൽ തുറന്നു കൊടുത്തത്.'

ഒരാലോചനയോടെ മൂളിക്കൊണ്ട് സിസ്റ്റർ മറുപടി പറഞ്ഞു.

'ഒരുപക്ഷേ അതായിരിക്കും ശരി. ഏതായാലും നാളെ മുതൽ ഞാൻ പുറത്തുനിന്നും താക്കോലിട്ട് പൂട്ടിക്കോളാം.'

'അതെ! അതാണ് നല്ലത്. ഏതായാലും നാളെ ആ കുട്ടിയുടെ പേരന്റ്സ് വരുമല്ലോ.

അപ്പോൾ എന്നെ കൂടി ഒന്ന് വിളിക്കൂ. ഞാനും അവരോട് കാര്യത്തിന്റെ ഗൗരവത്തെ പറ്റി ഒന്ന് സംസാരിക്കാം.'

'ഞാൻ പറയാം ഡോക്ടർ! പക്ഷേ അത് എത്രത്തോളം അവർക്ക് മനസ്സിലാകും എന്ന് എനിക്കറിയില്ല, എങ്കിലും നമുക്ക് ശ്രമിക്കാം...'

തിരിച്ച് അകത്തേക്ക് കയറിയ സിബി റിയയുടെ അടുത്തുചെന്ന് ഒരു കസേര വലിച്ചിട്ട് ഇരുന്ന് കൊണ്ട് അവളെ ഒന്നു പരിശോധിച്ചു.

'ഇപ്പോൾ കുഴപ്പമൊന്നുമില്ലല്ലോ? താൻ ഓക്കേ അല്ലേ?'

'അതേ ഡോക്ടർ..! ഞാൻ ഓക്കേ ആണ്.'

ഒരു പുഞ്ചിരിയോടെ പറയുന്ന അവളെ നോക്കി ചിരിച്ചുകൊണ്ട് സിബി പറഞ്ഞു.

'ഇതൊക്കെ തന്റെ മനസ്സിന്റെ കുഴപ്പങ്ങളാണ്. ഇനി അതല്ല താൻ പറയുന്നതുപോലെ ഒരു പെൺകുട്ടി വരുന്നുണ്ടെങ്കിൽ, ഇനി വരുമ്പോൾ താൻ അവളോട് സംസാരിക്കണം.'

'ഞാൻ... ഞാൻ എന്താണ് ഡോക്ടർ സംസാരിക്കേണ്ടത്?'

ഒന്ന് മുന്നോട്ടേക്കാഞ്ഞിരുന്നു റിയയുടെ കണ്ണുകളിലേക്ക് നോക്കി സിബി ചോദിച്ചു.

'തനിക്ക് ആ പെൺകുട്ടിയെ പേടിയുണ്ടോ?'

'ഇല്ല ഡോക്ടർ..! എനിക്ക് പേടി ഒന്നും തോന്നാറില്ല. അവൾക്ക് എന്നോട് നല്ല ഇഷ്ടമുള്ളത് പോലെയാണ് പെരുമാറ്റം.'

'അപ്പോൾ കാര്യങ്ങൾ എളുപ്പമായല്ലോ..! താൻ അവളോട് ചോദിക്കണം, എവിടെ നിന്നാണ് വരുന്നത്? എന്താണ് വേണ്ടത്? അങ്ങനെ അവളുടെ പ്രശ്നം എന്താണെന്ന് ചോദിച്ചു മനസ്സിലാക്കി വെക്കണം...'

ആലോചനയോടെ തന്നെ ഉറ്റുനോക്കുന്ന റിയയുടെ കവിളിൽ ഒന്ന് തട്ടിക്കൊണ്ട് സിബി പറഞ്ഞു.

'ചോദിക്കില്ലേ..? ചോദിച്ചാൽ മാത്രമേ നമുക്ക് ഈ പ്രശ്നം തീർക്കാൻ കഴിയുകയുള്ളൂ...'

'ഞാൻ ചോദിക്കാം ഡോക്ടർ! ഇനി വരുന്ന ദിവസം എന്തായാലും ചോദിക്കാം...'

ഒരു ചെറിയ പെൺകുട്ടിയുടെ നിഷ്കളങ്കതയോടെ ഉള്ള അവളുടെ സംസാരം കേട്ട് സിബിക്ക് പാവം തോന്നി.

# അധ്യായം 8

**ക**ടും നീല നിറത്തിലുള്ള ഫ്രില്ല് വെച്ച ഒറ്റ ഫ്രോക്ക് അണിഞ്ഞ്, സ്വർണ്ണ കളർ മുടിയും കാപ്പിപ്പൊടി നിറമുള്ള കണ്ണുകളുമായി അവൾ തന്നെ ഉറ്റു നോക്കുന്നത് കാണുമ്പോൾ കഥകളിൽ എങ്ങോ കേട്ടു മറന്ന സിൻഡ്രല്ല രാജകുമാരിയെ ആണ് ഓർമ്മ വന്നത്...

'ഡോക്ടർ എന്താ ഇങ്ങനെ നോക്കുന്നത്?'

'ഒന്നുമില്ല! തന്നെ കണ്ടാൽ ഒരു യക്ഷിയുടെ യാതൊരുവിധ ലക്ഷണവും ഇല്ലല്ലോ എന്ന് ആലോചിക്കുകയായിരുന്നു...'

മുഖം കൂർപ്പിച്ചു പിടിച്ചുകൊണ്ട് റിയ പറഞ്ഞു.

'അതിന് ഞാൻ യക്ഷി അല്ലല്ലോ. എനിക്ക് പ്രേതബാധയുണ്ടായി പുറത്തിറങ്ങി നടക്കുകയാണ് എന്നാണോ ഡോക്ടറും വിശ്വസിക്കുന്നത്.'

താൻ പറഞ്ഞത് അവൾക്ക് വിഷമമായി എന്ന് സിബിക്ക് മനസ്സിലായി. അവൻ അലിവോടെ അവളുടെ അടുത്തേക്ക് നീങ്ങിയിരുന്നു കൊണ്ടു പറഞ്ഞു.

'തന്റെ ഭാഗത്ത് നിന്ന് നോക്കുമ്പോൾ താൻ പറയുന്നതാവാം ശരി. പക്ഷേ ഇങ്ങനെ ഒരു അവസ്ഥയിൽ പെരുമാറുന്ന ഒരു പെൺകുട്ടിയെ, അവളുടെ ഭാഗത്തുനിന്ന് ആളുകൾ ചിന്തിക്കില്ല. ഇതുപോലുള്ള നാട്ടുമ്പുറങ്ങളിൽ പ്രത്യേകിച്ച്. താനാദ്യം തന്റെ മനസ്സിനെ തന്റെ കൺട്രോളിൽ വരുത്തിക്കാൻ ശ്രമിക്കൂ. പിന്നെ ഒന്നും പേടിക്കാനില്ല.'

'എനിക്കും ആഗ്രഹമുണ്ട് ഡോക്ടർ. ഇതൊന്നും ഞാൻ മനഃപ്പൂർവ്വം ചെയ്യുന്നതല്ല.'

റിയയുടെ സ്വരം നേർത്തു വന്നു.

'സാരമില്ലെടോ. നമുക്ക് എല്ലാം ശരിയാക്കാം. താൻ ഒന്ന് ഉഷാറായി ഇരിക്ക്.'

'ഡോക്ടർ എന്നെ വിശ്വസിക്കുമോ?'

സിബി അവളുടെ കണ്ണുകളിലേക്ക് നോക്കി.ആ കാപ്പിപ്പൊടി കണ്ണുകളിൽ ഒരു ആശ്രയത്തിനു വേണ്ടിയുള്ള ആഗ്രഹമാണ് സിബി കണ്ടത്. തനിച്ചാക്കപ്പെട്ടവളുടെതുപോലെ വരണ്ട മിഴികൾ. അവൻ കൈനീട്ടി അവളുടെ കൈ പിടിച്ചുകൊണ്ടു പറഞ്ഞു.

'വിശ്വസിക്കുന്നു... 100% വിശ്വാസമാണ് തന്നെ.'

പിറ്റേന്ന് സിബി ഡ്യൂട്ടിയിൽ ആയിരുന്നു. ഓപ്പറേഷൻ ഒന്നുമില്ലാത്ത ദിവസം ആയതുകൊണ്ട് ഉച്ചയ്ക്ക് ശേഷം അധികം തിരക്കുണ്ടായിരുന്നില്ല. അവസാനത്തെ പേഷ്യന്റിനെ പരിശോധിച്ചു കൊണ്ടിരിക്കുമ്പോഴാണ് സിബിയുടെ ഫോൺ റിങ്ങ് ചെയ്തത്. പരിചയമില്ലാത്ത നമ്പർ ആയതുകൊണ്ട് ആദ്യത്തെ കോൾ അവൻ അവഗണിച്ചു. അഞ്ചു മിനിറ്റിനു ശേഷം ഫോൺ വീണ്ടും ബെല്ലടിച്ചതോടെ സിബി കൈ എത്തിച്ചു ഫോൺ എടുത്തു.

'ഡോക്ടറാണ് പറഞ്ഞോളൂ.'

'ഡോക്ടർ ഞാൻ മഠത്തിൽ നിന്ന് മരിയ സിസ്റ്റർ ആണ് വിളിക്കുന്നത്. അന്നമ്മ സിസ്റ്റർ പറഞ്ഞു ഡോക്ടർ ഫ്രീ ആയെങ്കിൽ ഒന്ന് ഇവിടെ വരെ വരാൻ കഴിയുമോ എന്ന് ചോദിക്കാൻ.'

'എന്താ സിസ്റ്റർ വിശേഷം?ആ കുട്ടിക്ക് പിന്നെയും എന്തെങ്കിലും പ്രശ്നം ഉണ്ടായോ?'

'അതല്ല ഡോക്ടർ, ആ കുട്ടിയുടെ അച്ഛനും അമ്മയും വന്നിട്ടുണ്ട്. അവർക്ക് ഡോക്ടറോട് ഒന്ന് സംസാരിച്ചാൽ കൊള്ളാമെന്നുണ്ട്. ഹോസ്പിറ്റലിൽ വന്നു കാണാൻ അവർക്ക് ബുദ്ധിമുട്ടുള്ളതുകൊണ്ടാണ്...'

സിബി വാച്ചിലേക്ക് നോക്കി. ഡ്യൂട്ടി ടൈം കഴിയാറായിരിക്കുന്നു. ഇനിയിപ്പോൾ എന്തായാലും വീട്ടിലേക്ക് പോവുകയാണ്. അവൻ വേഗം തന്നെ സിസ്റ്ററിന് മറുപടി കൊടുത്തു.

'ഒരു 10 മിനിറ്റിനുള്ളിൽ ഞാൻ ഇറങ്ങും സിസ്റ്റർ. നേരെ അങ്ങോട്ടേക്ക് എത്തി കൊള്ളാം.'

മഠത്തിന്റെ കോമ്പൗണ്ടിലേക്ക് കാർ കയറ്റി നിർത്തുമ്പോൾ അവിടെ പാർക്ക് ചെയ്തിരുന്ന ഓഡി കാർ കണ്ടപ്പോൾ തന്നെ സിബിയുടെ നെറ്റി ചുളിഞ്ഞു.

'ഞങ്ങൾ ഡോക്ടറെയും കാത്തിരിക്കുകയായിരുന്നു.'

പുറത്തേക്കിറങ്ങി വന്ന അന്നമ്മ സിസ്റ്റർ തന്നെയും കാത്തു നിൽക്കുകയായിരുന്നുവെന്ന് സിബിക്ക് മനസ്സിലായി. ഒരു പുഞ്ചിരിയോടെ തലയാട്ടി തനിക്കു പിറകെ വന്ന ഡോക്ടറോട് സിസ്റ്റർ പറഞ്ഞു.

'ഡോക്ടർ മറ്റൊന്നും ധരിക്കരുത്, ആ കുട്ടിയുടെ പേരന്റ്സിന് അങ്ങോട്ടേക്ക് വരാൻ ബുദ്ധിമുട്ടാണെന്ന് പറഞ്ഞതു കൊണ്ടാണ്.'

'അതു കുഴപ്പമില്ല! ഏതായാലും എന്റെ ഡ്യൂട്ടി ടൈം കഴിഞ്ഞിരുന്നു.'

'എത്ര വലിയവനായാലും മനഃസ്സമാധാനം ഇല്ലെങ്കിൽ എന്താ ചെയ്യുക ഡോക്ടറെ?'

തന്റെ മനസ്സിലെ സംശയം ചോദിക്കാൻ ആഞ്ഞ ഡോക്ടർ സിസ്റ്ററു

ടെ സംസാരം കേട്ട് നിശബ്ദനായി അവരെ അനുഗമിച്ചു.

പതിവ് സ്വീകരണ മുറിയിലേക്കല്ല തന്നെ അവർ കൊണ്ടുപോകുന്നതെന്ന് സിബി ശ്രദ്ധിച്ചു.

മഠത്തിന്റെ പുറകുവശത്ത് സിബി ഇതുവരെ കാണാത്ത ഒരു ഭാഗത്തേക്ക് ആയിരുന്നു അവർ അവനെ കൊണ്ടുപോയത്. ഉരുളൻ തൂണുകളാൽ ചുറ്റപ്പെട്ട മിനുസമുള്ള ഇരിപ്പിടങ്ങൾ നിറഞ്ഞ ഒരു മണ്ഡപം ആയിരുന്നു അത്.

അങ്ങോട്ടേക്ക് കയറി ചെല്ലുമ്പോൾ തന്നെയും പ്രതീക്ഷിച്ചിരിക്കുന്ന രണ്ടുപേരെ കണ്ട് സിബി അത്ഭുത സ്തബ്ധനായി.

എയ്ഞ്ചൽസ് ഗ്രൂപ്പ് ഓഫ് ഹോസ്പിറ്റൽസിന്റെ എം ഡി സാം സാറും ഭാര്യ സോണിയ മാമും.. ഒരു നിമിഷത്തെ പകപ്പിൽ നിന്നും ഉണർന്ന് അവൻ ചോദിച്ചു.

'സാർ എന്താണ് ഇവിടെ?'

ഒന്നും മനസ്സിലാവാതെ അവൻ മുഖം തിരിച്ച് അയാളുടെ അടുത്തു നിൽക്കുന്ന സോണിയ മാഡത്തെ നോക്കി ചോദിച്ചു.

'എന്താണ് മാം?എനിക്കൊന്നും മനസ്സിലാകുന്നില്ല.'

'ഡോക്ടർ ഇരിക്കൂ! ഞങ്ങൾക്ക് കുറച്ച് സംസാരിക്കാനുണ്ട്.'

കസേരയിലേക്ക് ഇരിക്കുന്നതിനിടയിൽ സിബി ഒന്ന് ചുറ്റും നോക്കി. അന്നമ്മ സിസ്റ്ററും മരിയ സിസ്റ്ററും മാത്രമേ ഇവിടെ തങ്ങളെ കൂടാതെ ഉള്ളൂ. എന്തോ രഹസ്യ സ്വഭാവമുള്ള ഒരു മീറ്റിംഗ് ആണിതെന്ന് സിബിക്ക് വ്യക്തമായിരുന്നു.

'ഡോക്ടർ, ഞങ്ങളാണ് റിയയുടെ മാതാപിതാക്കൾ. ഈയൊരു വിഷയം സംസാരിക്കാൻ ഹോസ്പിറ്റലിലേക്ക് വരാൻ കഴിയാത്തതും അതുകൊണ്ടുതന്നെയാണ്.'

സിബിക്ക് ആ വാക്കുകളെ വിശ്വസിക്കാൻ കഴിഞ്ഞില്ല. ഇന്ത്യ മുഴുവൻ പടർന്നു പന്തലിച്ചു കിടക്കുന്ന വലിയൊരു ബിസിനസ് സംരംഭത്തിന്റെ അവകാശിയാണോ ഈ കാട്ടുമൂലയിൽ വന്ന് ജീവിക്കുന്നത്?

അയാളുടെ കണ്ണുകളിലെ ചോദ്യഭാവം മനസ്സിലാക്കിക്കൊണ്ട് തുടർന്നു പറയുന്ന സാമിനെ തന്നെ സിബി ശ്രദ്ധിച്ചു.

'ഡോക്ടറോട് തുറന്നു പറയാമല്ലോ, ഏകദേശം മൂന്നു വർഷങ്ങൾക്കുമുൻപ് വരെ അവൾ ഒരു സാധാരണ പെൺകുട്ടിയായിരുന്നു. വളരെ മിടുക്കിയായി പഠനത്തിലും മറ്റു കലാസാഹിത്യ രംഗങ്ങളിലും നല്ല മികവ് പുലർത്തിയ കുട്ടി.

മൂന്നുവർഷങ്ങൾക്ക് മുൻപ് നാട്ടിൽ വന്ന സമയത്ത് അവൾക്ക് ഒരു ആക്സിഡന്റ് ഉണ്ടായി. അതിനുശേഷം ആണ് അവൾ ഇങ്ങനെയൊ

ക്കെ പ്രവർത്തിക്കുന്നത്.'

റിയയുടെ പാസ്റ്റിൽ ഇങ്ങനെ എന്തോ ഒന്ന് സിബി പ്രതീക്ഷിച്ചിരുന്നു അതുകൊണ്ടു തന്നെ അവനിൽ വലിയ ഞെട്ടൽ ഒന്നും ഉണ്ടായില്ല.

'ഡോക്ടർമാരുമായി ഡിസ്കസ് ചെയ്തില്ലേ സാർ?'

'ചെയ്തു, ഒന്നല്ല, ഒരു നൂറു പേരെങ്കിലും ഇതുവരെ അവളെ പരിശോധിച്ചിട്ടുണ്ടാവും. പക്ഷേ അവളുടെ പെരുമാറ്റത്തിന്റെ അടിസ്ഥാന കാരണം കണ്ടെത്തി അതു മാറ്റാൻ അവർക്ക് കഴിഞ്ഞില്ല.'

എല്ലാം കേട്ടുകൊണ്ടിരുന്ന സിബിയോട് തുടർന്ന് സംസാരിച്ചത് സോണിയ മാം ആയിരുന്നു.

'ഡോക്ടർക്ക് അറിയാമല്ലോ ചെന്നൈയിലെ സുധാകർ ഡോക്ടറാണ് അവസാനമായി അവളുടെ ഇഷ്ടപ്രകാരം എന്താണെന്ന് വെച്ചാൽ ചെയ്യാൻ അനുവദിക്കാൻ പറഞ്ഞത്. അതനുസരിച്ച് ഞങ്ങൾ അവളോട് എന്താണ് വേണ്ടതെന്ന് ചോദിച്ചപ്പോൾ, ഇവിടെ പഠിക്കണം എന്നാണ് അവൾ പറഞ്ഞത്.'

ലോകപ്രശസ്തനായ സൈക്യാട്രിസ്റ്റ് ആണ് സുധാകർ ഡോക്ടർ. അദ്ദേഹത്തെക്കുറിച്ച് സിബിയും ഒരുപാട് കേട്ടിട്ടുണ്ട്. ഒന്നോ രണ്ടോ പ്രാവശ്യം കണ്ടിട്ടുമുണ്ട്. നിശ്ശബ്ദനായിരിക്കുന്ന സിബിയോട് മാം തുടർന്നു.

'ഇവിടെ വന്നതിനു ശേഷവും കാര്യങ്ങൾ അതുപോലെ തന്നെയാണെന്ന് സിസ്റ്റർ രണ്ടുമൂന്നു പ്രാവശ്യമായി ഞങ്ങളെ വിളിച്ചു പറഞ്ഞിരുന്നു.'

'അപ്പോൾ റിയ അവിടെ വെച്ചു ഇറങ്ങി പോകാറുണ്ടായിരുന്നോ?'

'ഉണ്ടായിരുന്നു! ഒരിക്കലല്ല, പലപ്രാവശ്യം. അതനുസരിച്ചുള്ള ട്രീറ്റ്മെന്റ് ഞങ്ങൾ കൊടുത്തെങ്കിലും. ഉറക്ക ഗുളിക കഴിക്കുന്ന രാത്രികളിൽ മാത്രമേ അവൾ ഉറങ്ങാറുള്ളൂ. അതെന്തുകൊണ്ടാണെന്ന് ചോദിച്ചാൽ ചികിത്സിച്ച ഡോക്ടർമാർക്ക് ഒന്നും കൃത്യമായ ഒരു ഉത്തരമില്ല.'

സിബിക്ക് തോന്നിയത് അന്നത്തെ ആക്സിഡന്റിൽ ആ കുട്ടിയുടെ തലയ്ക്ക് കാര്യമായ എന്തെങ്കിലും ക്ഷതം പറ്റിയിട്ടുണ്ടാവും എന്നാണ്. അതുകൊണ്ടുതന്നെ അവനത് തുറന്നു ചോദിച്ചു.

'അന്നത്തെ ആക്സിഡന്റിൽ റിയയുടെ തലയ്ക്ക് പരിക്കു എന്തെങ്കിലും ഉണ്ടായിരുന്നോ?'

'ഉണ്ടായിരുന്നു. തലയിൽ ഒരു ഓപ്പറേഷൻ കൂടി വേണ്ടിവന്നു.'

'എങ്കിൽ പിന്നെ അതിന്റെ സൈഡ് എഫക്ട് ആവാം സാർ ഇത്, തലയിൽ വലിയ പരിക്കു പറ്റിയിട്ടുള്ള പലർക്കും പല രീതിയിലുള്ള ഹാല്യോസിനേഷൻ ഉണ്ടാവാറുണ്ട്. അതിലൊന്നാവാം ചിലപ്പോൾ ഇത്.'

'ശരിയാണ് ഡോക്ടർ. പരിശോധിച്ച എല്ലാവർക്കും അതേ അഭിപ്രായം തന്നെയാണ്, പക്ഷേ ഇതിനൊരു അവസാനം വേണ്ടേ? എത്രകാലമാണ് ഞങ്ങൾ ഇവൾക്ക് വേണ്ടി ഇങ്ങനെ ടെൻഷൻ അടിച്ച് ജീവിക്കുക?'

സിബിക്ക് അവരുടെ അവസ്ഥ മനസ്സിലാകുന്നുണ്ടായിരുന്നു. ഇതിനുമുമ്പ് വളരെ കുറച്ചു പ്രാവശ്യമേ സോണിയ മാഡത്തിനെ കണ്ടിട്ടുള്ളൂ. അന്ന് കണ്ടിരുന്ന പ്രസരിപ്പിന്റെ നൂറിലൊരംശം പോലും ഇല്ല ഇപ്പോൾ. ഒരുപാട് പരീക്ഷണങ്ങൾ ഏറ്റുവാങ്ങി തളർന്ന ഒരാളുടെ മുഖം പോലുണ്ട്.'

ഇത്രയും സമയം സംസാരം കേട്ട് നിശ്ശബ്ദയായിരുന്ന സിസ്റ്റർ അന്നമ്മ പറഞ്ഞു.

'ഇവിടെ ഞങ്ങൾ കൗൺസിലിംഗ് തുടരുന്നുണ്ട്. ആ ഡോക്ടറും പറഞ്ഞത് സ്വപ്നാടനം പോലെ മറ്റെന്തോ ഒന്ന് എന്നാണ്.'

'റിയ എവിടെ സിസ്റ്റർ?'

സിബി അപ്പോഴാണ് റിയ അവിടെ ഒന്നുമില്ല എന്ന് ശ്രദ്ധിച്ചത്. അവന്റെ ചോദ്യത്തിന് ഉത്തരമായി സിസ്റ്റർ പറഞ്ഞു.

'അവൾ മുറിയിൽ ഉണ്ട്.'

എന്തോ പറയാനാഞ്ഞ സിസ്റ്ററെ തടഞ്ഞുകൊണ്ട് സാം സംസാരിച്ചു തുടങ്ങി.

'അതിനാണ് ഞങ്ങൾ ഡോക്ടറെ വിളിപ്പിച്ചത്, കൊണ്ടുപോയിട്ട് പ്രത്യേകിച്ച് കാര്യമൊന്നുമില്ല എന്നറിയാം, എങ്കിലും അവളെ ഞങ്ങൾ തിരിച്ചു കൊണ്ടുപോകാം എന്ന് വിചാരിക്കുന്നു. പക്ഷേ രാവിലെ മുതൽ സംസാരിച്ചിട്ടും അവൾ സമ്മതിക്കുന്നില്ല. ഇവിടെ നിന്ന് എങ്ങോട്ടും വരില്ല എന്നാണ് പറയുന്നത്.'

'അപ്പോൾ പിന്നെ എങ്ങനെയാണ് സാർ?'

'എനിക്കറിയില്ല ഡോക്ടർ! ഒരു മാനസികാരോഗ്യ ആശുപത്രിയിൽ അവളെ കൊണ്ടുപോയി അഡ്മിറ്റ് ചെയ്യുക വളരെ എളുപ്പമാണ്. പക്ഷേ അതിനെ തുടർന്നുണ്ടാവുന്ന വാർത്തകൾ, അത് തരണം ചെയ്യാനുള്ള ശേഷി ഒരു പക്ഷേ ഞങ്ങളുടെ കുടുംബത്തിനുണ്ടായെന്നു വരില്ല.'

അവരുടെ അവസ്ഥ സിബിക്ക് മനസ്സിലാവുന്നുണ്ടായിരുന്നു. പക്ഷേ ഇതിൽ തന്റെ റോൾ എന്താണെന്ന് ഇനിയും വ്യക്തമായില്ല.

'ഞാനെന്താണ് സാർ ചെയ്യേണ്ടത്?'

'മറ്റൊന്നുമല്ല! സിബി അവളോട് ഒന്ന് സംസാരിക്കണം. ഞങ്ങളോടൊപ്പം വരാൻ പറയണം. പിജി കഴിഞ്ഞ കുട്ടിയാണ്. അവൾക്കിനി ഇവിടെ ഒരു കോഴ്സിന്റെ ആവശ്യം സത്യത്തിൽ ഇല്ല. എന്നിട്ടും അവളുടെ നിർബന്ധപ്രകാരമാണ് ഞങ്ങൾ ഇവിടേക്ക് മാറ്റിയത്. എന്തെങ്കിലും ഒ

രു മാറ്റം ഉണ്ടാവുമെങ്കിൽ അത് നല്ലതാണല്ലോ എന്നു കരുതി.. പക്ഷേ സംഗതികൾ ഇത്രയേറെ വഷളായി കൊണ്ടിരിക്കുന്ന സാഹചര്യത്തിൽ അവളെ തിരിച്ചുകൊണ്ടു പോവുക അല്ലാതെ മറ്റൊരു മാർഗ്ഗമില്ല.'

കുറച്ചുസമയം ചിന്തിച്ചിരുന്ന ശേഷം സിബി സിസ്റ്ററോട് ചോദിച്ചു.

'റിയ എവിടെയാണ് സിസ്റ്റർ? ഞാനൊന്ന് സംസാരിച്ചു നോക്കട്ടെ.'

'അവൾ മുറിയിലുണ്ട് ഡോക്ടർ ചെന്നോളൂ.'

സിബി കടന്നു ചെല്ലുമ്പോൾ റിയ ജനലരികിൽ എന്തോ ആലോചിച്ചുകൊണ്ട് പുറത്തേക്ക് നോക്കി നിൽക്കുകയായിരുന്നു. ഇന്നലെ കണ്ട അതേ ഉടുപ്പിൽ തന്നെയായിരുന്നു അവൾ. കുളിക്കുകയോ വസ്ത്രം മാറുകയോ ചെയ്തിട്ടില്ല. ആകെ തൂങ്ങി പിടിച്ചു മന്ദത ബാധിച്ച നിൽപ്പ്.

താൻ തൊട്ടടുത്തെത്തിയിട്ടും അവൾ അറിയുന്നില്ലെന്ന് സിബിക്ക് തോന്നി. അവൻ പതുക്കെ മുരടനക്കി കൊണ്ട് വിളിച്ചു.

'റിയ... താൻ ഇന്ന് കുളിച്ചില്ലേ? എന്തൊരു കോലമാണെടോ ഇത്? ഇന്ന് ക്ലാസ് ഇല്ലായിരുന്നോ?'

ഉറക്കത്തിൽ എന്നപോലെ റിയ മുഖം തിരിച്ച് സിബിയെ നോക്കി.അവൾ നന്നേ ക്ഷീണിതയാണെന്ന് അവൻ വേദനയോടെ കണ്ടു.കുറച്ചുകൂടി അടുത്തേക്ക് ചെന്ന് അവളുടെ ചുമലിൽ തൊട്ടുകൊണ്ട് അവൻ പറഞ്ഞു.

'താൻ എന്താ ഇങ്ങനെ ആലോചിക്കുന്നത്? പപ്പയും അമ്മയും വന്നത് കണ്ടില്ലേ? വേഗം റെഡിയാകൂ! തനിക്ക് അവരുടെ കൂടെ പോകണ്ടേ?'

രണ്ടുമൂന്നു നിമിഷം അവനെത്തന്നെ നോക്കി നിന്ന റിയ പെട്ടെന്നാണ് സിബിയുടെ നെഞ്ചിലേക്ക് വീണ് അവനെ ചുറ്റി പിടിച്ചത്.

ആകെ അന്ധാളിച്ചു പോയ സിബി ഒന്ന് പുറകിലേക്ക് മാറാൻ ശ്രമിച്ചെങ്കിലും അവൾ ഇറുകെ പിടിച്ചതുകൊണ്ട് അവന് പിടുത്തം വിടുവിക്കാൻ കഴിഞ്ഞില്ല.

'റിയ എന്താണിത്? താൻ കോൺഷ്യസ് അല്ലേ? എന്താ പറ്റിയത്?'

'എന്നെ വിടണ്ട ഡോക്ടർ! എനിക്ക് പോകണ്ട. ഞാൻ പറയുന്നത് ഒന്നു മനസ്സിലാക്കൂ...'

സിബിയുടെ നെഞ്ചിൽ നിന്നും മുഖം ഉയർത്താതെയാണ് അവൾ പിറുപിറുത്തു കൊണ്ടിരുന്നത്. രണ്ടുമൂന്നു പ്രാവശ്യം അവളെ പിടിച്ചു മാറ്റാൻ ശ്രമിച്ചെങ്കിലും

ഒരു വിധത്തിലും അവൾ നെഞ്ചിൽ നിന്നും അടർന്നു മാറില്ലെന്നു മനസ്സിലായ സിബി പതുക്കെ അവളുടെ ചുമലിൽ തട്ടിക്കൊണ്ടു പറഞ്ഞു.

'ഓക്കേ... ഓക്കേ... കൂൾ.. പോകുന്നില്ലെങ്കിൽ പോകണ്ട. പക്ഷേ എന്നോട് പറയൂ എന്താണ് കാര്യം?'

ആശ്വാസമുള്ള ഏതോ വാക്കു കേട്ടതുപോലെ റിയ പതുക്കെ അവന്റെ നെഞ്ചിൽ നിന്നും മുഖമുയർത്തി സിബിയെ നോക്കി. ഒന്നു പുഞ്ചിരിച്ച് അവളുടെ കവിളിൽ തട്ടി കൊണ്ട് അവൻ ചോദിച്ചു.

'പറ..! എന്തുകൊണ്ടാണ് പേരന്റ്സിന്റെ കൂടെ പോകുന്നില്ല എന്ന് പറഞ്ഞത്?.'

'അത്... ഇവിടെ വന്നതിനുശേഷം ആണ് ഡോക്ടർ ഞാൻ ഉറങ്ങുന്നത്... അവിടെയുള്ള എല്ലാ ദിവസവും രാത്രി അവൾ കരഞ്ഞു കൊണ്ടേയിരിക്കും. എനിക്കു ചെവിയിൽ സദാസമയവും അവളുടെ കരച്ചിൽ വന്നു അലച്ചു കൊണ്ടിരിക്കുന്നത് കാരണം ഉറങ്ങാൻ കഴിയില്ല.'

'ഇവിടെ വന്നതിനുശേഷം അവൾ കരയാറില്ലേ?'

'ഇല്ല ഡോക്ടർ! അവളെന്നെ ഇത്രയും ദിവസം ഇങ്ങോട്ടേക്കാണ് വിളിച്ചു കൊണ്ടിരുന്നത്. ഞാനിവിടെ എത്തിയപ്പോൾ അവൾ കരച്ചിൽ നിർത്തി. എന്റെ കൂടെ ഇരിക്കണം, എന്നല്ലാതെ വേറൊന്നും പറഞ്ഞെന്നെ ശല്യപ്പെടുത്താറില്ല ഇപ്പോൾ.'

എന്താണ് പറയേണ്ടത് എന്നറിയാതെ അവളെത്തന്നെ ഉറ്റു നോക്കി നിൽക്കുന്ന സിബിയോട് അവൾ തുടർന്നു പറഞ്ഞു.

'ചെന്നൈയിലേക്ക് തിരിച്ചു പോയാൽ എനിക്ക് ഭ്രാന്ത് പിടിക്കും ഡോക്ടർ. അവിടെ രാവും പകലും ഞാൻ തനിച്ചാണ്. പപ്പയും മമ്മിയും എപ്പോഴും തിരക്കിലാണ്. അതിനിടയിൽ അവളുടെ കരച്ചിലും ശല്യപ്പെടുത്തലും കൂടി വരുമ്പോൾ എനിക്ക് എന്നെ തന്നെ നഷ്ടപ്പെടും. പലപ്പോഴും ഞാൻ എന്താണ് ചെയ്യുന്നത് എന്ന് എനിക്ക് ഓർമ്മയുണ്ടാവാറില്ല.'

തന്നെത്തന്നെ ഉറ്റുനോക്കി പറഞ്ഞുകൊണ്ടിരിക്കുന്ന റിയയുടെ കണ്ണുകളിൽ നീർ തുളുമ്പി വരുന്നത് സിബി കാണുന്നുണ്ടായിരുന്നു. അവന് അവളോട് സഹതാപം തോന്നി. പണക്കാരുടെ വീട്ടിലെ കുട്ടികളുടെ അവസ്ഥ പലപ്പോഴും ഇതൊക്കെ തന്നെ.

'എന്നെ വിടല്ലേ ഡോക്ടർ! ഞാനിവിടെ ഒതുങ്ങി നിന്നോളാം.. വേറെ പ്രശ്നങ്ങൾ ഒന്നും ഉണ്ടാക്കില്ല...'

വിതുമ്പുന്ന ചുണ്ടുകളോടെ സംസാരിച്ചുകൊണ്ടിരിക്കുന്ന അവളുടെ കവിളിലേക്ക് ഇറ്റ് വീണ കണ്ണീർത്തുള്ളിയെ സിബി അറിയാതെ കൈ ഉയർത്തി തുടച്ചു കളഞ്ഞു.

# അധ്യായം 9

**'ഡോ**ക്ടർ എന്താണീ പറയുന്നത്?അവളുടെ വാക്കുകൾ വിശ്വസിച്ച് അവളെ ഇവിടെ ഉപേക്ഷിച്ചു പോകാൻ സത്യത്തിൽ ഞങ്ങൾക്ക് ധൈര്യമില്ല.'

'എല്ലാമറിയുന്ന ഡോക്ടർ തന്നെ ഇങ്ങനെ പറയുന്നതിലാണ് എനിക്ക് അത്ഭുതം!'

റിയയുടെ തീരുമാനം അവളുടെ മാതാപിതാക്കളെ അറിയിച്ചപ്പോൾ സിബി പ്രതീക്ഷിച്ചത് പോലെ തന്നെ അവർക്കു രണ്ടുപേർക്കും അത് അംഗീകരിക്കാനായില്ല.

'ഡോക്ടർ തന്നെ പറയൂ! എങ്ങനെയാണ് ഞങ്ങൾ അവളെ ഇവിടെ ത്തന്നെ ഏൽപ്പിച്ചു മടങ്ങുക? ഇപ്പോൾ തന്നെ സിസ്റ്റർമാരെ കൊണ്ട് കഴിയുന്നില്ല.. അവളുടെ നിർബന്ധത്തിന് ഇവിടേക്ക് അയക്കുന്ന കാര്യം പറഞ്ഞപ്പോൾ എനിക്ക് തീരെ താല്പര്യം ഉണ്ടായിരുന്നില്ല. പക്ഷേ ഇവൾക്കായിരുന്നു നിർബന്ധം, ഇഷ്ടത്തിനനുസരിച്ച് പ്രവർത്തിക്കാൻ കഴിഞ്ഞാൽ മാറ്റങ്ങൾ ഉണ്ടാകുമെന്ന് ഇവളും വിശ്വസിച്ചു.'

'സാറിന്റെ വികാരം ഞാൻ മനസ്സിലാക്കുന്നു പക്ഷേ, ഇവിടെ നമ്മൾ ഒന്നും ശ്രദ്ധിക്കാത്ത മറ്റൊരു കാര്യം കൂടി നടന്നിട്ടുണ്ട്. റിയയോട് സംസാരിച്ചപ്പോഴാണ് ഞാനും അത് മനസ്സിലാക്കിയത്.'

സിബിയുടെ സംസാരം കേട്ട് ആകാംക്ഷയോടെ സോണിയ മാം മുന്നോട്ടേക്ക് വന്നു ചോദിച്ചു.

'എന്താണ് ഡോക്ടർ?'

'മറ്റൊന്നുമല്ല മാഡം. റിയ പറഞ്ഞത് ഇവിടെ വന്നതിനുശേഷം അവൾക്ക് ഉറങ്ങാൻ കഴിയുന്നുണ്ട് എന്നാണ്, അവളെ എന്തോ ഒന്ന് ഇങ്ങോട്ടേക്ക് ആകർഷിച്ചുകൊണ്ടിരിക്കുകയായിരുന്നു ഇത്രയും കാലം. ഇപ്പോൾ അതിനൊരു അവസാനം വന്നതായിട്ടാണ് അവൾക്ക് തോന്നുന്നത്. ഈയൊരു സമയത്ത് കൃത്യമായി അവളുടെ ചിന്തകളെ നമ്മൾ ഉപയോഗിച്ചാൽ ഇതുവരെയുള്ള എല്ലാ പ്രശ്നങ്ങൾക്കും ഒരു അവസാനം കാണാൻ നമുക്ക് കഴിഞ്ഞേക്കും എന്നാണ് എന്റെ വിശ്വാസം.'

കുറച്ചു സമയത്തെ നിശ്ശബ്ദതയ്ക്ക് ശേഷം സാം ആണ് സംസാരിച്ചത്.

'ഡോക്ടർ പറയുന്നത് ഞാൻ മനസ്സിലാക്കുന്നു. ഞങ്ങൾ അവളെ ഇവിടെ തന്നെ ഏൽപ്പിച്ചു പോകാം. പക്ഷേ എന്തെങ്കിലും അത്യാഹിതം സംഭവിച്ചാൽ?'

'അത് നിങ്ങൾ കൊണ്ടുപോയാലും സംഭവിക്കുമല്ലോ സാർ? സാറിന് ഉറപ്പുണ്ടോ അവിടെ എത്തിയാൽ ഒരു അത്യാഹിതവും സംഭവിക്കില്ലെന്ന്?'

സിബിയുടെ ചോദ്യത്തിന് മറുപടിയില്ലാതെ സാം സാർ ഭാര്യയെ നോക്കി. അവർക്കും എന്താണ് പറയേണ്ടത് എന്ന് അറിയില്ലായിരുന്നു. കുറച്ചുനിമിഷങ്ങൾ നിശ്ശബ്ദമായി കടന്നുപോയി.

'ശരി! അങ്ങനെയെങ്കിൽ അവളുടെ ഇനിയുള്ള ട്രീറ്റ്മെന്റ് ഡോക്ടറുടെ കൂടി മേൽനോട്ടത്തിൽ മതി. ഡോക്ടർ ആവുമ്പോൾ ഇവിടെ അടുത്തു തന്നെ ഉണ്ടല്ലോ.'

കേട്ടുനിന്ന സോണിയ മാഡവും അത് ശരി വെച്ച് സിബിയെ തന്നെ നോക്കി നിന്നു.

'ഞാൻ ചെയ്യാം സർ! അതിനു മുൻപ് എനിക്ക് ആ കുട്ടിയോട് ഒന്നു കൂടി സംസാരിക്കണം.'

സിബി അകത്തേക്ക് ചെല്ലുമ്പോൾ റിയ കുളി കഴിഞ്ഞ് മുടി ഉണക്കുകയായിരുന്നു. വാതിലിൽ ചെറുതായി തട്ടി അവൻ അകത്തേക്ക് പ്രവേശിച്ചപ്പോൾ അവൾ ഡ്രയർ മാറ്റിവെച്ച് ചുമരിൽ ചാരി കൈ കെട്ടി നിന്നു.സിബി തന്നോട് എന്തോ കാര്യമായി സംസാരിക്കാനാണ് വന്നതെന്ന് അവൾക്ക് ഊഹിക്കാമായിരുന്നു. ജനലരികിൽ ഉള്ള ഒരു കസേരയിൽ വന്നിരുന്ന ശേഷം അവൻ റിയയോട് പറഞ്ഞു.

'താൻ ഇവിടെ ഇരിക്കൂ!.. തന്റെ പേരന്റ്സ് തന്നെ ഇവിടെ തന്നെ തുടരാൻ അനുവദിക്കണമെങ്കിൽ ഞാൻ പറയുന്നതുപോലെ പ്രവർത്തിക്കേണ്ടി വരും. തന്റെ റിസ്ക് ഞാൻ ഏറ്റെടുക്കാമെങ്കിൽ മാത്രമേ അവർ തന്നെ ഇവിടെ തുടരാൻ അനുവദിക്കുകയുള്ളൂ എന്നാണ് പറഞ്ഞത്.'

സന്തോഷമുള്ള ഒരു വാർത്ത കേട്ടതിന്റെ ആഹ്ലാദം അവൾ മുഖമുയർത്തിയപ്പോൾ കണ്ണുകളിൽ ദൃശ്യമായിരുന്നു.

'ഡോക്ടർ പറഞ്ഞോളൂ. ഞാൻ എന്താണ് ചെയ്യേണ്ടത്?'

' ആദ്യം താൻ ഇവിടെ വന്നിരിക്കൂ. ഞാൻ പറയാം.'

തന്റെ മുന്നിൽ വന്നിരുന്ന റിയയുടെ കണ്ണുകളിലേക്ക് നോക്കി സിബി തുടർന്ന് പറഞ്ഞു.

'ഒരാഴ്ച... ഒരേ ഒരാഴ്ച ഞാൻ തനിക്ക് സമയം തരാം. അതിനുള്ളിൽ ആ പെൺകുട്ടി എന്തിനാണ് തന്നെ കാണാൻ വരുന്നത് എന്ന് ചോദിച്ചു മനസ്സിലാക്കണം.'

'ഞാൻ പറഞ്ഞല്ലോ ഡോക്ടർ ഞാൻ ശ്രമിക്കാം.'

'ശ്രമിച്ചാൽ മാത്രം പോരാ റിയാ... കാര്യം നടക്കണം. താൻ പറയുന്നതാണ് സത്യമെങ്കിൽ ആ കുട്ടിക്ക് തന്നോട് എന്തോ പറയാനുണ്ട്, താൻ എന്നോട് പറഞ്ഞതൊക്കെ സത്യമല്ലേ?'

'അതെ  ഡോക്ടർ! ഞാൻ കളവു പറഞ്ഞിട്ടില്ല.'

'ശരി! തന്നെ ഞാൻ വിശ്വസിക്കുന്നു. അതുകൊണ്ട് കൂടിയാണ് തന്റെ ഉത്തരവാദിത്വം ഞാൻ ഏറ്റെടുക്കാം എന്ന്  സമ്മതിച്ചത്. അപ്പോൾ അതിനൊരു സൊല്യൂഷൻ കണ്ടെത്തേണ്ടതും എന്റെ ഉത്തരവാദിത്വമാണ്.'

ഒന്നും മിണ്ടാതെ തന്നെ ഉറ്റു നോക്കിയിരിക്കുന്ന അവളെ കണ്ടപ്പോൾ സിബിക്ക് പാവം തോന്നി. അവൻ കുറച്ചു മുന്നോട്ടു നീങ്ങിയിരുന്നു കൊണ്ട് റിയയോട് പറഞ്ഞു.

'ഒരുപക്ഷേ തന്നോട് എന്തെങ്കിലും സഹായം ചോദിക്കാനാവും ആ കുട്ടി കാത്തു നിൽക്കുന്നത്. അവൾ ഇനി വരുമ്പോൾ മനസ്സിനെ കോൺസൻട്രേറ്റ് ചെയ്തു ധൈര്യം സംഭരിച്ച് ചോദിക്കണം. തന്നെ ഉപദ്രവിക്കുകയായിരുന്നു ലക്ഷ്യമെങ്കിൽ ഇതിനു മുൻപേ തന്നെ ആവാമായിരുന്നു എന്ന്'

തന്നെത്തന്നെ നോക്കി ആലോചിച്ചിരിക്കുന്ന റിയയുടെ കണ്ണുകളിലേക്ക് ഒന്നുകൂടി ചൂഴ്ന്നു നോക്കിക്കൊണ്ട് സിബി പറഞ്ഞു.

'ഇത് തന്റെ അവസാനത്തെ അവസരമാണ്. ഇനിയും ഇത് ഇങ്ങനെ തന്നെ നീണ്ടുപോയാൽ മറ്റുള്ളവരുടെ കണ്ണിൽ താനൊരു മുഴുഭ്രാന്തി ആയി മാറും. ഇപ്പോൾ തന്നെ താൻ ഒരു രോഗിയാണെന്ന മട്ടിലാണ് എല്ലാവരും കാണുന്നത്.'

അവളുടെ കണ്ണുകളിലെ പിടച്ചിൽ സിബി വ്യക്തമായി കണ്ടു.അവൻ കൈകൾ ഉയർത്തി അവളുടെ കവിളിൽ ഒന്ന് തട്ടിക്കൊണ്ടു പറഞ്ഞു.

'പുറത്തേക്ക് വരൂ.. തന്റെ പേരന്റ്സ് പോകാനായി കാത്തുനിൽക്കുന്നു.'

സിബിയും റിയയും ഇറങ്ങി ചെന്നതിനു ശേഷമാണ് സോണിയ മാഡവും സാം സാറും പോകാൻ ഇറങ്ങിയത്. കാറിൽ കയറുന്നതിനു മുൻപായി സോണിയ മാഡം മകളെ കെട്ടിപ്പുണർന്ന് എന്തൊക്കെയോ നിർദ്ദേശങ്ങൾ നൽകുന്നത് സിബി ചെറു ചിരിയോടെ നോക്കി നിന്നു.

തൊട്ടരികിൽ നിൽക്കുന്ന അന്നമ്മ സിസ്റ്ററോട് സ്വരംതാഴ്ത്തി സിബി പറഞ്ഞു.

'ഇന്ന് രാത്രി റിയയെ പൂട്ടിയിടേണ്ട സിസ്റ്റർ. അവൾ ഇറങ്ങി പോകട്ടെ, ഞാൻ നോക്കിക്കോളാം.'

'എന്തെങ്കിലും പ്രശ്നം ആകുമോ ഡോക്ടർ?'

'ഒരു പ്രശ്നവുമില്ല! ഞാൻ ശ്രദ്ധിച്ചു കൊള്ളാം...' എന്നു പറഞ്ഞു കൊണ്ട് കാർ കടന്നുപോയ പുറകെ സിബിയും ഇറങ്ങി വീട്ടിലേക്ക് പോയി.

ചെന്ന ഉടനെ തന്നെ സിബി കുളിച്ചു ഭക്ഷണം കഴിച്ച് ഉറങ്ങാൻ കിടന്നു. കൃത്യം 11:00 മണിക്ക് അലാറം വെച്ചിട്ടാണ് കിടന്നത്. അർദ്ധരാത്രിയോടെയാണ് എല്ലാ പ്രാവശ്യവും റിയ ഇറങ്ങിപ്പോകുന്നതെന്ന് അവനറിയാമായിരുന്നു.

മെസ്സിൽ നിന്നും ഭക്ഷണം കഴിച്ചു റൂമിലേക്ക് വന്ന് കിടക്കുമ്പോൾ സിസ്റ്റർ തന്നെ പിന്തുടരുന്നില്ല,എന്ന കാര്യം റിയ ശ്രദ്ധിച്ചിരുന്നു. ഇന്ന് മുറിയും പുറത്തുനിന്ന് പൂട്ടിയിട്ടില്ല.കുരിശു വരച്ച് കിടക്കുമ്പോൾ ഡോക്ടർ പറഞ്ഞ കാര്യങ്ങളായിരുന്നു അവളുടെ മനസ്സിൽ. ജപമാല ചൊല്ലിക്കൊണ്ട് റിയ അറിയാതെ ഉറക്കത്തിലേക്ക് വീണുപോയി...

അലാറത്തിന്റെ ശബ്ദം കേട്ടാണ് ഗാഢനിദ്രയിൽ നിന്നും സിബി ഞെട്ടി ഉണർന്നത്. സമയം നോക്കിയശേഷം അവൻ എഴുന്നേറ്റ് ഒന്നു ഫ്രഷായി വസ്ത്രം മാറി ബാൽക്കണിയിൽ വന്നിരുന്നു.

ഇതൊരു വനമേഖല ആയത് കൊണ്ടാവും ഡിസംബറിലെ മഞ്ഞ് ഇനിയും വിട്ടു പോയിട്ടില്ല. നല്ല കൂരിരുട്ടാണ്. മഠത്തിന്റെ മതിലിലെ വലിയ ബൾബിനു ചുറ്റും മൂടൽമഞ്ഞ് വന്നു നിറഞ്ഞു കൊണ്ടിരിക്കുന്നു. ഉറക്കം വന്നടഞ്ഞു പോകുന്ന കൺപോളകളെ വലിച്ചു തുറന്നു കൊണ്ട് അവൻ ആ വെളിച്ചത്തിലേക്ക് തന്നെ നോക്കിയിരുന്നു.

'റിയ എഴുന്നേൽക്ക്... വാ പോകാം...'

ആ ശബ്ദം കാതിൽ വീണപ്പോൾ റിയയുടെ ശരീരം കോരിത്തരിച്ചു. കാത്തുനിന്ന നിമിഷം. അവൾ കണ്ണുകളടച്ച് ദീർഘശ്വാസം വലിച്ചുവിട്ടു ഒന്നുകൂടി സിബിയുടെ വാക്കുകൾ ഓർമ്മിച്ചു.

'എഴുന്നേൽക്കൂ റിയ... നമുക്ക് പോകാം...'

റിയ പതുക്കെ ബെഡിൽ എഴുന്നേറ്റിരുന്നു.

കാൽക്കൽ അവൾ ഇരിക്കുന്നുണ്ട്. ആ നിഴൽ കണ്ണിൽ പെട്ടതോടെ അവൾ ഒരു സ്വപ്നത്തിലേക്ക് വഴുതി വീഴുന്നത് പോലെ തോന്നി.

സ്വയം അറിയാതെ എന്നപോലെ റിയ എഴുന്നേറ്റു സ്കൂട്ടറിന്റെ ചാവി

യെടുത്ത് വാതിൽ തുറന്നു പുറത്തേക്ക് നടന്നു. ശബ്ദമുണ്ടാക്കാതെ, ചാരിയ ഗേറ്റ് തുറന്നു വച്ചവൾ സ്കൂട്ടർ പുറത്തേക്ക് തള്ളി ഇറക്കുന്നത് മുകളിലിരുന്ന് സിബി വ്യക്തമായി കണ്ടു. പിടഞ്ഞെഴുന്നേറ്റ അവൻ താഴെ വന്ന് കാറെടുത്ത് അവൾക്ക് പുറകെ വരുമ്പോഴേക്കും റിയ കണ്ണിൽ നിന്നും മറഞ്ഞു കഴിഞ്ഞിരുന്നു.

അവൾ എവിടേക്കാണ് പോകുന്നതെന്ന് വ്യക്തമായി അറിയാവുന്നതുകൊണ്ട് സിബിക്ക് പരിഭ്രമം ഒന്നുമുണ്ടായില്ല.

സ്കൂൾ ഗ്രൗണ്ടിലേക്ക് കയറിയതോടെ അവൻ വാഹനത്തിന്റെ ലൈറ്റുകൾ അണച്ചു കൊണ്ട് പതുക്കെ അസ്ഥിക്കുഴിയുടെ ഭാഗത്തേക്ക് നീങ്ങി.

പ്രതീക്ഷിച്ചതു പോലെ തന്നെ അസ്ഥിക്കുഴിയുടെ മതിലിനപ്പുറത്ത് റിയയുടെ സ്കൂട്ടർ നിർത്തിയിട്ടിട്ടുണ്ടായിരുന്നു. കാർ അവിടെ പാർക്ക് ചെയ്തതിനുശേഷം സിബി സെമിത്തേരിക്കു നേരെ നടന്നു.

റിയ ഒരു സ്വപ്നലോകത്തായിരുന്നു. താനും ആ പേരറിയാത്ത പെൺകുട്ടിയും കൂടി കൈകോർത്ത് പിടിച്ച് നടക്കുകയാണ്.

അവൾ ഒരുപാട് വിഷമത്തോടെ എന്തൊക്കെയോ പറയുന്നുണ്ട്. പക്ഷേ തനിക്ക് വാക്കുകൾ വ്യക്തമാകുന്നില്ല.

റിയ കണ്ണുകൾ അടച്ച് ശ്വാസം വലിച്ചു വിട്ടുകൊണ്ട് സിബിയുടെ വാക്കുകൾ ആലോചിച്ചു.

'ഇതാണ് അവസാനത്തെ അവസരം. ഇനിയും ഇതിൽ ഒരു തീരുമാനമായില്ലെങ്കിൽ വെറുമൊരുഭ്രാന്തി എന്ന പേരിൽ അവസാനിക്കും തന്റെ ജീവിതം.'

മനസ്സിനെ ഏകാഗ്രമാക്കുവാൻ പരമാവധി ശ്രമിച്ചുകൊണ്ട് അവൾ കണ്ണുതുറന്ന് ചുറ്റും നോക്കി. അല്ല... ഇതൊരു സ്വപ്നമല്ല... അവൾ തന്റെ തൊട്ടടുത്ത് തന്നെയുണ്ട്...

ഭംഗിയുള്ള വലിയ കണ്ണുകളോട് കൂടിയ ഒരുപാട് കല്ലുകൾ വച്ച മൂക്കുത്തി അണിഞ്ഞ ഒരു സുന്ദരിയായ പെൺകുട്ടി.

റിയ ഒന്നുകൂടി ദീർഘശ്വാസം എടുത്തു കൊണ്ട് അവളെ തന്നെ നോക്കി.

ഇല്ല... അവളുടെ മുഖത്ത് തന്നോട് വെറുപ്പല്ല ഉള്ളത്... സങ്കടത്തോടെയാണ് അവൾ എന്തൊക്കെയോ പറയുന്നത്. ധൈര്യപൂർവ്വം ആ പെൺകുട്ടിയുടെ മുഖത്തേക്ക് നോക്കി റിയ ചോദിച്ചു.

'എന്താ വേണ്ടത്? ഞാനെന്താണ് ചെയ്തു തരേണ്ടത്?'

സംസാരിച്ചുകൊണ്ടിരുന്ന ആ പെൺകുട്ടി പെട്ടെന്ന് നിശ്ശബ്ദയായി

അവളെത്തന്നെ നോക്കി നിൽക്കുന്നത് കണ്ടപ്പോൾ റിയക്ക് ഉള്ളിൽ ചെറിയ ഭയം തോന്നി. എങ്കിലും, ഡോക്ടറുടെ വാക്കുകൾ അവളുടെ ഉള്ളിൽ അപ്പോഴും ധൈര്യം പകരുന്നുണ്ടായിരുന്നു.

സകല ശക്തിയും സംഭരിച്ച് റിയ ഒന്നുകൂടി ചോദിച്ചു.

'പറയൂ! ഞാൻ സഹായിക്കാം. എന്താണ് വേണ്ടത് നിങ്ങൾക്ക്..?'

അതുകേട്ടപ്പോൾ ആ പെൺകുട്ടിയുടെ കണ്ണുകൾ വന്യമായി തിളങ്ങുന്നത് റിയ കണ്ടു. അവളെ തന്നെ നോക്കിക്കൊണ്ട് ആ പെൺകുട്ടി മന്ത്രിക്കുന്നതുപോലെ പറഞ്ഞു.

'ഞങ്ങളെ ഇവിടെ എവിടെയോ നിങ്ങൾ കുഴിച്ചിട്ടില്ലേ? കണ്ടുപിടിച്ചു താ.. ഞങ്ങൾ പൊയ്ക്കോളാം.'

റിയക്ക് ചെവിക്കുഴിയിൽ നിന്നും ഒരു തരിപ്പ് പടർന്ന് ശരീരമാകെ വ്യാപിക്കുന്നത് പോലെ തോന്നി. ആ പെൺകുട്ടി എന്താണ് പറഞ്ഞതെന്ന് അവൾ ഒന്നുകൂടി ആലോചിച്ചു നോക്കി

'ഞങ്ങൾ... എന്നല്ലേ അവൾ പറഞ്ഞത്?

അപ്പോൾ അവൾ തനിച്ചല്ലേ വന്നത്?

മരിച്ചാൽ അല്ലേ കുഴിച്ചിടുക..?

കുഴിച്ചിട്ടിട്ടുണ്ട് എന്ന് തന്നെയല്ലേ

അവൾ പറഞ്ഞത്?'

റിയയുടെ കാലുകൾക്ക് ബലക്ഷയം അനുഭവപ്പെടുന്നുണ്ടായിരുന്നു. സകല ശക്തിയും സംഭരിച്ച് നിവർന്നു നിന്നു കൊണ്ട് അവൾ വീണ്ടും ചോദിച്ചു.

'ആരൊക്കെയാണ് ഞങ്ങൾ? നിങ്ങൾക്ക് എന്താണ് പറ്റിയത്?'

ശീതക്കാറ്റിൽ ശരീരം കിടു കിടുക്കുന്നുണ്ടായിരുന്നു അവൾക്ക്. തന്റെ ചോദ്യം കേട്ടതോടെ അവളുടെ മുഖഭാവം മാറിയത് റിയ ശ്രദ്ധിച്ചു.

അഴിഞ്ഞുലഞ്ഞു പറക്കുന്ന മുടിയിഴകൾ കഴുത്തിലും മുഖത്തുമായി ചുറ്റി പിണയുന്നത് കാണുമ്പോൾ റിയക്ക് ഭയം തോന്നി. വന്യമായ അവളുടെ മുഖഭാവം കണ്ടതോടെ റിയയുടെ സകല ധൈര്യവും ചോർന്നുപോയി. കിടുകിടെ വിറക്കുന്ന കാലുകൾക്ക് സകല ശക്തിയും നഷ്ടപ്പെട്ടു.

മതിലിനു പുറത്തുനിന്ന് റിയ ആരോടോ സംസാരിക്കുന്നത് പോലെ തോന്നിയ സിബി അകത്തേക്ക് കടക്കാതെ അവളുടെ ചലനങ്ങൾ ശ്രദ്ധിച്ചുകൊണ്ട് ചെടികൾക്കിടയിൽ മറഞ്ഞു നിൽക്കുകയായിരുന്നു. നോക്കി നിന്നുകൊണ്ടിരിക്കെ റിയ കല്ലറകൾക്കിടയിലേക്ക് കുഴഞ്ഞു വീഴുന്നത് കണ്ടതോടെ സിബി മുന്നോട്ടേക്ക് ഓടി.

നിലത്ത് വീണു കുഴഞ്ഞു കിടക്കുന്ന അവളെ കോരിയെടുത്ത് ചുമലിൽ ഇട്ടു കൊണ്ട് അവൻ തിരിഞ്ഞു കാറിനടുത്തേക്ക് നടന്നു.

തണുത്ത വെള്ളം മുഖത്ത് വീണപ്പോഴാണ് റിയ സ്വബോധത്തിലേക്ക് തിരിച്ചു വന്നത്.

പതുക്കെ കണ്ണുതുറന്ന് ചുറ്റും നോക്കിയ അവൾക്ക് ഒന്നും മനസ്സിലായില്ല.

'റിയാ... ആർ യൂ ഓക്കേ?'

നനഞ്ഞ കൈകൾ  തന്റെ കവിളിൽ അടിച്ചു കൊണ്ട് ചോദിക്കുന്നത് ഡോക്ടർ സിബിയാണെന്ന് കണ്ടതോടെ ഒരു ആശ്രയം കിട്ടിയ ധൈര്യത്തോടെ അവൾ ഡോക്ടറുടെ നെഞ്ചിലേക്ക് വീണ് അയാളെ മുറുകെപ്പുണർന്നു.

'അതു പ്രേതം തന്നെയാണ് ഡോക്ടർ... ഒന്നല്ല രണ്ടുപേരുണ്ട്... എന്തൊക്കെയോ പറയുന്നു... നമുക്ക് വേഗം പോകാം...'

അവളുടെ ശരീരം തണുത്തു വിറങ്ങലിച്ചിരുന്നു. മഞ്ഞിൽ കുതിർന്നുപോയ ഒരു കെട്ട് പൂങ്കുലപോലെ തന്റെ നെഞ്ചിൽ പറ്റിപ്പിടിച്ചു കിടക്കുന്ന റിയയെ സിബി കൈകൾ ഉയർത്തി നെഞ്ചിലേക്ക് ചേർത്തണച്ചു...

'കൂൾ ഡൌൺ... റിയാ... കൂൾ ഡൌൺ...'

ചെവിയിൽ അവന്റെ ചൂടുള്ള ശ്വാസം തട്ടുന്നത് അറിയുന്നുണ്ടെങ്കിലും റിയ മുഖമുയർത്തുകയോ പിടി വിടുകയോ ചെയ്തില്ല. അവൾ അവനെ ഒന്നുകൂടി ഇറുകേ പുണർന്നുകൊണ്ട്  മന്ത്രിച്ചു.

'എന്നെ വിടല്ലേ ഡോക്ടർ. വേഗം പോകാം നമുക്ക്.'

# അധ്യായം 10

**ഹോ**സ്റ്റലിൽ എത്തി റിയയെ പുറത്തേക്ക് ഇറക്കാൻ വേണ്ടി താങ്ങി പിടിക്കുമ്പോൾ തന്നെ സിബിക്ക് മനസ്സിലായി അവൾക്ക് നന്നായി പനിക്കുന്നുണ്ട്. ഉറങ്ങാതെ കാത്തിരിക്കുകയായിരുന്ന സിസ്റ്റർ വേഗം തന്നെ ഇറങ്ങി വന്ന് റിയയെ താങ്ങിപ്പിടിച്ചപ്പോൾ തന്നെ സിബിയോട് ചോദിച്ചു.

'എന്താണ് ഡോക്ടർ സംഭവിച്ചത്? കുട്ടിക്ക് നല്ല പനി ഉണ്ടല്ലോ?'

സിബിക്ക് എന്താണ് പറയേണ്ടത് എന്ന് മനസ്സിലായില്ല. ശരിക്കും അതൊരു ആത്മാവ് തന്നെയാണെന്ന് സമ്മതിക്കാൻ അവന് ലജ്ജ തോന്നി. ശാസ്ത്രം ഇത്രയേറെ പുരോഗമിച്ച ഈ ഒരു കാലഘട്ടത്തിൽ ഒരു ഡോക്ടർ ആയ താൻ ഇതുപോലൊരു മാനസിക വൈകല്യത്തെ എങ്ങനെ പ്രോത്സാഹിപ്പിക്കും..?

'ഡോക്ടർ എന്താണ് ഒന്നും പറയാത്തത്? ഈ കുട്ടി എങ്ങോട്ടേക്കാണ് ഇറങ്ങിപ്പോകുന്നത്?'

'സത്യം പറഞ്ഞാൽ എല്ലാ പ്രാവശ്യവും ഇവളെ സെമിത്തേരിയിൽ നിന്നാണ് സിസ്റ്റർ എനിക്ക് കിട്ടിയിട്ടുള്ളത്. അതിനു പിറകിൽ അവൾ പറയുന്ന കാരണങ്ങളൊന്നും തന്നെ ഇതുവരെ എനിക്ക് വിശ്വസിക്കാൻ ആയിട്ടില്ല. അതുകൊണ്ടാണ് സിസ്റ്ററിനോട് പോലും ഞാൻ ഇതൊക്കെ പങ്കുവയ്ക്കാൻ മടിച്ചത്.'

സിബിയുടെ മറുപടി കേട്ടതിന്റെ ഷോക്കിലായിരുന്നു സിസ്റ്റർ. ഇങ്ങനെ ഒരു ഉത്തരം അവർ തീരെ പ്രതീക്ഷിച്ചില്ല.

'പക്ഷേ ഡോക്ടർ അർദ്ധരാത്രി സമയത്ത് ആ സെമിത്തേരിയിൽ എന്ത് ധൈര്യത്തിലാണ് ഈ പെൺകുട്ടി കയറി പോകുന്നത്? മറ്റാരെങ്കിലും അവളെ സഹായിക്കുന്നുണ്ടോ?'

'ഇല്ല സിസ്റ്റർ. ആക്ച്വലി.. അവൾ സ്വബോധമില്ലാതെ ഇറങ്ങിപ്പോകുന്നതാണ്. അതുകൊണ്ടാണ് പിറ്റേന്ന് അവൾക്ക് ഒന്നും ഓർമ്മയില്ലാത്തത്. അതിന്റെ ബാക്കി കാര്യങ്ങൾ ഞാൻ സിസ്റ്ററോട് ഒരു ദിവസം വിശദമായി പറയാം. കാരണം അതിനെക്കുറിച്ച് കുറച്ചുകൂടി വിശദമാ

യി അന്വേഷിക്കേണ്ടതുണ്ട്.'

പിന്നീട് സിസ്റ്റർ അതിനെക്കുറിച്ച് ഒന്നും ചോദിച്ചില്ല. ഒരു കണക്കിന് അതൊരു ആശ്വാസമായിട്ടാണ് സിബിക്ക് തോന്നിയത്.

റിയയെ ബെഡിലേക്ക് കിടത്തിയ ശേഷം ഒന്നും പറയാതെ അകത്തേക്ക് കയറിപ്പോയ സിസ്റ്റർ ഒരു ചെറിയ ബൈബിളുമായാണ് തിരിച്ചുവന്നത്.

അവരത് ശ്രദ്ധയോടെ റിയയുടെ തലയണച്ചുവട്ടിൽ വെക്കുന്നത് സിബി നോക്കി നിന്നു.തുടർന്ന് കഴുത്തിലുള്ള കൊന്ത അഴിച്ച് റിയയുടെ കഴുത്തിൽ അണിയിച്ചുകൊണ്ട് അവർ പറഞ്ഞു.

'സദാസമയം അലഞ്ഞു നടക്കുന്നതല്ലേ? ഡോക്ടർക്ക് ഇതിലൊന്നും വിശ്വാസമില്ലായിരിക്കാം. പക്ഷേ ഒരു മുൻകരുതലിന് ഇതൊക്കെ നല്ലതാണ്.'

'ഓക്കേ സിസ്റ്റർ. തൽക്കാലം റിയ നന്നായി ഒന്നുറങ്ങട്ടെ, ഞാൻ നാളെ വന്നു കണ്ടുകൊള്ളാം.'

മൂന്നുദിവസമാണ് റിയ പനിച്ചു കിടന്നത്. ഹോസ്പിറ്റലിൽ പോകാൻ അവൾ വിസമ്മതിച്ചതിനെ തുടർന്ന് സിബിയാണ് അവൾക്കുള്ള ട്രീറ്റ്മെന്റ് നടത്തിയത്.

ഈ മൂന്നു ദിവസവും അവൾ രാത്രിയിൽ ഇറങ്ങി പോകുന്നില്ല എന്ന കാര്യം സിബി പ്രത്യേകം ശ്രദ്ധിച്ചിരുന്നു. ആ കാര്യത്തിൽ സിസ്റ്ററിനും നല്ല സന്തോഷമായിരുന്നു.

പിറ്റേന്ന് രാവിലെ കുളി കഴിഞ്ഞ് ഹോസ്പിറ്റലിലേക്ക് പുറപ്പെട്ടതായിരുന്നു സിബി. കുരിശു കവലയുടെ അടുത്തെത്തിയപ്പോഴാണ് റിയയുടെ സ്കൂട്ടർ സിബിയുടെ കാറിനെ ഓവർടേക്ക് ചെയ്തത്. അത് റിയ ആണെന്ന് മനസ്സിലായതോടെ അവൻ ഹോൺ നീട്ടി അടിച്ചു. തിരിഞ്ഞു നോക്കിയ റിയ കാറിൽ സിബി ആണെന്ന് മനസ്സിലായതോടെ വണ്ടി ഒരു അരികിലേക്ക് മാറ്റി നിർത്തി.

'ആഹാ ആളങ്ങ് മിടുക്കി ആയല്ലോ ക്ഷീണമൊക്കെ മാറിയോ?'

ഡോറിനടുത്ത് വന്ന് നിന്ന് കുനിഞ്ഞു തന്നെ നോക്കി പുഞ്ചിരിച്ച റിയയോടുള്ള സിബിയുടെ ചോദ്യം കേട്ട് ഒരു പുഞ്ചിരിയോടെ അവൾ മറുപടി പറഞ്ഞു.

'ഓക്കെയാണ് ഡോക്ടർ! ഞാൻ ക്ലാസ്സിലേക്ക് പോവുകയാണ്.'

പിറകിൽ വണ്ടികൾ ശബ്ദം ഉണ്ടാക്കിയപ്പോഴാണ് സിബി ശ്രദ്ധിച്ചത്. അവൻ പെട്ടെന്ന് തന്നെ മുന്നോട്ട് ചാഞ്ഞു ഡോർ തുറന്നുകൊടുത്തു.

'താൻ കയറു.. ചോദിക്കട്ടെ.'

മടികൂടാതെ റിയ വേഗം തന്നെ കാറിൽ കയറി ഇരുന്നതോടെ സിബി വണ്ടി മുന്നോട്ടേക്കെടുത്തു കൊണ്ട് ചോദിച്ചു.

'അന്ന് എന്താണ് സംഭവിച്ചത് എന്ന് താൻ വ്യക്തമായി പറഞ്ഞില്ല ല്ലോ.'

ചോദ്യം കേട്ടപ്പോൾ തന്നെ അവളുടെ മുഖം വാടിയത് അവൻ ശ്രദ്ധി ച്ചു.

'പറയാൻ ബുദ്ധിമുട്ടുണ്ടെങ്കിൽ വേണ്ട. പക്ഷേ കാര്യങ്ങൾ അറിഞ്ഞാ ലല്ലേ നമുക്ക് മുന്നോട്ടേക്ക് നീങ്ങാൻ കഴിയൂ.'

'അവള് പറഞ്ഞത് എനിക്ക് ശരിക്കും മനസ്സിലായില്ല ഡോക്ടർ. പെട്ടെ ന്ന് ദേഷ്യം വന്നതുപോലെ തോന്നി . പക്ഷേ അവിടെ രണ്ടുപേരെ കുഴി ച്ചിട്ടുണ്ടെന്ന് പറഞ്ഞു. അതൊന്നു കണ്ടെത്തി കൊടുക്കാനും പറഞ്ഞു.'

പേടിച്ചു പേടിച്ചുള്ള അവളുടെ സംസാരം കേട്ടപ്പോൾ സിബി അറി യാതെ ചിരിച്ചുപോയി. അത് റിയ ശ്രദ്ധിക്കുന്നുണ്ടായിരുന്നു.

'ഡോക്ടർ എന്നെ കളിയാക്കുകയാണോ? ഞാൻ പറയുന്നത് ഡോ ക്ടർക്ക് എത്രത്തോളം വിശ്വാസം ആവുന്നുണ്ടെന്ന് എനിക്കറിയില്ല, പക്ഷേ ഇന്നലെ ഈ കൊന്ത കഴുത്തിൽ ഇട്ടപ്പോൾ മുതൽ എനിക്ക് വല്ലാത്തൊരു ആശ്വാസമുണ്ട്.'

'അതുതന്നെയാണ് കുട്ടി ഞാനും പറഞ്ഞത്.ഇതൊക്കെ തന്റെ മന സ്സിന്റെ ചിന്തകളാണ്. സ്വർഗ്ഗവും നരകവും പ്രേതവും പിശാചും എല്ലാം മനുഷ്യസൃഷ്ടിയാണ്. സത്യത്തിൽ മനുഷ്യൻ മരിച്ചുകഴിഞ്ഞാൽ മറ്റെ ല്ലാ ജന്തുക്കളെയും പോലെ ദ്രവിച്ചു പോകും. താൻ ഇതുവരെ കേട്ടിട്ടു ണ്ടോ ഒരു പുലിയുടെയോ കടുവയുടെയോ, എന്തിന് കോഴിയുടെ എങ്കി ലും പ്രേതം പകരം വീട്ടാൻ വന്ന കഥ?'

'ഡോക്ടർ പറയുന്നത് എനിക്ക് മനസ്സിലാവുന്നുണ്ട്. ഞാനും ഈ ആ ധുനിക സമൂഹത്തിൽ ജനിച്ച, ജീവിച്ചു വളർന്ന വ്യക്തിയാണ്. സത്യ ത്തിൽ എനിക്ക് ദൈവവിശ്വാസം പോലുമില്ല. പക്ഷേ പലതും അനുഭവ ത്തിൽ വന്നപ്പോഴാണ് എനിക്ക് മനസ്സിലായത് ഞാൻ കണ്ടതൊന്നുമല്ല ലോകം എന്ന്.'

ഒന്നും മിണ്ടാതെ അവളെ കേട്ടുകൊണ്ട് ഡ്രൈവ് ചെയ്യുകയായിരു ന്ന സിബി പെട്ടെന്ന് ചോദിച്ചു.

'തനിക്ക് ക്ലാസിൽ പോകണ്ടേ?'

'വേണം. കാര്യങ്ങൾ അറിയണമെന്ന് ഡോക്ടർ പറഞ്ഞതുകൊണ്ട് കയറിയതാണ്. ഇനിയിപ്പോൾ എന്നെ വിശ്വാസമില്ലാത്ത സ്ഥിതിക്ക് ബാ ക്കി തുടരാൻ എനിക്ക് താല്പര്യമില്ല. ഡോക്ടർ എന്നെ ടൗണിൽ ഇറ

ക്കിയാ മതി. ഞാൻ ഒരു ഓട്ടോ പിടിച്ച് വണ്ടിയുടെ അടുത്തേക്ക് പൊയ്ക്കോളാം.'

സിബി മുഖം തിരിച്ചു അവളെ നോക്കി. തനിക്ക് മുഖം തരാതെ പുറത്തേക്ക് നോക്കി ഇരിക്കുകയാണവൾ. ഒന്നും പറയാതെ അവൻ വണ്ടി വേഗം ഓടിച്ചു. സെമിത്തേരിയിലേക്കുള്ള റോഡിലേക്ക് കയറുമ്പോൾ റിയ അതിശയത്തോടെ അവന് നേരെ മുഖം തിരിച്ചുകൊണ്ടു പറഞ്ഞു.

'ഇതെന്താ ഇങ്ങോട്ടേക്ക്?'

'തന്നെ വിശ്വാസമില്ലെന്നല്ലേ പറഞ്ഞത്? ഏതായാലും നമുക്കൊന്നു കയറി കളയാം.'

'കയറിയിട്ട്? നമ്മൾ എന്ത് ചെയ്യാൻ?'

'ഒന്നും ചെയ്യാനല്ല. പകൽ വെളിച്ചത്തിൽ നമുക്കൊന്നു നടന്നു നോക്കാം. താൻ വന്നേ...'

വണ്ടിയിൽ നിന്നും ഇറങ്ങി സിബിയുടെ പുറകെ സെമിത്തേരിയിലേക്ക് കടന്ന റിയ ചുറ്റും നോക്കി. തീർത്തും വിജനമാണ് സെമിത്തേരി. ചില കല്ലറകളിൽ ആരൊക്കെയോ രാവിലെ വച്ചു പോയ പുതുപുഷ്പങ്ങൾ കാണുന്നുണ്ട്. അവൾ പതുക്കെ കല്ലറകൾക്കിടയിലൂടെ നടന്നു.

'ഡോക്ടർ എന്താണ് നോക്കുന്നത്?'

'തന്റെ ഫ്രണ്ട് പറഞ്ഞതുപോലെ ഇവിടെ എവിടെയെങ്കിലും ആരെയെങ്കിലും അടക്കം ചെയ്തിട്ടുണ്ടോ എന്ന് നോക്കുകയാണ്.'

'അവസാനമായി മരിച്ച ഡേറ്റ് ഉള്ള കല്ലറ നോക്കിയാൽ പോരേ അതിന്?'

'അങ്ങനെ യഥാവിധികളോടെ അടക്കം ചെയ്ത ബോഡി ആണെങ്കിൽ ആ പെൺകുട്ടി തന്നോട് സഹായം ചോദിക്കുമോ?'

അപ്പോഴാണ് റിയയും അത് ഓർത്തത്. ശരിയാണ്, അവളെ ഇവിടെ എവിടെയോ അടക്കം ചെയ്തിട്ടുണ്ട് എന്നല്ലാതെ അത് എവിടെയാണെന്ന് അവൾക്കും കൃത്യമായി അറിയില്ല. ഓരോ കല്ലറകൾക്കരികിലും ചെന്നു നിന്ന് സൂക്ഷ്മമായി നിരീക്ഷിക്കുന്ന സിബിയുടെ പുറകെ റിയയും ചുറ്റും ശ്രദ്ധിച്ചു നടന്നു. സിബി ഓരോ കാലടിയും സൂക്ഷിച്ചാണ് വെച്ചത്. തന്റെ കാലടി പതിക്കുന്ന ഓരോ ഇടവും അവൻ അതി സൂക്ഷ്മമായി നിരീക്ഷിച്ചു.

രാവിലത്തെ ഇളവെയിൽ അതിന്റെ മൃദുഭാവം മാറ്റി നന്നായി ചൂടു പിടിച്ചു തുടങ്ങി. നടന്നു മടുത്ത റിയ ഒരു കല്ലറയ്ക്ക് മുകളിലായി വന്നിരുന്നുകൊണ്ട് അവന്റെ ചലനങ്ങൾ ശ്രദ്ധിച്ചു. തലേന്നത്തെ പനിയുടെ ക്ഷീണവും മാനസികമായി ഉണ്ടായ കഴിഞ്ഞ ദിവസങ്ങളിലെ സംഭവ

വികാസങ്ങളും അവളെ ശാരീരികമായി നന്നേ അവശയാക്കിയിരുന്നു.

'റിയാ..! താൻ ഇങ്ങോട്ടൊന്നു വന്നേടോ.'

സിബിയുടെ വിളി കേട്ടാണ് റിയ മുഖമുയർത്തിയത്. അങ്ങേയറ്റത്ത് ഒരു മൂലയിൽ മതിലിന്റെ അരികിലായി നിൽക്കുകയാണവൻ. മതിലിനപ്പുറത്ത് അസ്ഥി കുഴി ആണ്. അവൾ പെട്ടെന്ന് തന്നെ എഴുന്നേറ്റ് അങ്ങോട്ടേക്ക് ചെന്നു.

'താൻ ഇത് നോക്കിക്കേ..? ഇത് പുതിയ മണ്ണല്ലേ?'

റിയ സിബി ചൂണ്ടിക്കാട്ടിയടുത്തേക്ക് നോക്കി. അതൊരു പഴയ കുടുംബകല്ലറയാണെന്ന് വ്യക്തം. കുറച്ചുകാലമായി വൃത്തിയാക്കാതെ ഇട്ടതിന്റെ ആവാം. താഴെയൊക്കെ നന്നായി പുല്ല് പടർന്നു പിടിച്ചിട്ടുണ്ട്. അവൻ എന്താണ് ഉദ്ദേശിക്കുന്നത് എന്ന് മനസ്സിലാവാതെ റിയ മുഖമുയർത്തി സിബിയോട് ചോദിച്ചു.

'ഇത് മാളിയേക്കൽകാരുടെ കുടുംബ കല്ലറ അല്ലേ? ദേ മരിച്ചവരുടെയൊക്കെ ഡീറ്റെയിൽസ് ഉണ്ടല്ലോ.'

'അതല്ല റിയാ..! താൻ ഈ പുല്ലിലേക്ക് ഒന്നു നോക്കൂ.'

റിയ ഒന്നുകൂടി അടുത്തേക്ക് ചെന്ന് കുനിഞ്ഞു നിന്ന് ശ്രദ്ധിച്ചു നോക്കി.

പച്ചപ്പുല്ലിൽ അവിടെയും ഇവിടെയും ആയി പുതിയ മണ്ണിന്റെ അംശം കാണുന്നുണ്ട്. അവൾ ഒന്നു മുഖമുയർത്തി സിബിയെ നോക്കി.

'ഈ കല്ലറ തുറന്നിട്ടുണ്ട്! കുറച്ചു ദിവസങ്ങളുടെ പഴക്കമേ ഉള്ളൂ ഈ മണ്ണിന്. പക്ഷേ ഈ കല്ലറയിൽ അവസാനമായി അടക്കം ചെയ്ത ആൾ മരിച്ചിട്ട് ഒന്നര വർഷം കഴിഞ്ഞിരിക്കുന്നു.'

മാളിയേക്കൽ ത്രേസ്യാമ്മ

ജനനം 1958 മാർച്ച് 11

മരണം 2020 ഫെബ്രുവരി 12

ശരിയാണ് ഒന്നരവർഷത്തിനു മുൻപുള്ള ഡേറ്റിൽ ആണ് അവസാനമായി ഈ കല്ലറയിൽ അടക്കിയത്. റിയയുടെ ശരീരത്തിലൂടെ ഒരു തരിപ്പ് കടന്നുപോയി മുഖമുയർത്തി സിബിയെ നോക്കിക്കൊണ്ട് അവൾ ചോദിച്ചു.

'ആ പെൺകുട്ടി പറഞ്ഞത് ശരി തന്നെ ആവുമോ അപ്പോൾ?'

'ഒരുപക്ഷേ നിന്റെ തോന്നൽ ശരിയായിരിക്കാം.. പക്ഷേ ഇവിടെ നമുക്ക് നേരിട്ടൊന്നും ചെയ്യാനാവില്ല. കാരണം നമ്മൾ രണ്ടുപേരും ഈ നാട്ടുകാർ അല്ല. ഈ കല്ലറ തുറക്കാനോ അത് പരിശോധിക്കാനോ യാ

തൊരുവിധ അവകാശവും നമുക്കില്ല.'

സിബി നിലത്തിരുന്ന് കല്ലറയുടെ വശങ്ങളിലേക്ക് സൂക്ഷ്മമായി നോക്കി.

ശരിയാണ്. സ്ലാബ് വലിച്ചു നീക്കി വീണ്ടും അവിടെത്തന്നെ ഉറപ്പിച്ചപ്പോൾ ചെറിയ സ്ഥാനഭ്രംശം വന്നതിന്റെ പാടുകൾ വ്യക്തമായി കാണാം.

'എഴുന്നേൽക്ക് ഡോക്ടർ, ആരോ വരുന്നുണ്ട്. നമുക്ക് പോകാം അവര് ശ്രദ്ധിക്കുന്നുണ്ട്.'

മുഖമുയർത്തിയ സിബി കണ്ടത് രണ്ടുമൂന്നു പേർ അകത്തേക്ക് വന്ന് ഒരു കല്ലറയുടെ അടുത്ത് പോയി പൂക്കൾ വെച്ച് മെഴുകുതിരി കത്തിച്ച് പ്രാർത്ഥിക്കുന്നതാണ്.

അതിൽ ഒരാൾ ഒന്നുകൂടി മുഖം തിരിച്ചു തങ്ങളെ ശ്രദ്ധിക്കുന്നത് കണ്ടതോടെ സിബി റിയയുടെ കൈപിടിച്ച് പുറത്തേക്ക് നടന്നു.

കാറിൽ കയറി സിബി കുറച്ച് സമയം അങ്ങനെ തന്നെ ഇരുന്നു.

'നമ്മൾ ഇപ്പോൾ ഊഹിച്ചത് സത്യമാണെങ്കിൽ ആ കല്ലറയ്ക്കുള്ളിൽ ഒരു ഡെഡ്ബോഡി ആരെങ്കിലും ഡമ്പ് ചെയ്തിട്ടുണ്ടാവില്ലേ ഡോക്ടർ?'

അത് തന്നെയായിരുന്നു സിബിയും ആലോചിച്ചത്. അവിടെ പുതുതായി പണികൾ ഒന്നും നടന്ന ലക്ഷണമില്ല.

കമിഴ്ന്നു കിടന്നു നോക്കുമ്പോൾ കല്ലറ നീങ്ങിയതിന്റെ പാട് ശരിക്ക് കാണാൻ കഴിയുന്നുണ്ട്.

'പക്ഷേ അതെങ്ങനെ നമ്മൾ കണ്ടുപിടിക്കും? ഒരു സെമിത്തേരിയിൽ അടക്കം ചെയ്ത ബോഡി ആണെങ്കിൽ പോലും അത് തുറന്നു പരിശോധിക്കണമെങ്കിൽ ഒരുപാട് കടമ്പകൾ ഉണ്ട്.'

'നമുക്ക് പോലീസിൽ കംപ്ലൈന്റ് ചെയ്താലോ?'

'അതിനു കൃത്യമായ കാരണങ്ങൾ വേണം. തന്റെ ആത്മാവ് പറഞ്ഞ ഡയലോഗ് ഒന്നും അവിടെ വിലപ്പോവില്ല.'

റിയയുടെ മുഖം വാടുന്നത് കണ്ടപ്പോൾ സിബിക്ക് പാവം തോന്നി.

'താൻ വിഷമിക്കാതിരിക്കൂ! നമുക്ക് ആലോചിക്കാം. എടുത്തു ചാടി ചെയ്യേണ്ട കാര്യമല്ലല്ലോ ഇതൊന്നും.'

# അധ്യായം 11

**കാ**ണ്ണട ഊരി സെമിത്തേരിക്ക് കുറച്ച് അകലെയായുള്ള പൈപ്പിന ടുത്തേക്ക് ചെന്ന് മുഖം കഴുകി തിരിച്ചു വന്ന സിബിയോട് എന്തോ ആ ലോചിച്ചിരിക്കുകയായിരുന്ന റിയ ചോദിച്ചു.

'ഡോക്ടറുടെ വീട്ടിൽ ആരൊക്കെയുണ്ട്?'

റിയയുടെ ചോദ്യം കേട്ട് ഒരു പുഞ്ചിരിയോടെ സിബി ചോദിച്ചു.

'എന്താണ് ഇപ്പോൾ ഇങ്ങനെ ഒരു ചോദ്യം?'

'ചുമ്മാ അറിയാൻ വേണ്ടി ചോദിച്ചതാണ്. ഡോക്ടർക്ക് പറയാൻ ഇഷ്ട മില്ലെങ്കിൽ വേണ്ട കേട്ടോ...'

'പറയാൻ ഇഷ്ടമില്ലാതിരിക്കാൻ മാത്രം ഞാൻ ഒരു പിടികിട്ടാപ്പുള്ളി ഒന്നുമല്ല! സത്യത്തിൽ സന്തോഷമുള്ള ഒന്നുമില്ല പറയാൻ. എന്റെ പപ്പ യും മമ്മിയും ഒരു ആക്സിഡന്റിൽ വർഷങ്ങൾക്കു മുൻപ് മരിച്ചു പോ യി. ഞാൻ ഒറ്റ മകനായത് കാരണം സഹോദരങ്ങളുമില്ല.'

റിയയുടെ മുഖം ആകെ വാടി. ഇങ്ങനെ ഒരു ചോദ്യം ചോദിക്കേണ്ടി യിരുന്നില്ല എന്നാണ് അവൾക്ക് തോന്നിയത്.

'സോറി ഡോക്ടർ! എനിക്ക് അറിയില്ലായിരുന്നു...'

'അതിനെന്തിനാണ് സോറി?എന്റെ പപ്പയും മമ്മിയും മരിച്ചുപോയി എന്നത് ഒരു സത്യമല്ലേ?പിന്നെ ഞാൻ തീർത്തും ഒരു അനാഥൻ അല്ല കേട്ടോ, കുറുപ്പേട്ടൻ എനിക്ക് അപ്പന്റെ സ്ഥാനത്താണ്. ഒരുപക്ഷേ,അ പ്പനേക്കാൾ എന്ന് തന്നെ പറയണം.'

റിയയുടെ ചുണ്ടിൽ ആശ്വാസത്തിന്റെ ഒരു ചെറുപുഞ്ചിരി വിരിഞ്ഞു.

'അതൊക്കെ പോട്ടെ തന്റെ കാര്യം പറ! വിദേശത്തൊക്കെ പഠിച്ചുവ ളർന്ന ഒരു കുട്ടി ഇതുപോലൊരു മലയോരമേഖലയിൽ വന്ന് താമസി ക്കുമ്പോൾ എന്താണ് ഫീൽ എന്ന് ഞാനും ഒന്നറിയട്ടെ!'

സിബിയുടെ ചോദ്യം റിയയെ ചിന്താകുലയാക്കുന്നത് അവൻ ശ്ര ദ്ധിച്ചിരുന്നു...

'പറയാൻ മാത്രം ഒന്നുമില്ല ഡോക്ടറെ! പഠിച്ചതും വളർന്നതും ഒ ക്കെ പുറത്തു തന്നെയായിരുന്നു. അന്നത്തെ ആക്സിഡന്റ് ആണ് എന്റെ

ജീവിതം തന്നെ മാറ്റിമറിച്ചു കളഞ്ഞത്. പപ്പ സ്പോട്ടിൽ വച്ച് തന്നെ മരിച്ചു. ഞാനും അങ്ങോട്ടോ ഇങ്ങോട്ടോ എന്നറിയാതെ കുറെ ദിവസങ്ങൾ കിടന്നു എന്നാണ് അറിഞ്ഞത്...'

ഒരു ഞെട്ടലോടെ സിബി അവളെ നോക്കിക്കൊണ്ട് ചോദിച്ചു.

'അപ്പോൾ സാം സാർ?'

'ഡോക്ടർ മാത്രമേയുണ്ടാവു അത് അറിയാത്തതായി. പപ്പ മരിച്ച് രണ്ടാംവർഷം മമ്മി വിവാഹം ചെയ്തതാണ് സാം പപ്പയെ. അതിൽ എനിക്ക് വിഷമം ഒന്നും ഇല്ല കേട്ടോ.. മമ്മി ഇത്ര ചെറുപ്പത്തിലെ തനിച്ചായി പോയതിൽ എനിക്കും നല്ല വിഷമം ഉണ്ടായിരുന്നു.'

സിബിയുടെ ചിന്തകൾ പലവഴിക്ക് പായുകയായിരുന്നു. രണ്ടാനച്ഛന്റെ എന്തെങ്കിലും പീഡനം കാരണമാവുമോ അവളുടെ മാനസിക നില ഇങ്ങനെ ആയത്? വീട്ടിലേക്ക് പോകാൻ അവൾക്ക് ഇഷ്ടമില്ലാതായത് ചിലപ്പോൾ അതുകൊണ്ടായിക്കൂടെ?

'അതുകൊണ്ടാണോ താൻ വീട്ടിൽ പോകാൻ താല്പര്യം പ്രകടിപ്പിക്കാഞ്ഞത്?'

'ഡോക്ടർ എന്താണ് ചിന്തിക്കുന്നത് എന്ന് എനിക്ക് മനസ്സിലായി.. ബട്ട് അയാം വെരി സോറി.. ആ കാര്യത്തിൽ ഡോക്ടറെ എനിക്ക് നിരാശപ്പെടുത്തേണ്ടിവരും.

രണ്ടാനച്ഛനാണെങ്കിലും അദ്ദേഹത്തെക്കൊണ്ട് എനിക്ക് യാതൊരു വിധ ബുദ്ധിമുട്ടുകളും ഉണ്ടായിട്ടില്ല. അല്ലെങ്കിൽ തന്നെ ഞങ്ങളുടെ ജീവിത രീതി വെച്ച് നോക്കുമ്പോൾ ഒരു ദിവസത്തിൽ 10 മിനിറ്റ് പോലും ഞങ്ങൾ ഒരുമിച്ചിരുന്ന് സംസാരിക്കാറില്ല. അക്കാര്യത്തിൽ അവരെയും കുറ്റം പറയാൻ പറ്റില്ല. എയ്ഞ്ചൽസ് ഗ്രൂപ്പ് ഓഫ് കമ്പനീസിന്റെ കീഴിൽ എത്ര സ്ഥാപനങ്ങൾ ഉണ്ടെന്ന് എനിക്ക് തന്നെ അറിയില്ല.. ഹോസ്പിറ്റലുകൾ അനാഥാലയങ്ങൾ മാളുകൾ അങ്ങനെ അങ്ങനെ എന്തൊക്കെയോ ഉണ്ട്.'

ഒരു ചമ്മിയ ചിരിയോടെ സിബി പറഞ്ഞു.

'ഹേയ് നോ.. ഞാൻ അത്രയ്ക്ക് നെഗറ്റീവിൽ അല്ല ചോദിച്ചത്, എങ്കിലും കാര്യങ്ങൾ അറിയണമെന്നു തോന്നി.'

'ആക്ച്വലി സാം പപ്പയ്ക്ക് എന്നോട് നല്ല സ്നേഹമാണ്, എന്റെ കാര്യങ്ങൾ എല്ലാം ശ്രദ്ധിക്കും, പക്ഷേ എത്രയൊക്കെ പറഞ്ഞാലും എന്റെ പപ്പ അല്ലല്ലോ, എന്ന ഒരു അകൽച്ച എന്റെ ഉള്ളിന്റെ ഉള്ളിലുണ്ട്. അത് കക്ഷിയും മനസ്സിലാക്കിയിട്ടുണ്ട് എന്നാണ് തോന്നുന്നത്. ഒന്നിനും അമിതമായി എന്നെ കമ്പൽ ചെയ്യാറില്ല.'

സിബി പതുക്കെ വണ്ടി സ്റ്റാർട്ട് ചെയ്തു കൊണ്ട് പറഞ്ഞു.

'പോകാം നമുക്ക്. ഇപ്പോൾതന്നെ ലേറ്റ് ആയി. തന്നെ ഞാൻ വണ്ടിയുടെ അടുത്ത് ഡ്രോപ്പ് ചെയ്യാം. നമുക്ക് ഒന്നാലോചിച്ചിട്ട് ബാക്കി കാര്യങ്ങൾ തീരുമാനിക്കാം.'

അന്നത്തെ ദിവസം കടന്നുപോയത് സിബി അറിഞ്ഞതേയില്ല. അത്യാവശ്യം നല്ല തിരക്കുള്ള ദിവസമായിരുന്നു അവനന്ന്.

വൈകുന്നേരം വീട്ടിലെത്തി കുളി കഴിഞ്ഞു ബാൽക്കണിയിൽ പോയി ഇരുന്നിട്ടും അവന്റെ മനസ്സിൽ ഇന്ന് രാവിലെ നടന്ന സംഭവം തന്നെ ആയിരുന്നു.

'എങ്ങനെയെങ്കിലും ആ സ്ലാബ് ഒന്നു നീക്കി അതിനകത്ത് എന്താണുള്ളത് എന്ന് ഒന്നു നോക്കാൻ കഴിഞ്ഞിരുന്നെങ്കിൽ ഈ സംശയങ്ങൾക്കെല്ലാം അറുതി വന്നേനെ.'

അവൻ ഫോണെടുത്ത് റിയയെ ഒന്ന് വിളിച്ചാലോ എന്നു കരുതി കുറച്ചു സമയം ആലോചിച്ചിരുന്നു. അവൾ നമ്പർ കൊടുത്തിട്ട് കുറച്ചു ദിവസങ്ങൾ ആയെങ്കിലും ഇതുവരെ വിളിച്ച് സംസാരിക്കേണ്ട ആവശ്യം വന്നിട്ടില്ല.

ഇപ്പോഴും ആവശ്യമൊന്നുമില്ല പക്ഷേ ആകെ മനസ്സ് കലങ്ങി കിടക്കുകയാണ്. അവളും ഒരുപക്ഷേ തന്റെ ഒരു വിളി കാത്തു നിൽക്കുന്നുണ്ടാവും.

'എന്താ ഇന്ന് ഇത്ര വലിയ ആലോചന? മോനിന്ന് കഴിക്കാൻ ഒന്നും വേണ്ടേ?'

കുറുപ്പേട്ടന്റെ വിളി കേട്ട് സിബി ഫോൺ മേശമേൽ തന്നെ വെച്ചു.

'വേണം വേണം... ഇന്നെന്താ സ്പെഷ്യൽ?'

'ചപ്പാത്തിയും ചെറുപയറും.'

' അതുതന്നെയല്ലേ ഇന്നലെയും?'

'ഇന്നലെ കുത്തി കാച്ചിയത്, ഇന്ന് തേങ്ങയരച്ചത്. അതാണ് സ്പെഷ്യൽ...'

'എന്നാപ്പിന്നെ ഇങ്ങോട്ടേക്ക് എടുത്തോ. ഇവിടെയിരുന്ന് കഴിച്ചോളാം ഞാൻ.'

നിരാശയോടെയുള്ള സിബിയുടെ സംസാരം കേട്ട് കുറുപ്പേട്ടൻ ചിരിച്ചുപോയി.

'ഇന്ന് ചോറാണ് കുഞ്ഞാ.. കല്ലുമ്മക്കായ കിട്ടി, ഇന്ന് മാർക്കറ്റിൽ പോയപ്പോൾ. അതുകൊണ്ട് ഇന്ന് ചോറാക്കി.'

'ആഹാ. എന്നാ വേഗം പോരട്ടെ, വിശന്നിട്ടു വയ്യ.'

' ഈ ചെക്കന്റെ ഒരു കാര്യം! വലിയ ഡോക്ടറാണത്രേ..!'

തിടുക്കത്തിൽ ഡൈനിങ് ടേബിളിന്റെ അരികിലേക്ക് നടക്കുന്ന സിബിയെ ചിരിയോടെ കുറുപ്പേട്ടൻ അനുഗമിച്ചു.

ഹോസ്റ്റലിലെ മുറിയിൽ ഉറക്കം വരാതെ തിരിഞ്ഞും മറിഞ്ഞും കിടക്കുകയായിരുന്ന റിയയുടെ മനസ്സിലും അന്നത്തെ സംഭവം തന്നെ ആയിരുന്നു. എന്തുകൊണ്ടാണ് അവൾ പിന്നീട് തന്നെ കാണാൻ വരാതിരുന്നത് എന്ന് എത്ര ആലോചിച്ചിട്ടും അവൾക്ക് മനസ്സിലായില്ല.

ഒരുപക്ഷേ അവൾ വന്നെങ്കിൽ ഈ പ്രശ്നത്തിന് ഒരു പരിഹാരം കാണാൻ കഴിഞ്ഞേനെ. പെട്ടെന്നാണ് ഫോൺ റിംഗ് ചെയ്തത്. ഒരു നടുക്കത്തോടെ അവൾ ഡിസ്പ്ലേയിലേക്ക് നോക്കി. ഡോക്ടറുടെ നമ്പർ കണ്ടതോടെ ഒരു ഒരു ചെറുപുഞ്ചിരിയോടെ അവൾ കോൾ അറ്റൻഡ് ചെയ്തു.

'പറയൂ ഡോക്ടർ.'

'താൻ ഓക്കേ അല്ലേ?'

'അതേ ഡോക്ടർ കുഴപ്പമില്ല..!'

'എന്തായിരുന്നു പരിപാടി? പഠിക്കുകയായിരുന്നോ?'

'അല്ല ഡോക്ടർ!'

'ഹ്മ്മ്.. താൻ അതുതന്നെ ചിന്തിച്ചിരിപ്പാണ് അല്ലേ? ഞാൻ പറഞ്ഞില്ലേ, ഒരു വഴി കണ്ടുപിടിക്കാം നമുക്ക്.'

'പക്ഷേ അതല്ല ഡോക്ടർ ഞാനിപ്പോൾ ചിന്തിച്ചത്. എന്തുകൊണ്ടാണ് ആ പെൺകുട്ടി പിന്നെ ഇതുവരെ വരാതിരുന്നത്? എന്നാണ് ഞാൻ ആലോചിച്ചത്. ഒരുപക്ഷേ അവൾ വന്നിരുന്നെങ്കിൽ നമുക്ക് കാര്യങ്ങൾ കുറച്ചുകൂടി വ്യക്തമായേനെ.'

സിബിയുടെ മനസ്സിലും അതുതന്നെയായിരുന്നു ആലോചന. എങ്കിലും അവൻ അത് ഭാവിച്ചില്ല.

'എന്റെ പൊന്നു കുഞ്ഞേ.. നിനക്ക് നൈറ്റ് ഡ്യൂട്ടി ചെയ്യാഞ്ഞിട്ട് ഒരു സമാധാനമില്ല അല്ലേ?'

'നോ ഡോക്ടർ. ഐ ആം സീരിയസ്. അവൾ വരാതെ ഈ പ്രശ്നം സോൾവ് ആകുമെന്ന് എനിക്ക് തോന്നുന്നില്ല.'

'തൽക്കാലം താൻ സമാധാനത്തോടെ കിടന്നുറങ്ങ്, ബാക്കി നമുക്ക് ആലോചിച്ച് ചെയ്യാം...'

ഫോൺ വെച്ചു കഴിഞ്ഞും റിയ അതിനെപ്പറ്റി തന്നെയാണ് ചിന്തിച്ചത്. ആലോചനക്കൊടുവിൽ എപ്പോഴോ അവളുടെ കണ്ണുകളെ മയക്കം തേടിയെത്തി. കണ്ണുകൾ അടയുമ്പോൾ അവൾക്ക് എവിടെനിന്നോ

ആ തേങ്ങി കരച്ചിൽ കേൾക്കുന്നതു പോലെ തോന്നി.

റിയ കിടക്കയിൽ എഴുന്നേറ്റിരുന്ന് ചുറ്റും നോക്കി. ഇല്ല.. അവൾ വന്നിട്ടില്ല. പക്ഷേ ദൂരെ എവിടെയോ നിന്ന് ആ കരച്ചിൽ തനിക്ക് കേൾക്കാം. ഒരുപക്ഷേ ആ പെൺകുട്ടിക്ക് തന്റെ അരികിലേക്ക് വരാൻ കഴിയാത്ത വിധം എന്തെങ്കിലും സംഭവിച്ചിട്ടുണ്ടാവും. അവൾക്ക് തന്റെ ഹൃദയം അതിവേഗതയിൽ മിടിക്കുന്നത് പോലെ തോന്നി.

ദീർഘശ്വാസം വലിച്ചു വിട്ടുകൊണ്ട് റിയ പതുക്കെ എഴുന്നേറ്റു വാതിൽക്കലേക്ക് നടന്നു. കുറച്ചുസമയം അവിടെത്തന്നെ നിന്നു ചിന്തിച്ച അവൾ  പതുക്കെ കയ്യെത്തിച്ചു വണ്ടിയുടെ ചാവിയെടുത്ത ശേഷം വാതിൽ തുറന്നു പുറത്തേക്കു നോക്കി. ഗേറ്റിനരികിലെ വെളിച്ചം ഒഴിച്ചാൽ എല്ലായിടവും കൂരിരുട്ടിൽ മുങ്ങി നിൽക്കുന്നു.

എന്തോ ആലോചിച്ചുകൊണ്ട് കുറച്ചു സമയം അവിടെത്തന്നെ നിന്ന റിയ പതുക്കെ കഴുത്തിൽ നിന്നും കൊന്ത അഴിച്ചു കട്ടിലിലേക്ക് എറിഞ്ഞ ശേഷം ഒരു കാറ്റുപോലെ പുറത്തേക്കിറങ്ങി പോയി.

*****

സമയം പുലർച്ചെ രണ്ടു മണി കഴിഞ്ഞിരുന്നു.  ഗാഢനിദ്രയിൽ ആയിരുന്ന സിബി എന്തോ ശബ്ദം കേട്ടാണ് ഞെട്ടി ഉണർന്നത്. വല്ലാത്തൊരു ശക്തിയിൽ കാറ്റടിച്ച് ജനൽ പാളികൾ വന്നടയുന്ന ശബ്ദമാണ് അവനെ ഉണർത്തിയത് എന്ന് സിബിക്ക് മനസ്സിലായി. മഴ പെയ്യുന്നത് പോലെ വന്യമായ ശബ്ദവും കേൾക്കുന്നുണ്ട്.

ജനൽ പാളി ശക്തിയായി ഒന്നുകൂടി വന്നടിച്ച ശബ്ദം കേട്ടപ്പോൾ സിബി എഴുന്നേറ്റു ജനൽ അടക്കാനായി അങ്ങോട്ടേക്ക് നടന്നു.

വീശി അടിക്കുന്ന കാറ്റിൽ ജനലിന്റെ അപ്പുറത്തായി ഒരു നിഴൽ നിൽക്കുന്നത് അവൻ വ്യക്തമായി കണ്ടു. ഞെട്ടിത്തിരിഞ്ഞ് സിബി മേശപ്പുറത്ത് നിന്നും കണ്ണടയെടുത്ത് തിരിഞ്ഞു നോക്കിയപ്പോഴേക്കും അത് കാണാനില്ലായിരുന്നു കണ്ട കാഴ്ച സത്യമൊ മിഥ്യയോ എന്ന് തിരിച്ചറിയാനാവാതെ കുറച്ചുനിമിഷങ്ങൾ അവൻ അവിടെത്തന്നെ കുഴങ്ങി നിന്നു.

പിന്നെ ഒരു ഞെട്ടലോടെ വാതിൽ വലിച്ചു തുറന്ന് പുറത്ത് ബാൽക്കണിയിലേക്ക് ഇറങ്ങി ഹോസ്റ്റലിനു നേരെ നോക്കി.

ഇരുട്ടിൽ ഒന്നും കാണാനാവുന്നില്ല. അവൻ പെട്ടെന്ന് തന്നെ അകത്തേക്ക് കയറി ഫോൺ എടുത്തു റിയയുടെ നമ്പറിലേക്ക് വിളിച്ചു. റിങ്ങ് ചെയ്തു നിന്നതല്ലാതെ ആരും കോൾ എടുത്തില്ല.പിന്നെ അവന് ആലോ

ചിച്ചു നിൽക്കാൻ സമയം ഉണ്ടായിരുന്നില്ല. വണ്ടിയുടെ താക്കോൽ എടുത്ത് വാതിൽ വലിച്ചു തുറന്നു സിബി താഴേക്കിറങ്ങി ഓടി. ഹോസ്റ്റലിന് താഴെ എത്തിയ അവൻ തിടുക്കത്തിൽസിസ്റ്ററുടെ ഫോണിലേക്ക് വിളിച്ചു.

'സിസ്റ്റർ! റിയയുടെ റൂമിൽ അവൾ ഉണ്ടോ എന്ന് ഒന്നു നോക്കൂ. എത്രയും പെട്ടെന്ന് വേണം.'

ഫോൺ ചെവിയിൽ വെക്കും മുന്നേയുള്ള സിബിയുടെ ഉച്ചത്തിലുള്ള സംസാരം കേട്ട് സിസ്റ്റർ ഞെട്ടിപ്പോയി. പാതി ഉറക്കത്തിൽ നിന്നും പിടഞ്ഞ് എഴുന്നേറ്റ അവർ മുറിക്കു പുറത്തേക്കിറങ്ങി റിയയുടെ റൂമിലേക്ക് ഓടി. മുറിയിലേക്ക്  എത്തുമ്പോൾ തന്നെ കാണാമായിരുന്നു മലർക്കെ തുറന്നിട്ട വാതിലുകൾ.

'കർത്താവേ...'

എന്നൊരു നിലവിളിയോടെ ഓടി അകത്തേക്ക് കയറിയ അവർ തിടുക്കത്തിൽ ലൈറ്റ് ഓൺ ചെയ്തു, ചുറ്റും നോക്കി കൊണ്ട് ഉച്ചത്തിൽ വിളിച്ചു.

'റിയാ... മോളേ.. നീ എവിടെയാണ് കുട്ടി?'

രണ്ടു നിമിഷം കൂടി ആ മുറിയിൽ തന്നെ പകച്ചുനിന്ന ശേഷം സമയം കളയാൻ ഇല്ലെന്ന തിരിച്ചറിവോടെ അവർ താഴേക്ക് ഇറങ്ങി ഓടി. പോർച്ചിൽ കാറിനരികിൽ അക്ഷമനായി നിൽക്കുന്ന ഡോക്ടറെ കണ്ടപ്പോൾ തന്നെ സിസ്റ്റർക്ക് പകുതി സമാധാനമായി.

'അവൾ റൂമിൽ ഇല്ല ഡോക്ടർ...'

പറഞ്ഞു തീരുന്നതിനു മുൻപ് തന്നെ കാറിലേക്ക് കടന്നിരുന്ന് സിബി അതിവേഗത്തിൽ വണ്ടിയോടിച്ചു പോയി കഴിഞ്ഞിരുന്നു. ചീറിപ്പാഞ്ഞു പോകുന്ന വണ്ടിയുടെ പുറകിലെ വെളിച്ചം നോക്കിക്കൊണ്ട് നെഞ്ചിലെ കുരിശിൽ തൊട്ട് സിസ്റ്റർ പ്രാർത്ഥിച്ചു.

'അപകടം ഒന്നും വരുത്തല്ലേ കർത്താവേ.!'

# അധ്യായം 12

**റി**യയുടെ സ്കൂട്ടർ കണ്ടതിനു തൊട്ടടുത്തായി കാർ നിർത്തി സെമിത്തേരിയിലേക്ക് ഓടിച്ചെന്ന സിബിക്ക് കല്ലറകൾക്കിടയിൽ ആരെയും കാണാൻ കഴിഞ്ഞില്ല. വെപ്രാളത്തോടെ ചുറ്റും നോക്കിയ അവൻ താൻ പ്രതീക്ഷിച്ചതുപോലെ റിയയെ അവിടെയെങ്ങും കാണാൻ കഴിയാഞ്ഞതോടെ ആകെ പരിഭ്രാന്തനായി.

'റിയാ... നീ എവിടെ?'

ഉച്ചത്തിൽ വിളിച്ചുകൊണ്ട് കല്ലറകൾക്കിടയിലൂടെ നടന്ന് മാളിയേക്കൽകാരുടെ കല്ലറയ്ക്കരികിലെത്തിയ സിബി ഞെട്ടിത്തരിച്ചു നിന്നുപോയി.

കല്ലറയുടെ സ്ലാബ് പകുതിയിലധികം വലിച്ചു നീക്കിയിട്ടുണ്ട്. നിലത്ത് കുഴഞ്ഞു കിടക്കുന്ന റിയ ശ്വാസം എടുക്കാൻ ബുദ്ധിമുട്ടുകയാണ്. ഒരു വിറയലോടെ അവൾക്കരികിലേക്ക് മുട്ടുകുത്തിയിരുന്ന സിബി അവളെ കോരിയെടുത്ത് നെഞ്ചോട് ചേർത്ത് കുലുക്കി വിളിച്ചു.

'റിയാ.. മോളെ എഴുന്നേൽക്ക്...'

അവൾ ശ്വാസം എടുക്കാൻ ബുദ്ധിമുട്ടുന്നത് കണ്ടതോടെ അവനിലെ ഡോക്ടർ ഉണർന്നു. റിയയെ നിലത്ത് മലർത്തി കിടത്തിയ ശേഷം അവൾക്കരികിലായി മുട്ടുകുത്തി ഇരുന്ന ശേഷം അവൻ മുഖം താഴ്ത്തി അവളുടെ ചുണ്ടുകളിലേക്ക് ചുണ്ടുകൾ ചേർത്തുവെച്ച് ശ്വാസം ശക്തിയായി ഊതി. കുറച്ചുനിമിഷങ്ങൾ തുടർച്ചയായി അവനത് ആവർത്തിച്ചു കൊണ്ടേയിരുന്നു.കിതപ്പ് കുറഞ്ഞെങ്കിലും അവളുടെ ശ്വാസോച്ഛ്വാസം നേർത്തു വരുന്നത് ശ്രദ്ധിച്ച അവൻ ഒരു നിമിഷംപോലും പാഴാക്കാൻ ഇല്ലെന്ന തിരിച്ചറിവോടെ റിയയെ എടുത്തു ചുമലിലേക്ക് ഇട്ടുകൊണ്ട് സെമിത്തേരിയിൽ നിന്നും കാറിനടുത്തേക്ക് ഓടി.

സിബി വിളിച്ചു പറഞ്ഞതുകൊണ്ട് ഹോസ്പിറ്റലിൽ ഡ്യൂട്ടിയിൽ ഉള്ള സ്റ്റാഫുകൾ എല്ലാവരും അവരെയും പ്രതീക്ഷിച്ചു നിൽക്കുകയായിരുന്നു.

സ്ട്രെച്ചറിലേക്ക് റിയയെ എടുത്തു കിടത്തും മുൻപ് തന്നെ ഡോക്ടർ സുജിത്ത് അവളെ അകത്തേക്ക് കൊണ്ടുപോയി കഴിഞ്ഞിരുന്നു. ക്രമം

തെറ്റി മിടിക്കുന്ന തന്റെ ഹൃദയത്തിനെ ഒന്നു കൺട്രോൾ ചെയ്തുകൊണ്ട് സിബി ദീർഘനിശ്വാസം എടുത്തു.ആകെ തളർന്നുപോയ അവൻ അകത്തേക്ക് നടന്നു. റിയയെ നേരെ ഐസിയു വിലേക്കാണ് കയറ്റിയിരുന്നത്.

ഡോർ തുറന്ന് അകത്തേക്ക് നോക്കുന്ന സിബിയെ കണ്ടു റിയയുടെ മുഖത്ത് ഓക്സിജൻ മാസ്ക് പിടിപ്പിക്കുകയായിരുന്ന ഡോക്ടർ സുജിത്ത് വിളിച്ചുപറഞ്ഞു.

'ഡോണ്ട് വറി! ഷീ ഈസ് ബ്രീത്തിങ്.'

സിബി പതുക്കെ അവളുടെ അടുത്തേക്ക് നടന്നു ചെന്നു മോണിറ്ററിൽ നോക്കി.

ബിപിയും പൾസ് റേറ്റും വല്ലാതെ താഴ്ന്നിരിക്കുന്നു. അവൾക്ക് ഇനിയും ബോധം വന്നിട്ടില്ല. സിബി ഒരു കസേര വലിച്ചു അവൾക്ക് അരികിൽ തന്നെ ഇരുന്നു.ഈ കുറഞ്ഞ സമയം കൊണ്ട് എന്താണ് അവിടെ സംഭവിച്ചത് എന്ന് സിബിക്ക് മനസ്സിലായില്ല. സാധാരണ രണ്ടോ മൂന്നോ പേർ ചേർന്ന് പാര കൊണ്ട് കുത്തിയാണ് കല്ലറയുടെ സ്ലാബ് ഇളക്കി മാറ്റുക.

പക്ഷേ ഇന്ന് താൻ കണ്ട കാഴ്ച..!

എങ്ങനെയാണ് ഇത്രയും വലിയൊരു സ്ലാബ് റിയ തനിയെ ഇളക്കി മാറ്റിയത്?

അത് ചെയ്തതിന്റെ ആയാസത്തിൽ ആവാം അവൾ തളർന്നു വീണു പോയത്. അവിടെ അവളെ സഹായിച്ചെന്ന് സംശയിക്കാനുള്ള ഒരു വ്യക്തി പോലും ഉണ്ടായിരുന്നില്ല. ഒരു പക്ഷേ റിയ പറയുന്നതുപോലെ ആ പെൺകുട്ടി വന്നിരുന്നുവോ? അങ്ങനെയെങ്കിൽ ആ കല്ലറയ്ക്കുള്ളിൽ എന്തായിരുന്നു? അത് കണ്ടിട്ടാണോ റിയ ബോധം കെട്ട് വീണത്?

അപ്പോളത്തെ വെപ്രാളത്തിൽ ആ കല്ലറയ്ക്കുള്ളിൽ ഒന്നു നോക്കാൻ തോന്നിയില്ലല്ലോ എന്നോർത്ത് അവന് മനസ്താപം തോന്നി. അവൻ കണ്ണുകൾ അടച്ച് ഒന്നുകൂടി ആലോചിച്ചു.

റിയയെ എടുത്ത് ഉയരുമ്പോൾ ആ കല്ലറയ്ക്കുള്ളിൽ ഒരു വെള്ള കളർ താൻ കണ്ടിരുന്നില്ലേ?

അതോ അത് തന്റെ തോന്നൽ മാത്രമായിരുന്നുവൊ?

'സുജിത്ത്.. ഒന്നു ശ്രദ്ധിക്കണേ. ഞാൻ പെട്ടെന്ന് വരാം...'

പുറത്തേക്ക് പോകാനായി തിരിഞ്ഞ സിബിയോട് ഡോക്ടർ സുജിത്ത് പിറകിൽ നിന്നും വിളിച്ചു ചോദിച്ചു.

'ആരാണ് ഡോക്ടർ ഇത്? ഈ സമയത്ത് ഡോക്ടറിന് ആ പെൺ

കുട്ടിയെ എവിടെ നിന്ന് കിട്ടി? എന്തെങ്കിലും പ്രശ്നമുണ്ടോ? '

'ഹേയ് എന്ത് പ്രശ്നം? ഒരു പ്രശ്നവുമില്ല. ഡോക്ടർ തൽക്കാലം അവളെ ഒന്ന് കെയർ ചെയ്യൂ.'

'ആ കുട്ടി ഇപ്പോൾ സ്റ്റേബിൾ ആയിട്ടുണ്ട്. പക്ഷേ എന്തെങ്കിലും പ്രശ്നമുണ്ടെങ്കിൽ നമുക്ക് സ്റ്റേഷനിൽ ഒന്ന് ഇൻഫോം ചെയ്യുന്നതല്ലേ നല്ലത്.? ഡോക്ടർക്ക് നേരിട്ട് അറിയാവുന്ന കുട്ടി ആണോ ഇത്?'

'ഓഫ് കോഴ്സ്.. ഞാൻ താമസിക്കുന്നതിന്റെ എതിർവശത്തെ ഹോസ്റ്റലിൽ താമസിക്കുന്ന കുട്ടിയാണ്. പെട്ടെന്നൊരു വയ്യായ്ക വന്നതുകൊണ്ട് ഞാൻ ഇങ്ങോട്ട് കൊണ്ടുവന്നു എന്നേയുള്ളൂ. സിസ്റ്ററിനെ വിളിച്ചാൽ ഇപ്പോൾ വരും.. ഞാനൊന്നു പോയി കൂട്ടിക്കൊണ്ടു വരാം.'

'ഓക്കേ ഡോക്ടർ.. ക്യാരി ഓൺ.'

ഹോസ്പിറ്റലിൽ നിന്നും പുറത്തിറങ്ങിയ സിബി കാർ അതിവേഗത്തിൽ സെമിത്തേരിയിലേക്ക് തന്നെ ഓടിച്ചു.

എന്തൊക്കെയാണ് തനിക്കു ചുറ്റും നടക്കുന്നതെന്ന് ആലോചിക്കുമ്പോൾ അവന് ഭ്രാന്ത് പിടിക്കുന്നുണ്ടായിരുന്നു.

സെമിത്തേരിയുടെ ഉള്ളിലേക്ക് കടന്ന് അവൻ ചുറ്റും നോക്കി. നേർത്ത നിലാവിൽ കുളിച്ചു കിടക്കുന്ന ഒരുപാട് ആത്മാക്കളുടെ

കിടപ്പറകൾ. കല്ലറകൾക്കിടയിലൂടെ അവൻ മുന്നോട്ടേക്ക് നടന്നു. അസ്ഥിക്കുഴിയുടെ അരികിലായി മാളിയേക്കൽക്കാരുടെ കല്ലറ തെളിഞ്ഞു കാണാം. ഒറ്റനോട്ടത്തിൽ സ്ലാബ് നീങ്ങിയത് മനസ്സിലാകില്ല.

അവൻ അങ്ങോട്ടേക്ക് നടന്നു.

കുറച്ചു ദിവസം മുന്നേ ഇളക്കിയ സ്ലാബ് ആയതുകൊണ്ടാവാം അവൾക്ക് തനിച്ച് ഇത് വലിച്ചു നീക്കാൻ പറ്റിയിട്ടുണ്ടാവുക, എന്നാലോചിച്ചു കൊണ്ടാണ് അവൻ അങ്ങോട്ടേക്ക് നടന്നത്.സിബിക്ക് കാലുകൾ ചെറുതായി ഇടറുന്നുണ്ടായിരുന്നു ഇതുപോലൊരു ചുറ്റുപാടിൽ ഈ ഒരു സമയത്ത് അവൻ ആദ്യമായിട്ടാണ്. എത്രയൊക്കെ ധൈര്യം സംഭരിച്ചാലും അവന്റെ ഉള്ളം അപരിചിതമായ ഈ സാഹചര്യത്തെ അംഗീകരിക്കാൻ കഴിയാതെ പിടഞ്ഞുകൊണ്ടിരുന്നു.

കല്ലറയ്ക്ക് അരികിൽ എത്തിയ സിബി പതുക്കെ അതിനുള്ളിലേക്ക് എത്തിനോക്കി. ഒറ്റനോട്ടത്തിൽ ഒന്നും കാണാൻ ആവുന്നില്ല കട്ടപിടിച്ച ഇരുട്ടാണ്. പക്ഷേ ഒരു വെളുപ്പ് ചെറിയ മിന്നായം പോലെ കാണുന്നുണ്ട്. അവന്റെ ഉള്ളം അറിയാതെ കിടു കിടുത്തു.ധൈര്യം സംഭരിച്ച് അവൻ പോക്കറ്റിൽ നിന്നും മൊബൈൽ എടുത്ത് അതിന്റെ ടോർച്ച് ലൈറ്റ് ഓൺ ചെയ്തു കൊണ്ട് കല്ലറയിലേക്ക് തിരിച്ചു പിടിച്ചു..

സിബിയുടെ അടിവയറ്റിൽ നിന്നും ഒരു തീനാളം മുകളിലേക്ക് ഉയർന്നതുപോലെ അവനു തോന്നി..

താഴെ വെളുത്ത തുണിയിൽ പൊതിഞ്ഞുകെട്ടിയ ഒരു ശരീരം മണ്ണിൽ പൂർണമായും മറയപ്പെടാതെ പാതി പുറത്തായി കിടക്കുന്നു. നല്ല രീതിയിൽ ദുർഗന്ധം വന്നു തുടങ്ങിയിട്ടുണ്ട്. മുഖമടക്കം പൊതിഞ്ഞു കെട്ടിയത് കൊണ്ട് ആ ശരീരം പുരുഷനാണോ സ്ത്രീയാണോ എന്ന് വ്യക്തമല്ല. എങ്കിലും ആ തുണിയുടെ നിറം കണ്ടാൽ അറിയാം ആ ശരീരം പുതിയതാണെന്ന്.

പെട്ടെന്നാണ് സിബിയുടെ മുതുകിൽ എന്തോ വന്ന് അടിച്ചു വീണത്.

ഒരു ഞെട്ടലോടെ പിടഞ്ഞ് എഴുന്നേറ്റ അവൻ നിലത്തു കിടന്ന് വല്ലാത്തൊരു ശബ്ദം ഉണ്ടാക്കുന്ന നരിച്ചീറിനെയാണ് കണ്ടത്. അതിന്റെ കണ്ണുകൾ ഇരുട്ടിൽ വല്ലാതെ തിളങ്ങുന്നു.സിബി മുഖമുയർത്തി ചുറ്റും നോക്കി. ശരിയായ ശ്മശാന നിശ്ശബ്ദത മാത്രം. ചെരിഞ്ഞുവീണു പിടയുന്ന ആ ജീവിയെ അവൻ കൈകൊണ്ട് തട്ടി നേരെയാക്കിയെങ്കിലും,

അത് പറന്നു പോകാതെ അവിടെത്തന്നെ കിടന്നു വികൃത ശബ്ദം പുറപ്പെടുവിച്ചു കൊണ്ടേയിരുന്നു.

അവൻ ചുറ്റും നോക്കി. ശുശ്രൂഷ മണ്ഡപത്തിൽ മൃതദേഹം കിടത്തുന്ന ഒരു അഴികളുള്ള സ്ട്രക്ച്ചർ മുൻപേ അവൻ കണ്ടിരുന്നു. തിടുക്കത്തിൽ മണ്ഡപത്തിലേക്ക് ചെന്ന് അവൻ ആ സ്ട്രക്ച്ചർ എടുത്തു കല്ലറയ്ക്ക് അരികിലേക്ക് വന്നു.

കല്ലറയ്ക്കുള്ളിലേക്ക് ആ സ്ട്രക്ച്ചർ താഴ്ത്തി ഇറക്കി ഉറപ്പിച്ച ശേഷം അവൻ ശ്രദ്ധയോടെ താഴെക്കിറങ്ങി.ചെറിയ നനവുള്ള മണ്ണിൽ കാലു കുത്തിയപ്പോൾ അവന്റെ ദേഹം കുളിർന്നു. മൊബൈൽ ടോർച്ചിന്റെ വെളിച്ചത്തിൽ ആ ശരീരത്തെ അവൻ നന്നായി ഒന്നു നോക്കി. ചെളി പുരണ്ട ഒരു വെളുത്ത തുണികെട്ട്. അടുത്തേക്ക് ചെല്ലുന്നതിനനുസരിച്ച് ദുർഗന്ധം കൂടിക്കൂടി വരുന്നുണ്ട്. തലഭാഗം ആണെന്നു മനസ്സിലാക്കിയ വശത്തെ തുണി അവൻ ശ്രദ്ധയോടെ അഴിക്കാൻ ശ്രമിച്ചു. കിതപ്പും വിറയലും കൊണ്ട് ഒരു കയ്യിൽ മൊബൈൽ അടിച്ചു പിടിച്ച് സിബിക്ക് അത് പൂർത്തിയാക്കാൻ സാധിക്കുന്നുണ്ടായിരുന്നില്ല.

കുറച്ചു സമയത്തെ പ്രയത്നത്തിനൊടുവിൽ അവൻ തുണിയുടെ മുകൾ ഭാഗം ചെറുതായി വലിച്ചു നീക്കി. കറുത്ത നിറത്തിൽ എന്തിലോ കൈ ഉരസിയപ്പോഴാണ് അവൻ മൊബൈൽ വെളിച്ചം അങ്ങോട്ടേക്ക് നന്നായി നീക്കി പിടിച്ചത്.

ഇടതൂർന്ന് കട്ടിയുള്ള മുടിയിഴകൾ ആയിരുന്നു അത്. നീളം കൂടുത

ലായതുകൊണ്ടാവാം ചുരുട്ടി വെച്ചിരിക്കുകയാണ് തലയ്ക്കു പിറകിലായി.ഒരു ഞെട്ടലോടെ സിബി തിരിച്ചറിഞ്ഞു.അതൊരു പെൺകുട്ടിയുടെ ശവശരീരം തന്നെയാണ്.

നേരിയ ഒരലർച്ചയോടെ പിറകിലേക്ക് ചാഞ്ഞ അവൻ അവിടെ ഇരുന്നു പോയി.

വിയർത്തൊഴുകുന്ന ശരീരവുമായി വർദ്ധിച്ചുവരുന്ന ഹൃദയമിടിപ്പിനെ നിയന്ത്രിക്കാൻ ശ്രമിച്ചുകൊണ്ട് സിബി രണ്ടു നിമിഷം അവിടെത്തന്നെ ഇരുന്നു.

പിന്നെ മൊബൈൽ അവിടെ നിലത്തുചാരി വെച്ച് സർവ്വശക്തിയും സംഭരിച്ച് ആ ശരീരത്തെ മലർത്തിയിട്ടു. അതിനുശേഷം ആ തുണി കുറച്ചു താഴേക്ക് വലിച്ചു നീക്കി ഇരുനിറത്തിൽ നല്ല മുഖൈശ്വര്യമുള്ള ഒരു കുട്ടിയാണ്. മൂക്കിൽ പല നിറങ്ങൾ ഉള്ള കല്ലുകൾ പതിച്ച ഒരു വലിയ മൂക്കുത്തി. ചുരിദാർ ആണെന്ന് തോന്നുന്നു ധരിച്ചിരിക്കുന്നത്. ദേഹം പൊതിഞ്ഞ വെള്ളത്തുണി കാണുമ്പോൾ ഹോസ്പിറ്റലിൽ ഉപയോഗിക്കുന്ന തരം തുണിയാണെന്ന് മനസ്സിലാവുന്നുണ്ട്

കേരളത്തിനു പുറത്തുള്ള ഒരു പെൺകുട്ടിയാണെന്ന് തോന്നി അവന്. ശരീരം അഴുകി തുടങ്ങിയതിന്റെ ലക്ഷണങ്ങൾ കാണിക്കുന്നുണ്ട്. നല്ല പഴക്കമുള്ള ബോഡി മരുന്നിൽ ഇട്ടുവച്ചതുപോലെ.

ഒരു പകൽ വെളിച്ചം തട്ടിയാൽ ശരീരത്തിനുള്ളിലുള്ള പുഴുക്കൾ പുറത്തേക്ക് വന്നു തുടങ്ങും. അവൻ പെട്ടെന്ന് തന്നെ തുണികൊണ്ട് അതുപോലെ തന്നെ ആ ശരീരം പൊതിഞ്ഞു.

കാർ ഹോസ്റ്റലിന്റെ ഗേറ്റ് കടക്കുമ്പോൾ തന്നെ കാണാമായിരുന്നു പുറത്തെ വരാന്തയിലൂടെ അങ്ങോട്ടുമിങ്ങോട്ടും നടക്കുന്ന സിസ്റ്ററെ. സിബിയുടെ വണ്ടിയിൽ പതിവുപോലെ റിയയും ഉണ്ടെന്ന് വിശ്വാസത്തോടെ അവർ തിടുക്കത്തിൽ ഇറങ്ങിവന്നു. പക്ഷേ വണ്ടിയിൽ നിന്നും സിബി മാത്രം ഇറങ്ങിയതോടെ അവർ ആകെ പരിഭ്രമിച്ചു പോയി.

'കൊച്ച് എവിടെ ഡോക്ടർ?അവളെ കണ്ടില്ലേ ഇന്ന്?'

'അവളെ കിട്ടി സിസ്റ്റർ. പക്ഷേ കക്ഷിക്ക് നല്ല ക്ഷീണം ഉണ്ട്. ഞാൻ ഹോസ്പിറ്റലിൽ ആക്കിയിട്ടാണ് വന്നത്. നമുക്ക് പെട്ടെന്ന് തന്നെ പോകണം. അവിടെ മറ്റാരുമില്ല.'

'ഈശോയെ.. എന്ത് പറ്റിയത്? ആ കൊച്ചിന്റെ മമ്മിയോട് ഞാൻ എന്ത് സമാധാനം പറയും എന്റെ കർത്താവേ.'

'പേടിക്കാനൊന്നുമില്ല! ഇപ്പോൾ അവൾ ഓക്കെയാണ്. അതിനുശേഷം ആണ് ഞാൻ ഇങ്ങോട്ടേക്ക് വന്നത്. നമുക്ക് പോകാം.'

സിസ്റ്ററെയും കൊണ്ട് സിബി ഹോസ്പിറ്റലിൽ എത്തുമ്പോൾ നേരം പുലരാറായിരുന്നു. ഐസിയുവിലേക്ക് കയറിപ്പോകും മുൻപേ അവരെ സുജിത്ത് ഡോക്ടർ പിറകിൽ നിന്നും വിളിച്ചു.

'ഡോക്ടർ ഒന്നിങ്ങോട്ടു വരൂ... ഇറ്റ്സ് വെരി അർജെന്റ്...'

സിസ്റ്ററിനോട് അകത്തേക്ക് കയറി പോയിക്കോളാൻ പറഞ്ഞിട്ട് സിബി സുജിത്തിനടുത്തേക്ക് തിരിഞ്ഞു നടന്നു.

ഗൗരവത്തോടെയുള്ള അയാളുടെ മുഖഭാവം കണ്ടപ്പോൾ സിബിക്ക് എന്തോ പന്തികേട് തോന്നി.

'എന്താ ഡോക്ടർ എന്തെങ്കിലും പ്രശ്നമുണ്ടോ? അവൾ ഓക്കെ അല്ലേ?'

'അവൾ ഇപ്പോൾ ഓക്കെയാണ്. പക്ഷേ ഡോക്ടർക്ക് ഈ കുട്ടിയെ എത്രകാലമായി അറിയാം?'

'എനിക്ക് വളരെ കുറച്ചുകാലമായിട്ടുള്ള പരിചയമേ ഉള്ളൂ! എന്താണ് ഇപ്പോൾ പ്രശ്നം?'

'അതൊന്നുമല്ല ഡോക്ടർ! ആ കുട്ടിക്ക് ഒരു മേജർ ഓപ്പറേഷൻ കഴിഞ്ഞതാണ്. ഐ മീൻ... അവളുടെ ഹാർട്ട് ട്രാൻസ്പ്ലാന്റ് സർജറി കഴിഞ്ഞതാണ്.'

ഒരു രണ്ടു നിമിഷം... കേട്ട വാർത്ത ഉൾക്കൊള്ളാൻ കഴിയാതെ സിബി തറഞ്ഞുനിന്നു...

'വാട്ട്...? നിങ്ങൾ എന്താണ് ഡോക്ടർ ഈ പറയുന്നത്? റിയയെ കുറിച്ച് തന്നെയാണോ?'

'ഓഫ് കോഴ്സ് ഡോക്ടർ..! ആ കുട്ടിയുടെ ഹൃദയം മാറ്റിവെക്കപ്പെട്ടതാണ്. അവളെ ഒന്ന് വിശദമായി പരിശോധിച്ചാൽ തന്നെ മനസ്സിലാക്കാവുന്നതേയുള്ളൂ. അതുകൊണ്ട് കൂടിയാണ് താങ്കൾക്ക് മുൻപരിചയം ഉണ്ടോ എന്ന് ഞാൻ ചോദിച്ചത്.. കാരണം ഇതുപോലെയുള്ള അവസരങ്ങളിൽ ആദ്യം തന്നെ ഒരു ഡോക്ടറെ അറിയിക്കേണ്ട കാര്യമാണല്ലോ അത്.'

'എനിക്ക് അതൊന്നും അറിയില്ല ഡോക്ടർ. ആ കുട്ടി ഹോസ്റ്റലിൽ വന്നിട്ട്കുറച്ചു ദിവസങ്ങളെ ആയിട്ടുള്ളൂ...'

'സാധാരണഗതിയിൽ ഇങ്ങനെയൊരു സർജറി നടന്ന വ്യക്തിക്ക് പിന്നീട് ഒരു വൈദ്യസഹായം ആവശ്യമായാൽ ആദ്യം തന്നെ ആ കാര്യമാണ് ഡോക്ടറെ അറിയിക്കുക.പക്ഷേ ഇവിടെ അതുണ്ടായില്ല! അതുകൊണ്ടാണ് ഞാൻ ചോദിച്ചത്.'

ശരിയാണ്. ഹൃദയ മാറ്റശാസ്ത്രക്രിയ കഴിഞ്ഞ ഒരു രോഗിക്ക് പിന്നീ

ട് എന്താവശ്യത്തിന് വൈദ്യസഹായം തേടേണ്ടി വന്നാലും അവരുടെ സർജറി കഴിഞ്ഞ വിവരം ആദ്യം തന്നെ ഡോക്ടറെ ധരിപ്പിക്കണമെന്ന് ഓപ്പറേഷൻ കഴിയുമ്പോൾ തന്നെ അവരെ അറിയിക്കും അതനുസരിച്ചാണ് അവരുടെ കണ്ടീഷൻ എത്രത്തോളം ഗൗരവമായി ശ്രദ്ധിക്കണമെന്ന് തീരുമാനിക്കുക.

സിബിക്ക് ഡോക്ടർ പിന്നീട് പറയുന്നതൊന്നും ശരിക്ക് കേൾക്കുന്നുണ്ടായിരുന്നില്ല. കേട്ട വാർത്തയുടെ ഷോക്കിൽ അവൻ അങ്ങനെ തന്നെ നിന്നു പോയി..

# അധ്യായം 13

**അ**പ്പന്റെ കല്ലറയിൽ തിരി വെച്ച് പ്രാർത്ഥിക്കുകയായിരുന്നു ഔസേപ്പച്ചൻ. കുറച്ചു സമയം നോക്കി നിന്ന് ബോറടിച്ച കൊച്ചു മകൻ റോജിയാണ് കുറച്ച് അകലെയായി ഒരു കല്ലറയുടെ സ്ളാബ് നീങ്ങി കിടക്കുന്നത് കണ്ടത്.കണ്ട ഉടനെ കൗതുകത്തോടെ അങ്ങോട്ട് ചെന്ന അവൻ കല്ലറയ്ക്കുള്ളിലെ കാഴ്ച കണ്ട് അറിയാതെ നിലവിളിച്ചു പോയി.

'എന്നാടാ മോനെ?'

എന്ന് ചോദിച്ചുകൊണ്ട് അങ്ങോട്ടേക്ക് വന്ന ഔസേപ്പച്ചായൻ കല്ലറയ്ക്കുള്ളിലേക്ക് എത്തിനോക്കി. ദുർഗന്ധം വന്നു തുടങ്ങിയ ഒരു ശവശരീരമാണ് മുന്നിൽ കാണുന്നതെന്നു മനസ്സിലാക്കിയ അയാൾ അന്തംവിട്ട് നിന്നുപോയി. കുറച്ചു നിമിഷങ്ങൾക്ക് ശേഷം വിറയലോടെ അയാൾ റോജിയോട് പറഞ്ഞു.

'മകനെ...! വെക്കം പള്ളിയിൽ ചെന്ന് അച്ചനോടു ഇങ്ങോട്ട് വരാൻ പറ...'

പറഞ്ഞുതീരുന്നതിനു മുമ്പ് തന്നെ പയ്യൻ ഓടിക്കഴിഞ്ഞിരുന്നു. ഒന്നുകൂടി കല്ലറയ്ക്കുള്ളിലേക്ക് നോക്കാൻ ധൈര്യമില്ലാതെ ഔസേപ്പച്ചായൻ കുറച്ചകലേക്ക് മാറിനിന്നു.

റിയയെ ഡിസ്ചാർജ് ചെയ്തു തിരിച്ചു കൂട്ടിക്കൊണ്ടു പോവുകയായിരുന്നു സിബിയും സിസ്റ്ററും. താനറിഞ്ഞ കാര്യങ്ങളൊന്നും അവൻ അവളോട് ചോദിച്ചില്ല.ഒരുപക്ഷേ അവൾക്ക് ഇത്രയും വലിയൊരു സർജറി കഴിഞ്ഞ വിവരം മറ്റാരും അറിയുന്നത് ഇഷ്ടമല്ലായിരിക്കാം എന്നാണ് സിബിക്ക് തോന്നിയത്. ആദ്യത്തെ ഒരു ഞെട്ടൽ കഴിഞ്ഞപ്പോൾ തന്നെ അത് അവളുടെ സ്വാതന്ത്ര്യം എന്ന രീതിയിൽ സിബി അതിനെ അവഗണിച്ചു കഴിഞ്ഞിരുന്നു.

'ഇതെന്താ സെമിത്തേരിയിൽ ഇത്രയും ജനം?'

പുറകിലിരുന്ന സിസ്റ്ററുടെ ചോദ്യം കേട്ടപ്പോഴാണ് സിബി ചിന്തയിൽ നിന്നുണർന്ന് പുറത്തേക്ക് നോക്കിയത്.

ശരിയാണ്, ഗ്രൗണ്ടും സെമിത്തേരിയും നിറഞ്ഞു കവിഞ്ഞു ജനങ്ങ

ളാണ്.

പോലീസ് വാഹനങ്ങളും ചാനൽ വണ്ടികളും കൂടി കണ്ടതോടെ സിബിക്ക് കാര്യം മനസ്സിലായി.അവൻ കണ്ണാടിയിലൂടെ റിയയെ ശ്രദ്ധിച്ചു. പരിഭ്രമത്തോടെ പുറത്തേക്കു നോക്കിയ അവളുടെ മുഖം വിളറി വെളുത്തിരുന്നു.

'എന്താണാവോ സംഭവിച്ചത്? ഡോക്ടർ എന്നെ ഒന്ന് ഇവിടെ ഇറക്കാമോ? മോളെ ഹോസ്റ്റലിൽ എത്തിച്ചേര്.'

തിടുക്കത്തിൽ സെമിത്തേരിയിലേക്ക് നടക്കുന്ന സിസ്റ്ററെ ഒന്ന് തിരിഞ്ഞു നോക്കിക്കൊണ്ട് സിബി കാർ സ്റ്റാർട്ട് ചെയ്തു. റിയയും എന്താണ് സംഭവിച്ചതെന്നു മനസ്സിലാവാതെ സെമിത്തേരിയിലേക്ക് തന്നെ എത്തിനോക്കുന്നത് കണ്ട് സിബി ചോദിച്ചു.

'തനിക്ക് ഇന്നലെ എന്താണ് സംഭവിച്ചത് എന്ന് ഓർമ്മയുണ്ടോ?'

ആ ചോദ്യം കാത്തിരുന്നതുപോലെ റിയ മറുപടി പറഞ്ഞു.

'ഇല്ല ഡോക്ടർ..! പക്ഷേ ഞാൻ അവിടെ നിന്ന് ഇറങ്ങിയത് ഒക്കെ എന്റെ ഓർമ്മയിൽ ഉണ്ട്. പിന്നെ ഹോസ്പിറ്റലിൽ ഉള്ളപ്പോഴാണ് എനിക്ക് ബോധം വന്നത്.. ഇതെന്താണ് ഡോക്ടർ സെമിത്തേരിയിൽ സംഭവിച്ചത്? നമ്മൾ ഭയന്നത് പോലെ എന്തെങ്കിലും ഉണ്ടായോ?'

അവളെ ഒളിച്ചു വെച്ചിട്ട് പ്രത്യേകിച്ച് ഗുണമൊന്നുമില്ല എന്ന് സിബിക്ക് അറിയാമായിരുന്നു.

'ഇന്നലെ രാത്രി തന്നെ എനിക്ക് കിട്ടിയത് സെമിത്തേരിയിൽ വച്ചാണ്. താൻ ഒറ്റയ്ക്ക് എങ്ങനെ ചെയ്തെന്നറിയില്ല ആ കല്ലറയുടെ സ്ലാബ് നീക്കിയിരുന്നു...'

പറയുന്നതിനിടയിൽ തന്നെ മിററിലൂടെ അത്ഭുതം കൊണ്ടു കണ്ണു തള്ളിയിരിക്കുന്ന റിയയുടെ മുഖം സിബിക്ക് കാണാമായിരുന്നു. ഇന്നലെ രാത്രിയിലെ സംഭവം അവളുടെ ഓർമ്മയിൽ ഇല്ലെന്ന് അവന് ഉറപ്പായി.

'ഡോക്ടർ.. പക്ഷേ, ഞാൻ... ഞാൻ ഒന്നും ചെയ്തിട്ടില്ല. എന്റെ ഓർമ്മയിൽ ഒന്നുമില്ല.'

'ശരിയാണ്... പക്ഷേ താൻ അറിയാതെ എന്തോ ചെയ്തിട്ടുണ്ട്. ഒരു പക്ഷേ തന്നെക്കൊണ്ട് ചെയ്യിപ്പിച്ചതാവാം.ഇന്നലെ തന്നെ ഹോസ്പിറ്റലിൽ അഡ്മിറ്റ് ചെയ്ത ശേഷം ഞാൻ പോയി കല്ലറയുടെ ഉള്ളു പരിശോധിച്ചിരുന്നു...'

'എന്നിട്ട്...?'

'താൻ പറഞ്ഞതുപോലെ തന്നെ... അതിൽ ഒരു പെൺകുട്ടിയുടെ

ബോഡി ഉണ്ടായിരുന്നു...'

പിറകിൽ നിന്നും ശബ്ദം ഒന്നും കേൾക്കാഞ്ഞ സിബി വണ്ടി അരികിലേക്ക് മാറ്റി നിർത്തി തിരിഞ്ഞു നോക്കി. കാറിലെ എസിയുടെ തണുപ്പിലും റിയ വിയർത്ത് വിളർത്ത് ഇരിക്കുന്നതാണ് അവൻ കണ്ടത്.

അവളിപ്പോൾ കരയുമെന്ന് തോന്നി അവന്.

'ചിലപ്പോൾ ഞാൻ തന്നെ ആവുമോ ഡോക്ടർ അത് ചെയ്തത്? അതിലുള്ള ബോഡി ഡോക്ടർ ശരിക്കും കണ്ടിരുന്നോ?'

സിബി പുറത്തേക്കിറങ്ങി റോഡരികിൽ കണ്ട ചെറിയ ചായക്കടയിലേക്ക് പോയി രണ്ട് ചായയും ചൂടോടെ ഓരോ പഴംപൊരിയും വാങ്ങി കാറിലേക്ക് തന്നെ തിരിച്ചു വന്നു. അവൻ പുറത്തുനിന്നും ഡോർ തുറക്കാൻ പറഞ്ഞപ്പോൾ അവൾ ഡോർ തുറന്നു കൊടുത്തു. ചായ രണ്ടും അവളുടെ കയ്യിൽ കൊടുത്ത ശേഷം പുറകിൽ തന്നെ വന്ന കടക്കാരന്റെ കയ്യിൽ നിന്നും പഴംപൊരി വാങ്ങി അവൻ കാറിനകത്ത് കയറിയിരുന്നു.

'ആദ്യം താനിത് കഴിക്ക്. വിശക്കുന്നില്ലേ? ഒരു ചായ കുടിച്ചാൽ തന്നെ ശരീരത്തിന് ഊർജ്ജം വരും. എന്നിട്ട് ആലോചിക്കാം നമുക്ക്.'

അപ്പോഴേക്കും ചായ ഗ്ലാസ് പിടിച്ച റിയയുടെ കൈ വേദനിച്ചു തുടങ്ങിയിരുന്നു.

'കൈ വേദനിക്കുന്നു ഡോക്ടർ ചായ വേഗം പിടിക്കുമോ...'

തനിക്കു മുന്നിലേക്ക് നീണ്ടുവന്ന അവളുടെ കയ്യിൽ നിന്നും ചായ ഗ്ലാസ് വാങ്ങിയശേഷം സിബി അവളുടെ കൈപിടിച്ചു പരിശോധിച്ചു. അവൻ പ്രതീക്ഷിച്ചത് പോലെ തന്നെ ഉള്ളം കൈ ചുവന്നുവീർത്തു കിടക്കുകയായിരുന്നു. ചിലയിടത്ത് തൊലി പോയ മുറിവുകളും തെളിഞ്ഞു കാണുന്നുണ്ട്.

സിബി നോക്കുന്നത് കണ്ടു തന്റെ കൈവെള്ളയിലേക്ക് മുഖംതാഴ്ത്തിയ റിയക്ക് കാര്യങ്ങൾ വ്യക്തമായി തുടങ്ങിയിരുന്നു.

'താൻ ചായ കുടിക്ക്.. എന്തായാലും സംഭവിച്ചത് സംഭവിച്ചു... ഇനി എന്താണെന്ന് നോക്കാം നമുക്ക്. അത് നിന്നെ കാണാൻ വരുന്ന പെൺകുട്ടി തന്നെയാണെങ്കിൽ ഇനി അവൾ വരില്ല. അവൾ ആരാണെന്ന് തീർച്ചയായും ഇന്നും നാളെയും കൊണ്ട് നമുക്ക് അറിയാൻ കഴിയും.'

കുറച്ചുനിമിഷം എന്തോ ചിന്തിച്ചിരുന്ന ശേഷം റിയ മുഖമുയർത്തി.

'പോലീസിന് മനസ്സിലാവുമോ ഞാനാണ് അത് ചെയ്തതെന്ന്?'

'സത്യത്തിൽ ആ ഒരു പേടി എന്റെ ഉള്ളിലും ഉണ്ട്. കാൽപ്പാടുകൾ വെച്ച് കണ്ടു പിടിക്കൽ ഒന്നും ഉണ്ടാവില്ല. കാരണം പോലീസ് വരുന്ന

തിനു മുമ്പ് തന്നെ നാട്ടുകാരൊക്കെ എത്തിയ ലക്ഷണമാണ്. മറ്റു കുഴപ്പങ്ങളൊന്നും ഇല്ലെങ്കിൽ നമ്മൾ സേഫ് ആണ്.'

'എന്റെ വണ്ടി എവിടെയാണുള്ളത്?'

'അത് ഞാൻ രാത്രി തന്നെ അവിടെ നിന്നെടുത്ത് സ്കൂളിന്റെ പിറകിൽ കൊണ്ടുപോയി വെച്ചിരുന്നു. അത് കുറുപ്പേട്ടൻ രാവിലെ വന്ന് എടുത്തു പോയിട്ടുണ്ടാവും...'

റിയയെ ഹോസ്റ്റലിൽ വിട്ട് വീട്ടിലെത്തിയ സിബി കുളി കഴിഞ്ഞ് പുറത്തേക്കിറങ്ങുമ്പോഴാണ് കോളിംഗ് ബെൽ അടിച്ചത്. വാതിൽ തുറന്ന അവനു മുന്നിൽ യൂണിഫോമിൽ ഉള്ള കുറച്ചു പോലീസുകാർ നിരന്നു നിൽക്കുന്നുണ്ടായിരുന്നു.

'ഡോക്ടർ സിബി..?'

'അതെ, ഞാനാണ്... എന്താണ് സർ കാര്യം?'

'പറയാം... ഞങ്ങൾ അകത്തേക്ക് വരുന്നതിൽ വിരോധമുണ്ടോ?'

'ഹേയ്... നോ സർ... വരൂ... കയറിയിരിക്കൂ...'

അവർക്ക് എന്താണ് തന്നോട് ചോദിക്കാനുള്ളത് എന്ന കാര്യത്തിൽ സിബിക്ക് സംശയം ഒന്നും ഉണ്ടായിരുന്നില്ല. എങ്കിലും അവനത് അറിഞ്ഞതായി ഭാവിക്കാതെയാണ് സംസാരിച്ചത്.

'എന്റെ പേര് ഷാജഹാൻ ഇവിടെ പേരാവൂർ സ്റ്റേഷനിലെ സി ഐ ആണ്...'

സോഫയിൽ ഇരുന്ന പോലീസുകാരിലെ മുതിർന്ന ഓഫീസർ സ്വയം പരിചയപ്പെടുത്തിക്കൊണ്ട് തുടർന്നു.

'ഇവിടെ തുണ്ടിയിൽ സെമിത്തേരിയിൽ കല്ലറയ്ക്കകത്ത് ആരോ ഡെഡ് ബോഡി കൊണ്ടുവന്നിട്ട വാർത്ത ഡോക്ടറും അറിഞ്ഞിട്ടുണ്ടാവും എന്ന് കരുതുന്നു.'

എന്താണ് പറയേണ്ടതെന്ന് അറിയാതെ ഒരു പരുങ്ങലോടെ മുഖമുയർത്തിയ സിബിയുടെ കണ്ണുകളിലേക്ക് തന്നെ നോക്കിക്കൊണ്ട് അയാൾ പറഞ്ഞു...

'അറിയില്ലെന്ന് ഡോക്ടർ പറയരുത്, കാരണം ഇന്നലെ അർദ്ധരാത്രിക്ക് ശേഷം ആ സെമിത്തേരിയിലേക്ക് ആകെ പോയത് രണ്ട് വാഹനങ്ങളാണ്. ഒന്ന് ഒരു സ്കൂട്ടർ. അതിന്റെ നമ്പർ സിസി ടിവിയിൽ വ്യക്തമല്ല.

മാത്രമല്ല ആ വണ്ടി രാത്രിയിൽ തിരിച്ചു വന്നിട്ടുമില്ല.പിന്നെ പോയത് ഡോക്ടറിന്റെ കാറാണ്. അത് ആദ്യത്തെ പ്രാവശ്യം അവിടെ എത്തി മിനിറ്റുകൾക്കുള്ളിൽ തന്നെ തിരിച്ചു പോയെങ്കിലും പുലർച്ചയോടെ

വീണ്ടും പോയി അരമണിക്കൂറിന് ശേഷമാണ് തിരിച്ചുവന്നത്.'

ഇനിയെന്താണ് പറയേണ്ടത് എന്നറിയാതെ സിബി നിശ്ചലനായി ഇരുന്നു.

'പ്രാഥമിക പരിശോധന പ്രകാരം മൃതദേഹത്തിന് മൂന്നാഴ്ചയിലധികം പഴക്കമുണ്ട്. ഡോക്ടർ ഇവിടെ വരുന്നതിനു മുൻപ് തന്നെ മൃതദേഹം ആ കല്ലറയ്ക്കുള്ളിൽ എത്തിയിരുന്നു. അതുകൊണ്ടുതന്നെ ഡോക്ടറാണ് അത് അവിടെ കൊണ്ടുപോയി ഇട്ടതെന്ന് ഞങ്ങൾ വിശ്വസിക്കുന്നില്ല. പക്ഷേ ആ മൃതദേഹവുമായി ബന്ധപ്പെട്ട എന്തോ ഒന്ന് ഡോക്ടർക്കറിയാം, അത് ഞങ്ങളോടുകൂടി ഷെയർ ചെയ്യുക എന്നത് ഈ യൊരു അവസ്ഥയിൽ താങ്കളുടെ കടമയാണ്...'

കാര്യങ്ങൾ തുറന്നു പറയുന്നതാണ് കൂടുതൽ നല്ലത് എന്ന് സിബിക്കും അറിയാമായിരുന്നു.

'ഞാൻ പറയാം സാർ.. അതിനുമുമ്പ് ഒരു കാര്യം ചോദിച്ചോട്ടെ... ആ പെൺകുട്ടി ആരാണെന്ന് മനസ്സിലായോ?'

'ഇല്ല മിസ്സിംഗ് കേസുകൾ കോഡിനേറ്റ് ചെയ്യാനുള്ള ഓർഡർ കൊടുത്തിട്ടുണ്ട്. ഒന്നോ രണ്ടോ ദിവസത്തിനുള്ളിൽ അറിയാൻ കഴിഞ്ഞേക്കും...'

'കുറുപ്പേട്ടാ ഇവർക്കെല്ലാവർക്കും ചായ എടുക്ക്.. സാർ വരൂ നമുക്ക് മുകളിലിരുന്നു സംസാരിക്കാം...'

പോലീസുകാരോടൊപ്പം മുകളിലേക്ക് കയറി പോകുന്ന സിബിയെ നോക്കിക്കൊണ്ട് കുറുപ്പേട്ടൻ അടുക്കളയിലേക്ക് നടന്നു.

മനസ്സിലെ ആധി പുറത്തു കാട്ടാതെ ട്രേയിൽ ചായയും ബിസ്കറ്റും നിരത്തി മുകളിലേക്ക് നടക്കുമ്പോൾ തന്നെ കുറുപ്പേട്ടന് പോലീസ് ഓഫീസറുടെ ശബ്ദം ഉയർന്നു കേൾക്കാമായിരുന്നു.

'വാട്ട് നോൺസെൻസ് ആർ യു ടോക്കിങ് ഡോക്ടർ? ഇതൊക്കെ ആരെങ്കിലും വിശ്വസിക്കുന്ന കാര്യങ്ങളാണോ? ഇതാണോ നിങ്ങൾ കോടതിയിൽ പറയാൻ പോകുന്നത്? അതിന് ടോയ്‌ലറ്റ് പേപ്പറിന്റെ വില പോലുമുണ്ടാവില്ലെന്ന് ഡോക്ടർക്ക് ഞാൻ പറഞ്ഞു തരണോ?'

സിബി അക്ഷോഭ്യനായി തുടർന്നു പറഞ്ഞു.

'തീർച്ചയായും എനിക്ക് അത് തെളിയിക്കാൻ കഴിയും സാർ..! റിയയുടെ കാര്യത്തിൽ ഞാൻ പറഞ്ഞ ഓരോ വാക്കും സത്യമാണെന്ന് ഒരുപാട് പേർ സാക്ഷികളായുണ്ട്.. ആ കുട്ടിക്ക് എന്തുകൊണ്ട് ഇങ്ങനെ ഒരു അവസ്ഥ ഉണ്ടായെന്ന ചോദ്യത്തിന് ഇതുവരെ ഉത്തരം കിട്ടാത്തതുകൊണ്ടാണ് കാര്യങ്ങൾ തുറന്നു പറയാൻ ആദ്യം ഞാൻ ഒന്നു മ

ടിച്ചത്.'

ചായ കപ്പുകൾ ടീപോയിൽ വെക്കുന്നതിനിടയിൽ പരിഭ്രമത്തോടെ തനിക്കുനേരെ നീണ്ടു വന്ന കുറുപ്പേട്ടന്റെ നോട്ടം ഒരു ചെറു ചിരിയോടെ സിബി തടുത്തു. സിബിയുടെ മുഖത്തെ ആത്മവിശ്വാസം കണ്ടത് കൊണ്ടാവാം സി ഐ ഒന്നു തണുത്തതുപോലെ തോന്നി.

'ഏതായാലും ഡോക്ടർ ഇവിടെ നിന്ന് പുറത്തേക്ക് എങ്ങോട്ടെങ്കിലും പോകുന്നുണ്ടെങ്കിൽ സ്റ്റേഷനിൽ ഒന്ന് വിവരമറിയിക്കണം. തൽക്കാലം കാര്യങ്ങൾ എങ്ങോട്ടാണ് നീങ്ങുന്നതെന്ന് നമുക്കൊന്ന് വാച്ച് ചെയ്യാം. ആ ബോഡിയുടെ വിശദാംശങ്ങൾ കിട്ടിയതിനുശേഷം ഞാൻ ഡോക്ടറെ ഒന്നുകൂടി കാണാൻ വരാം. എനിക്ക് ഡോക്ടറുടെ സഹായം വേണ്ടിവരും.'

'തീർച്ചയായും.. അതിനുമുൻപ് സാറിന് വിരോധമില്ലെങ്കിൽ ആ മൃതദേഹത്തിന്റെ ഫോട്ടോ ഒന്ന് കിട്ടുകയാണെങ്കിൽ എന്റേതായ രീതിയിൽ ഞാനും ഒന്ന് അന്വേഷിക്കാമായിരുന്നു..!'

കുടിച്ചു കഴിഞ്ഞ് ചായക്കപ്പ് തിരിച്ചു വച്ച് പുറത്തേക്കിറങ്ങാൻ തിരിഞ്ഞ പോലീസ് ഓഫീസർ സിബിയോട് പറഞ്ഞു..

'തൽക്കാലം അത് വേണ്ട ഡോക്ടർ! പോലീസിന്റെ ഡ്യൂട്ടി പോലീസ് ചെയ്യട്ടെ... അതല്ലേ അതിന്റെ ഭംഗി..?'

താഴത്തേക്ക് ഇറങ്ങിപ്പോയ പോലീസ് സംഘത്തിന്റെ ജീപ്പ് ഗേറ്റ് കടന്നു പോകുന്നതും നോക്കി സിബി ബാൽക്കണിയിൽ തന്നെ ആലോചനയിൽ മുഴുകി ഇരുന്നു. ഇനിയങ്ങോട്ട് എന്താണ് ചെയ്യേണ്ടത് എന്നാണ് അയാൾ മനസ്സിൽ കണക്കു കൂട്ടിക്കൊണ്ടിരുന്നത്.

'എന്താ കുഞ്ഞേ ഇത്? എന്തിനാ പോലീസ് ഒക്കെ വന്നത്?'

കുറുപ്പേട്ടൻ ആകെ പരിഭ്രമിച്ചിട്ടുണ്ടെന്ന് അദ്ദേഹത്തിന്റെ ചോദ്യം കേട്ടപ്പോൾ തന്നെ സിബിക്ക് മനസ്സിലായി. ഒന്നും സംഭവിക്കാത്തത് പോലെ ഒരു ചിരിയോടെ സിബി പറഞ്ഞു

'ഒന്നുമില്ല കുറുപ്പേട്ടാ! അപ്പുറത്തെ ഹോസ്റ്റലിൽ രാത്രി ഇറങ്ങിപ്പോകുന്ന ആ പെൺകുട്ടി ഇല്ലേ.. അവൾ ഇന്നലെ രാത്രി ഉറക്കത്തിൽ ഇറങ്ങി നടന്നത് സെമിത്തേരിയിലേക്കാണ് ഇന്നത്തെ ന്യൂസിൽ കണ്ടില്ലേ ഒരു ശവം കണ്ടെടുത്തു എന്ന്, അതുമായി ബന്ധപ്പെട്ട് ചോദ്യം ചെയ്യാൻ വേണ്ടി വന്നതാണ്.'

'ഈശ്വരാ..! ഞാൻ അന്നേ പറഞ്ഞില്ലേ മോനേ, ഇവിടെ എന്തോ കുഴപ്പമുണ്ടെന്ന്. ഇനിയിപ്പോൾ എന്തൊക്കെയാണോ ഈശ്വരാ ഉണ്ടാവുക...'

'കുറുപ്പേട്ടൻ ധൈര്യമായി ഇരിക്കൂ... ഇവിടെ ഒരു കുഴപ്പവും ഉണ്ടാവില്ല...'

'കുഞ്ഞിന് പ്രശ്നമൊന്നും ഉണ്ടാവാതിരുന്നാൽ മതി എനിക്ക്. ആ കുട്ടിക്ക് വേണ്ടി എത്ര പ്രാവശ്യമാണ് ഓടിയത്. അതും രാവും പകലും നോക്കാതെ.'

'അവളുടെ ചെറിയ ചില പ്രശ്നങ്ങൾ കാരണമാണ് ഇപ്പോൾ പോലീസ് ഇവിടെ വരേണ്ടി വന്നത് എന്നത് സത്യം തന്നെ, പക്ഷേ അവൾ ഒരു തെറ്റും ചെയ്തിട്ടില്ലെന്ന് നമുക്കറിയാമല്ലോ. പിന്നെന്താ കുഴപ്പം?'

സിബിയുടെ വാക്കുകൾ ശരിവെച്ചുകൊണ്ട് ഒരു നെടുവീർപ്പോടെ കുറുപ്പേട്ടൻ അകത്തേക്ക് കയറിപ്പോയി.

# അധ്യായം 14

'എനിക്ക് ഇവിടം മടുത്തു തുടങ്ങിയിരിക്കുന്നു ഡോക്ടർ. ഇപ്പോൾ തോന്നുന്നു എങ്ങിനെയെങ്കിലും തിരിച്ചു പോയാൽ മതിയെന്ന്...'

'അതെന്താ ഇപ്പോൾ പെട്ടെന്ന് അങ്ങനെ തോന്നാൻ? താൻ ഒറ്റ ഒരാളുടെ വാശി കാരണമാണ് ഇവിടെ കൊണ്ടുവന്ന് ചേർത്തത് എന്ന് അന്ന് തന്റെ പപ്പ പറഞ്ഞത് ഓർമ്മയില്ലേ?'

'അത് ശരിയാണ് ഡോക്ടർ! പക്ഷേ ഇപ്പോൾ എനിക്ക് എത്രയും പെട്ടെന്ന് തിരിച്ചു പോകാൻ ആണ് തോന്നുന്നത്. കോളേജിൽ പോകാനോ പഠിക്കാനോ ഒന്നും തോന്നുന്നില്ല. അല്ലെങ്കിൽ തന്നെ എനിക്ക് യാതൊരുവിധ താൽപര്യവും ഇല്ലാത്ത കോഴ്സാണ് എൻജിനീയറിങ്. എന്തിനാണ് ഞാൻ അതിന് ചേരാൻ വാശി പിടിച്ചതെന്ന് എനിക്ക് തന്നെ അറിയില്ല.'

പോലീസ് വന്ന വിവരം റിയയെ അറിയിക്കാനായി ഹോസ്റ്റലിൽ വന്നതായിരുന്നു സിബി. അന്നമ്മ സിസ്റ്ററും ഉണ്ടായിരുന്നു അവളുടെ കൂടെ.

പെട്ടെന്ന് പോലീസ് ചെന്ന് കയറിയാൽ അവൾ ഭയപ്പെടരുത് എന്ന് അവനു തോന്നി. ഇതുവരെ ഉള്ളതുപോലെ തങ്ങൾ രണ്ടുപേരുടെ ഇടയിൽ മാത്രം ഇനി ഈ പ്രശ്നം ഒതുങ്ങി നിൽക്കുന്നത് ബുദ്ധിയല്ല എന്ന് അവന് തോന്നിത്തുടങ്ങിയിരുന്നു. അതുകൊണ്ടുതന്നെ തുടക്കം മുതൽ ഇന്നലെ രാത്രി വരെ സംഭവിച്ച എല്ലാ കാര്യങ്ങളും സിസ്റ്ററുമായി സിബി സംസാരിച്ചിരുന്നു.

റിയ സെമിത്തേരിയിൽ രണ്ടുമൂന്നു പ്രാവശ്യം രാത്രി ഇറങ്ങിപ്പോയി എന്നല്ലാതെ അതിന്റെ ബാക്കി വിവരങ്ങളെല്ലാം സിസ്റ്റർ ഇന്നാണ് അറിയുന്നത്. ദൈവത്തിനെ പോലെ തന്നെ സാത്താനെയും വിശ്വസിക്കുന്ന സിസ്റ്റർക്ക് ഇതേതോ ഭൂത പ്രേത പിശാചുക്കളുടെ കളിയായിട്ടാണ് തോന്നിയത്.

'കൊച്ചു പറയുന്നതാണ് ശരിയെന്നാ എനിക്കും തോന്നുന്നത് ഡോക്ടറെ...

ഇന്നത്തെ കാലത്ത് ഭൂതത്തിന്റെയും പ്രേതത്തിന്റെയും ആത്മാവി

ന്റെയും പേര് പറഞ്ഞാൽ എത്രപേർ വിശ്വസിക്കും? പക്ഷേ ഒരു ദുഷ്ട ശക്തി ഉണ്ടെന്നത് വാസ്തവം. ഇതൊക്കെ പറഞ്ഞു വിശ്വസിപ്പിക്കാൻ നിൽക്കുന്ന സമയം കൊണ്ട് അവനവന്റെ ജീവിതം കൈവിട്ടു പോകാതെ തിരിച്ചുപിടിക്കാം. '

അവൻ റിയയെ നോക്കി. ആകെ ചിന്താഭാരത്തിൽ വീണ് ഉഴലുകയാണ് അവൾ. മാനസികവും ശാരീരികവുമായ തളർച്ച മുഖത്ത് വ്യക്തമാണ്. സിബി അവളെ തന്നെ നോക്കി അലിവോടെ പറഞ്ഞു.

'അങ്ങനെയെങ്കിൽ നമുക്ക് ഒരു കാര്യം ചെയ്യാം. തന്റെ മമ്മിയെ വിളിച്ച് എത്രയും പെട്ടെന്ന് തിരിച്ചു പോരുകയാണെന്ന് പറ. ബാക്കി കാര്യങ്ങൾ നമുക്ക് വരുന്നിടത്തു വച്ച് കാണാം...'

'ശരിയാണ് കുഞ്ഞേ.. എത്രയും പെട്ടെന്ന് ഈ ദുഷിച്ച സ്ഥലത്ത് നിന്നും നീ അകന്നുപോകു. ഇവിടെ നിനക്ക് നല്ലതല്ലാത്തതാണ് ഓരോ നിമിഷവും സംഭവിക്കുന്നത്.'

'ഏതായാലും ഇന്ന് യാത്ര വേണ്ട. ആരെങ്കിലും വന്നു കൂട്ടിക്കൊണ്ടു പോകുമെങ്കിൽ അതാണ് നല്ലത്. താൻ വളരെ ടയേഡ് ആണ്.'

പെട്ടെന്നാണ് സിബിയുടെ ഫോൺ റിങ്ങ് ചെയ്തത് കോൾ എടുത്തതിനുശേഷം ആണ് മറുവശത്ത് സി ഐ ഷാജഹാൻ ആണെന്ന് സിബിക്ക് മനസ്സിലായത്.

'ഡോക്ടർ ഡ്യൂട്ടി കഴിഞ്ഞ് ഒന്ന് സ്റ്റേഷനിലേക്ക് വരണം. ബുദ്ധിമുട്ടുണ്ടെങ്കിൽ ഞങ്ങൾ വൈകുന്നേരം വീട്ടിലേക്ക് വരാം.'

ഒരു നിമിഷം ഒന്നാലോചിച്ച ശേഷം സിബി പറഞ്ഞു.

'ഞാൻ എത്തിക്കോളാം സാർ.. എന്തെങ്കിലും പുതിയ ന്യൂസ് കിട്ടിയിട്ടുണ്ടോ?'

'ഡോക്ടർ ആ ടിവി ഒന്ന് ഓൺ ചെയ്തു നോക്കൂ.'

സിബി പെട്ടെന്ന് തന്നെ റിയയുടെ മുറിയിൽ നിന്നും ഹാളിലേക്ക് ഇറങ്ങി അവിടെ വെച്ചിരിക്കുന്ന ടിവി ഓൺ ചെയ്തു. അവന്റെ ധൃതി പിടിച്ച ചലനങ്ങൾ കണ്ട് റിയയും സിസ്റ്ററും പുറകെ തന്നെ ഇറങ്ങി വരുന്നുണ്ടായിരുന്നു.

'തുണ്ടി പള്ളി സെമിത്തേരിയിൽ നിന്നും ലഭിച്ച അജ്ഞാത ജഡത്തിന് രണ്ടര വർഷത്തോളം പഴക്കം.'

ടിവി സ്ക്രീനിൽ തെളിഞ്ഞു നിൽക്കുന്ന വാർത്ത കണ്ട് സിബിയും റിയയും സിസ്റ്ററും ഒരുപോലെ ഞെട്ടിത്തരിച്ചു പോയി.

'ഇന്ന് പുലർച്ചെ സെമിത്തേരിയിൽ നിന്ന് ലഭിച്ച 25 വയസ്സോളം പ്രായം വരുന്ന ഒരു യുവതിയുടെ ശവശരീരമാണ് പോലീസ് കണ്ടെടുത്തത്.

വിശദ പരിശോധനയിൽ ശവശരീരത്തിൽ എംബാമിംഗിന് വേണ്ടി ഉപയോഗിക്കുന്ന ഫോർമാൽ ഡിഹൈഡ് എന്ന രാസവസ്തു അമിതമായി കണ്ടെത്തിയതിനെ തുടർന്ന് ബോഡിയിൽ നടത്തിയ പരിശോധനയിൽ ഞെട്ടിക്കുന്ന വിവരങ്ങളാണ് ലഭിച്ചിരിക്കുന്നത്.

പെൺകുട്ടിയുടെ ശരീരത്തിലെ ആന്തരിക അവയവങ്ങൾ നീക്കം ചെയ്ത നിലയിലാണ് മൃതദേഹം എന്നാണ് പോലീസ് പുറത്തുവിട്ട ആദ്യത്തെ റിപ്പോർട്ടിൽ പറയുന്നത്. അവയവക്കടത്തിന്റെ പതിവ് മാഫിയ സംഘങ്ങളിലേക്കാണോ ഈ തെളിവുകൾ വിരൽ ചൂണ്ടുന്നത് എന്ന് വ്യക്തമാകുവാൻ നാം ഇനിയും കാത്തിരിക്കേണ്ടതുണ്ട്.'

സിബി ഒന്നും പറയാതെ നിശ്ശബ്ദനായി സോഫയിൽ പോയിരുന്നു. അവന്റെ ചിന്തകൾ പല വഴിയേ സഞ്ചരിക്കുകയായിരുന്നു. റിയയുടെ അവസ്ഥയും വിഭിന്നമായിരുന്നില്ല.

'ഒരു പക്ഷേ ആ പെൺകുട്ടിയെ രണ്ടു വർഷം മുൻപേ ആരോ കൊന്ന് ആവശ്യങ്ങൾക്ക് ഉപയോഗിച്ച് ശേഷം ആ ശവശരീരം സൂക്ഷിച്ച് വെച്ച് തക്കം പാർത്തിരുന്ന് ഈ സെമിത്തേരിയിൽ കൊണ്ടു വന്ന് ഉപേക്ഷിച്ചതാവാം.'

സിസ്റ്ററിന്റെ ഊഹം തന്നെയാണ് ശരിയെന്ന് സിബിക്കും അറിയാമായിരുന്നു.

'അതെ സിസ്റ്റർ ഞാനും അത് തന്നെയാണ് ആലോചിച്ചത്.. പക്ഷേ അവരെന്തിന് ഈ സെമിത്തേരി തെരഞ്ഞെടുത്തു എന്ന കാര്യമാണ് മനസ്സിലാവാത്തത്.'

കുറച്ചുസമയം ആലോചിച്ചിരുന്ന ശേഷം പെട്ടെന്ന് മുഖമുയർത്തിയ സിബി സിസ്റ്ററിനോട് ചോദിച്ചു.

'ആ കല്ലറ മാളിയേക്കൽ കുടുംബക്കാരുടേതാണ് എന്നല്ലേ പറഞ്ഞത്.? ഇനി ഒരുപക്ഷേ അവരുമായി ബന്ധമുള്ള ആരെങ്കിലും ആവുമോ?'

'അതിനു വഴിയില്ല ഡോക്ടർ! കാരണം ആ തറവാട്ടിൽ ഇനി ബാക്കിയുള്ളത് അവരുടെ മകനായ പോളച്ചനും ഭാര്യയും രണ്ടു മക്കളും ആണ്. അവർ കുടുംബത്തോടെ വിദേശത്ത് സെറ്റിൽ ആയിട്ട് പത്തിരുപത് വർഷത്തോളമായി. അപ്പനും അമ്മയും മരിച്ചപ്പോൾ വന്നു പോയത് ഒഴിച്ച് അവർക്ക് നാടുമായി വലിയ ബന്ധമൊന്നുമില്ല.'

എങ്കിൽ അതു തന്നെയാവും കൊലപാതകി അന്വേഷിച്ചത് എന്ന് സിബിക്ക് തോന്നി. അവൻ ആവേശത്തോടെ തുടർന്നു..

'യേസ് സിസ്റ്റർ. ആ കല്ലറ ഇനി ഈയ്യടുത്തൊന്നും തുറക്കേണ്ടി

വരില്ലെന്ന ഉറച്ച വിശ്വാസമുള്ള ആരോ ഒരാളാണ് ഇത് ചെയ്തത്. ഈ നാട് ഒരു മലയോര മേഖലയായതുകൊണ്ട് അധികം ജനവാസം ഇല്ല. ആ സെമിത്തേരിയും പള്ളിയും അതിനു പുറകിലേക്ക് കാടുമാണ്. മുന്നിലുള്ള ചെറിയ ടൗൺ ഒഴിച്ചു നിർത്തിയാൽ എല്ലാം കൊണ്ടും നിശ്ശബ്ദമായ അന്തരീക്ഷം. വൈകുന്നേരം 7 മണിയോടെ ടൗൺ പരിസരവും ഏറെക്കുറെ വിജനമാണ്. കൃത്യമായി ഇതെല്ലാം വാച്ച് ചെയ്ത ഒരാളാണ് ഇത് ചെയ്തതെന്ന് വ്യക്തം.'

'എങ്കിലും എന്തുകൊണ്ടാവും രണ്ടുവർഷത്തോളം സൂക്ഷിച്ചുവെച്ച ഒരു ശവശരീരം അവൻ ഉപേക്ഷിച്ചത്?'

'ഒരുപക്ഷേ ആ ബോഡി ഇനിയും സൂക്ഷിക്കാനുള്ള സൗകര്യങ്ങൾ അവന് ഉണ്ടാവില്ല...'

എല്ലാം കേട്ടുകൊണ്ട് മരവിച്ചിരിക്കുന്ന റിയയുടെ അടുത്ത് ചെന്ന് ചുമലിൽ തട്ടിക്കൊണ്ട് സിബി പറഞ്ഞു.

'ഏതായാലും ഇനി വരുന്ന ഒന്നോ രണ്ടോ ദിവസങ്ങൾ കൊണ്ട് നമുക്ക് കാര്യങ്ങൾ അറിയാം. അതുകഴിഞ്ഞ് പോയാൽ പോരെ തനിക്ക്? എന്റെ ഉള്ളിൽ ചില സംശയങ്ങൾ ഉണ്ട്. അതുകൂടി ഒന്ന് ക്ലിയർ ചെയ്യണം.'

ആകെ തളർന്നതുപോലെ ഇരിക്കുകയായിരുന്ന റിയ സിബിയോട് പറഞ്ഞു.

'എന്തെ ഡോക്ടർ? എന്നോടാണോ?'

'അതെ.. തനിക്ക് ഈ ആക്സിഡന്റ് സംഭവിച്ചിട്ട് എത്രകാലമായി..?'

'ഒരു രണ്ടര കൊല്ലത്തോളം ആയി.. അതും ഇതുമായി എന്താണ് ബന്ധം?'

'തനിക്ക് ആരുടെ ഹൃദയമാണ് മാറ്റിവെച്ചത് എന്ന് അറിയാമോ?'

തുറന്നടിച്ചുള്ള സിബിയുടെ ചോദ്യം കേട്ട് റിയയുടെ മുഖം വിളറി വെളുത്തു പോയി.

എന്തോ പറയാനാഞ്ഞ അവളെ തടുത്തുകൊണ്ട് സിബി പറഞ്ഞു.

'നോക്കു. റിയ... അയാം എ ഡോക്ടർ.. ഒരാളുടെ ശരീരത്തിലെ വ്യത്യാസങ്ങൾ അയാൾ പറയാതെയും ഒരു ഡോക്ടർക്ക് മനസ്സിലാവും. ഇപ്പോൾ അതല്ല നമ്മുടെ വിഷയം. തന്റെ ഹാർട്ട് സർജറിയെ കുറിച്ച് തനിക്ക് അറിയാവുന്ന കാര്യങ്ങൾ ഞങ്ങളോട് ഷെയർ ചെയ്യൂ.'

ഒന്നും മനസ്സിലാവാതെ ഇരിക്കുന്ന അന്നമ്മ സിസ്റ്റർ മുന്നോട്ടേക്ക് വന്ന് സിബിയോട് പറഞ്ഞു.

'കൊച്ചിന്റെ സർജറി കഴിഞ്ഞ കാര്യം ആരെയും അറിയിക്കേണ്ട എന്ന്

അവളുടെ മമ്മി പറഞ്ഞതുകൊണ്ടാണ് ഞങ്ങൾ ആരോടും പറയാതിരുന്നത്. പക്ഷേ ഡോക്ടർ ഇത് എങ്ങനെ അറിഞ്ഞു?'

'പേടിക്കണ്ട സിസ്റ്റർ.. ഇന്നലെ ഹോസ്പിറ്റലിൽ വെച്ച് തികച്ചും ആകസ്മികമായി മനസ്സിലായതാണ്. പക്ഷേ ഇന്ന് ഈ വാർത്തകളൊക്കെ കാണുമ്പോൾ എനിക്കു തോന്നുന്നു സയന്റിഫിക്കലി...എന്നതിനേക്കാൾ ഇവിടെ എന്തോ സ്പിരിചലി... സംഭവിക്കുന്നുണ്ടെന്ന്.'

സിബിയുടെ സംസാരം ശ്രദ്ധിച്ചിരുന്ന റിയ പറഞ്ഞു.

'അതൊന്നും എനിക്ക് അറിയില്ല ഡോക്ടർ. ആക്സിഡന്റിൽ എന്റെ അവസ്ഥ കുറച്ചു ക്രിട്ടിക്കൽ ആയിരുന്നു. അതുകൊണ്ടു 24 മണിക്കൂറിനുള്ളിൽ തന്നെ എന്റെ സർജറി നടന്നു. അതിനുശേഷം മാസങ്ങളോളം ഞാൻ ഐസിയു വിൽ തന്നെയായിരുന്നു. കൈക്ക് രണ്ട് ഓപ്പറേഷൻ വേണ്ടി വന്നു. പിന്നെ തലയിലും ഒരു വലിയ സർജറി. എല്ലാം കഴിഞ്ഞ് ഞാൻ പുറം ലോകം കാണുമ്പോൾ മൂന്നുമാസത്തോളം കടന്നുപോയിരുന്നു. ഇതിനിടയിൽ എനിക്ക് ഹാർട്ട് സർജറി നടന്ന കാര്യം പോലും ഞാൻ ദിവസങ്ങൾ കഴിഞ്ഞാണ് മനസ്സിലാക്കിയത്.'

ഒന്നും മിണ്ടാതെ എന്തോ ചിന്തിച്ചിരിക്കുന്ന സിബിയോട് അവൾ വീണ്ടും ചോദിച്ചു.

'എന്താ ഡോക്ടർ?'

'ഒരു ഫോട്ടോ.. ഒരു ഫോട്ടോ കിട്ടിയിരുന്നെങ്കിൽ. ഇപ്പോൾ തന്നെ ഞാൻ അത് ക്ലിയർ ചെയ്തേനെ.'

പിന്നെ പെട്ടെന്ന് മുഖമുയർത്തി സിസ്റ്ററോട് പറഞ്ഞു.

'എനിക്കൊരു പേനയും കടലാസും വേണം സിസ്റ്റർ.'

തൊട്ടടുത്തുള്ള ഷെൽഫിൽ നിന്നും വലിച്ചെടുത്ത ഒരു ഡയറിയും പേനയുമായി സിസ്റ്റർ സിബിയുടെ അടുത്തെത്തി. തിടുക്കത്തിൽ ഡയറി വാങ്ങി കുനിഞ്ഞിരുന്ന് അവൻ പേനകൊണ്ട് എന്തോ കോറി വരയ്ക്കുന്നത് ഒന്നും മനസ്സിലാവാതെ റിയയും സിസ്റ്ററും നോക്കി നിന്നു...

കുറച്ചു നിമിഷങ്ങൾ കഴിഞ്ഞപ്പോൾ അവൻ എന്തോ വരയ്ക്കുന്നതാണെന്ന് അവർക്ക് മനസ്സിലായി.

സിബിയുടെ മനസ്സിൽ അന്നു രാത്രി ആ കല്ലറയിൽ വച്ച് കണ്ട പെൺകുട്ടിയുടെ മുഖമായിരുന്നു. ആ മൂക്കുത്തി, കുറച്ചു മെലിഞ്ഞ നീളമുള്ള മുഖം... ചുരുട്ടി വെച്ച വലിയ മുടിക്കെട്ട്...

കുറച്ചുസമയത്തിനുശേഷം അവൻ ആ പേപ്പർ റിയക്ക് നേരെ തിരിച്ചു പിടിച്ചുകൊണ്ട് ചോദിച്ചു.

'ഈ കുട്ടിയുമായി എന്തെങ്കിലും സാമ്യമുണ്ടോ താൻ ദിവസവും

രാത്രി കാണാറുള്ള ആ പെൺകുട്ടിക്ക്?'

റിയ ആ പേപ്പർ വാങ്ങി അതിലേക്ക് തന്നെ സൂക്ഷിച്ചു നോക്കി. കുറച്ചുസമയം നോക്കിയിരുന്ന ശേഷം അവൾ മുഖമുയർത്തി സിബിയോട് പറഞ്ഞു.

'ആ പെൺകുട്ടിയുടെ മുഖം ഞാൻ വ്യക്തമായി ഇതുവരെ കണ്ടിട്ടില്ല. ഇരുട്ടിൽ നിൽക്കുന്നതുപോലെയാണ് തോന്നാറ്. പക്ഷേ ഈ ചിത്രം കാണുമ്പോൾ ഇവളുടെ തന്നെ നിഴലാണ് ഞാൻ കാണുന്നത് എന്ന് തോന്നുന്നു.. കാരണം മൂക്കുത്തിയുടെ തിളക്കം എനിക്ക് നല്ല ഓർമ്മയുണ്ട്. പക്ഷേ അത് ഇവൾ തന്നെയാണോ എന്ന് എനിക്ക് ഉറപ്പു പറയാൻ പറ്റുന്നില്ല.'

റിയയുടെ മറുപടി കേട്ട് ആവേശത്തോടെ സിബി പറഞ്ഞു.

'ഈ കുട്ടി തന്നെയാണ് ആ പെൺകുട്ടി എങ്കിൽ... ഉറപ്പാണ് റിയാ... ആ പെൺകുട്ടിയുടെ ഹൃദയമാണ് നിന്നിൽ ട്രാൻസ്പ്ലാന്റ് ചെയ്തിട്ടുള്ളത്. അവളുടെ ഹൃദയമാണ് നിന്നിൽ ഇപ്പോൾ സ്പന്ദിക്കുന്നത്.. അതുകൊണ്ടാവാം അവൾക്ക് നിന്നോട് മാത്രം കമ്യൂണിക്കേറ്റ് ചെയ്യാൻ കഴിയുന്നത്.അത് ഒന്നുകിൽ സത്യമാവാം അല്ലെങ്കിൽ നിന്റെ മനസ്സിന്റെ തോന്നലാവാം.'

ആവേശത്തോടെയുള്ള സിബിയുടെ സംസാരം കേട്ട് റിയയും സിസ്റ്ററും ഒന്നും പറയാനാവാതെ വിയർത്തൊഴുകുന്ന മുഖത്തോടെ പരസ്പരം നോക്കി.

'അങ്ങനെയാണെങ്കിൽ ഈ കുട്ടിയെ തീർച്ചയായും ആരോ കൊന്നതാവില്ലേ? ശരിയായ രീതിയിലാണ് സർജറി നടന്നതെങ്കിൽ അവരുടെ ശരീരം ഇങ്ങനെ കൊണ്ടുവന്നു ഉപേക്ഷിക്കില്ലല്ലോ?'

സിസ്റ്ററിന്റെ ചോദ്യം കേട്ട് റിയ തളർന്നിരുന്നു പോയി. എന്താണോ മനസ്സിൽ ഭയപ്പെട്ടു കൊണ്ടു നടന്നത് അതാണിപ്പോൾ സംഭവിക്കാൻ പോകുന്നത്. ഒന്നും പറയാൻ കഴിയാതെ മുഖം കുനിച്ചിരിക്കുന്ന റിയയുടെ കണ്ണുകളിൽ നിന്നും വലിയ തുള്ളികൾ മടിയിലേക്ക് ഇറ്റ് വീണു.

# അധ്യായം 15

'**താ**ൻ ഒരു കാര്യം ചെയ്യ്.. ആരാണ് തനിക്ക് ഹൃദയം തന്നതെന്ന് ഒന്ന് ചോദിക്ക്. അവരുടെ റിലേറ്റീവ്സ് ആരെങ്കിലും ഉണ്ടാവുമല്ലോ നമുക്ക് അവരെ നേരിട്ട് പോയി കാണാം. അപ്പോൾ തന്നെ ഈ പ്രശ്നങ്ങളെല്ലാം തീരും.'

'നോ ഡോക്ടർ. അതൊന്നും മമ്മി പറയില്ല. ഞാൻ ഇതിനു മുൻപ് തന്നെ പലപ്രാവശ്യം ചോദിച്ചിട്ടുള്ളതാണ് ഈയൊരു കാര്യം. ഡോണറിന്റെ ബന്ധുക്കൾക്ക് അവരുടെ വിശദവിവരം വെളിപ്പെടുത്താൻ താല്പര്യമില്ലെന്നാണ് മമ്മി പറഞ്ഞത്.'

റിയയുടെ മറുപടി കേട്ട് സിബി ചിന്തയിൽ മുഴുകി ഇരിക്കുന്നത് കണ്ടു സിസ്റ്റർ ചോദിച്ചു.

'അല്ല ഡോക്ടർ! അത് ആ കുട്ടി തന്നെ ആണെങ്കിലും അല്ലെങ്കിലും ഇവിടെ എന്താണ് വ്യത്യാസം? ഒരു പെൺകുട്ടിയുടെ ആന്തരിക അവയവങ്ങൾ നീക്കം ചെയ്ത് ആ കല്ലറയ്ക്കുള്ളിൽ നിക്ഷേപിച്ചിട്ടുള്ളത് സത്യമാണ്. അതൊരു ക്രൈം ആണ് എന്നുറപ്പായ സ്ഥിതിക്ക് ഇനിയുള്ള കാര്യങ്ങൾ പോലീസ് തന്നെ അന്വേഷിക്കുന്നതല്ലേ നല്ലത്?'

'സിസ്റ്റർ പറയുന്നത് ശരിയാണ്. സാധാരണ ഗതിയിൽ ഹൃദയം ദാനം ചെയ്യുന്നത് മസ്തിഷ്ക മരണം സംഭവിച്ചു കഴിഞ്ഞ ഒരു രോഗിയുടേതാണ്. അതിന് ആ രോഗിയുടെ ബന്ധുക്കളുടെ സമ്മതപത്രം ആവശ്യമാണ്. ഡെഡ് ബോഡി ഇങ്ങനെ ഒരു സാഹചര്യത്തിൽ ലഭിച്ച സ്ഥിതിക്ക് തീർച്ചയായും ഈ ഒരു പ്രക്രിയ നിയമപരമായിട്ടാവില്ല നടന്നത്. അതു തന്നെയാണ് ഇവിടുത്തെ വിഷയവും.'

എല്ലാം കേട്ടുകൊണ്ട് വിഷണ്ണയായി ഇരിക്കുന്ന റിയ മുഖമുയർത്തി സിബിയോട് ചോദിച്ചു.

'ഇനിയിപ്പോൾ നമ്മൾ എന്താണ് ചെയ്യേണ്ടത് ഡോക്ടർ?'

'സത്യത്തിൽ എനിക്കും അറിയില്ല കുട്ടി. ഇതിനു പുറകിൽ എന്തൊക്കെയോ കള്ളക്കളികൾ ഉണ്ട്. ആ മൃതദേഹം പോലീസ് തിരിച്ചറിയുമോ എന്ന് നമുക്ക് നോക്കാം. അങ്ങനെയാണെങ്കിൽ നമുക്ക് എളുപ്പ

മായി.'

'തിരിച്ചറിഞ്ഞില്ലെങ്കിലോ ഡോക്ടർ?'

സിബി ഒരു നിമിഷം എന്താണ് പറയേണ്ടതെന്ന് അറിയാതെ റിയയുടെ കണ്ണുകളിലേക്ക് നോക്കി. അവളുടെ മനസ്സിൽ എന്തോ ഉണ്ടെന്ന് അവന് തോന്നി.

'താൻ എന്താണ് ഉദ്ദേശിക്കുന്നത്?'

'എനിക്ക് ആ പെൺകുട്ടി ആരാണെന്ന് അറിയണം ഡോക്ടർ! എങ്ങനെയാണ് അവൾ കൊല്ലപ്പെട്ടത് എന്നും അറിയണം. എങ്ങനെയെങ്കിലും അവളെ ഞാൻ അന്വേഷിച്ച് കണ്ടുപിടിക്കും.'

'ഏതായാലും താൻ റസ്റ്റ് എടുക്ക്. വൈകുന്നേരം എന്നോട് സ്റ്റേഷനിൽ പോകാൻ പറഞ്ഞിട്ടുണ്ടല്ലോ. പോയി വരാം ആദ്യം. എന്നിട്ട് തീരുമാനിക്കാം ബാക്കി.'

വൈകുന്നേരം ആറുമണിയോടെ സിബി സ്റ്റേഷനിൽ എത്തിയെങ്കിലും ഷാജഹാൻ സാർ വളരെ തിരക്കിൽ ആയതുകൊണ്ട് സിബിക്ക് അദ്ദേഹത്തെ കണ്ടു സംസാരിക്കാൻ സമയം കിട്ടിയപ്പോൾ 7 മണി കഴിഞ്ഞു.

'ഇതൊരു നടയ്ക്ക് പോകുന്ന ലക്ഷണം ഇല്ലല്ലോ ഡോക്ടർ.'

അകത്തേക്ക് കയറിച്ചെല്ലുന്ന സിബിയെ കണ്ടപ്പോൾ തന്നെ അയാൾ അതാണ് പറഞ്ഞത്.

'ആ പെൺകുട്ടി ആരാണെന്ന് തിരിച്ചറിഞ്ഞില്ലേ സാർ?'

'ഇല്ലെടോ..! പെട്ടെന്നൊരു വിവരം ലഭിക്കാൻ സാധ്യതയും കുറവാണ്. രണ്ടുവർഷം മുൻപേ നടന്ന മരണം അല്ലേ? എല്ലാ സ്റ്റേഷനിലും അന്നത്തെ കാലത്ത് വന്ന എല്ലാ മിസ്സിംഗ് കേസുകളും അന്വേഷിച്ചു കണ്ടുപിടിക്കാൻ എന്തായാലും കുറച്ച് സമയം എടുക്കും..'

'സാർ എന്താണ് എന്നോട് വരാൻ പറഞ്ഞത്?'

കുറച്ച് മുന്നോട്ടേക്ക് ആഞ്ഞിരുന്നു കൊണ്ട് ഷാജഹാൻ സാർ പറഞ്ഞു.

'കാര്യങ്ങൾ തന്നെയും കൂടി ഒന്ന് അറിയിക്കാമെന്നു കരുതി. ആ മൃതദേഹവുമായി ബന്ധപ്പെട്ട് ഞങ്ങൾക്ക് ആകെ കിട്ടിയ ഒരു കച്ചിത്തുരുമ്പ് ഡോക്ടറാണ്. അപ്പോൾ ഡോക്ടറെ വിട്ടു കളയാൻ പറ്റില്ലല്ലോ.. അതുമാത്രമല്ല ഞങ്ങൾക്ക് ആ പെൺകുട്ടിയെ ഒന്നു ചോദ്യം ചെയ്താൽ കൊള്ളാമെന്നുണ്ട്.

നിയമപരമായി നോക്കിയാൽ അതിന് നിലനിൽപ്പില്ല. എങ്കിലും ഈ ഭൂമിയിലെ ജീവിതത്തിനും അപ്പുറം എന്തോ ഉണ്ടെന്ന് വിശ്വസിക്കുന്ന ഒരാളാണ് ഞാൻ. അതുകൊണ്ട് ആ പെൺകുട്ടിയുമായി ഒന്ന് സംസാ

രിച്ചാൽ കൊള്ളാമെന്നുണ്ട്.'

സിബിക്ക് കാര്യം മനസ്സിലായി. റിയയെ ചോദ്യം ചെയ്യാനുള്ള പുറപ്പാടാണ്.

'അതിനു കുഴപ്പമൊന്നുമില്ല സാർ. പറഞ്ഞാൽ മതി ഇങ്ങോട്ടേക്ക് വേണമെങ്കിൽ ഇങ്ങോട്ട് കൊണ്ടുവരാം അതല്ലെങ്കിൽ സാറിന്റെ സമയം പോലെ അങ്ങോട്ടേക്ക് വന്നോളൂ.'

'രണ്ടിടത്തും വേണ്ടടോ. അതൊരു പെൺകുട്ടിയല്ലേ. പോലീസും കേസും കൂട്ടവും ഒക്കെയായി അതിന്റെ ഭാവിക്ക് ഒരു പ്രശ്നം വേണ്ട. അറിയാലോ..! നമ്മുടെ ചാനലുകാരെങ്ങാൻ മണത്തറിഞ്ഞാൽ ആ പെൺകൊച്ചിന്റെ ജീവിതം തന്നെ നശിച്ചു നാറാണക്കല്ലെടുത്തു പോകും. താൻ നാളെ വൈകുന്നേരം ആ കൊച്ചിനെയും കൂട്ടി ആറളം ഫാമിലേക്ക് വിട്ടോ..! ഞാൻ പുറകെ എത്തിക്കോളാം.'

'ശരി സാർ.. ഒരു നാലുമണിയോടെ ഞങ്ങൾ എത്തിക്കോളാം. അതിനു മുൻപ് ഒരു കാര്യം ചോദിക്കാൻ ഉണ്ടായിരുന്നു.'

'പറയൂ ഡോക്ടർ.'

'എനിക്ക് ആ പെൺകുട്ടിയുടെ ബോഡി കാണാൻ കഴിയുമോ? അതല്ലെങ്കിൽ അതിന്റെ ഫോട്ടോഗ്രാഫ് ഒന്നു തരാൻ കഴിയുമോ?'

ഒന്നു ചിന്തിച്ചശേഷം നിവർന്നിരുന്നു കൊണ്ട് ഷാജഹാൻ സാർ പറഞ്ഞു.

'അതുകൊണ്ട് എന്തെങ്കിലും ഗുണം ഉണ്ടാവുമെന്ന് ഡോക്ടർ വിചാരിക്കുന്നുണ്ടോ?'

ഒന്ന് ചിന്തിച്ചശേഷം സിബി പറഞ്ഞു.

' സാർ എത്രത്തോളം വിശ്വസിക്കും എന്ന് അറിയില്ല. എന്റെ ഊഹം ശരിയാണെങ്കിൽ റിയക്ക് ഈ ഡെഡ് ബോഡി കണ്ടാൽ എന്തെങ്കിലും പറയാനുണ്ടെങ്കിലോ?'

ഒരു ചെറു ചിരിയോടെ തന്നെത്തന്നെ നോക്കിനിൽക്കുന്ന ഷാജഹാൻ സാറെ കണ്ടപ്പോൾ തന്നെ അദ്ദേഹം താൻ പറഞ്ഞതൊന്നും വിശ്വസിച്ചിട്ടില്ലെന്ന് സിബിക്ക് മനസ്സിലായി.

'ഡോക്ടർ ഒരു കാര്യം ചെയ്യൂ.

മൃതദേഹം പേരാവൂർ ഗവൺമെന്റ് ഹോസ്പിറ്റലിൽ ഉണ്ട്. നേരെ അങ്ങോട്ടേക്ക് വിട്ടോളു. സർജനെ ഞാൻ വിളിച്ചു പറഞ്ഞുകൊള്ളാം. താങ്കൾ പറയുന്നത് ഞാൻ വിശ്വസിക്കുന്നു. ആ പെൺകുട്ടിയെയും കൊണ്ടുപോയി കാണിക്കൂ. അവൾക്ക് എന്തെങ്കിലും ഭാവമാറ്റം ഉണ്ടാവുമോ എന്ന് ശ്രദ്ധിച്ചാൽ മതി. ഇതുവരെ ആളെ തിരിച്ചറിയാത്ത സ്ഥിതിക്ക്

ആ മൃതദേഹം നാളെ തന്നെ അവിടെ നിന്ന് മാറ്റാൻ സാധ്യതയുണ്ട്.'

അതൊരു നല്ല ആശയം ആണെന്ന് സിബിക്കും തോന്നി.

'ഷുവർ സാർ! ഞാൻ ഇപ്പോൾ തന്നെ പോകാം.'

'പക്ഷേ ഡോക്ടർ മറ്റൊരു കാര്യം.'

പുറത്തേക്കിറങ്ങാനാഞ്ഞ സിബി തിരിഞ്ഞു നിന്നുകൊണ്ട് ചോദിച്ചു.

'എന്താ സാർ..?'

'ഈ ഒരു പ്രാവശ്യം മാത്രം ഞാൻ സിബിയെ ഫോളോ ചെയ്യുന്നു. ഇതിൽ എന്തെങ്കിലും ഇംപ്രൂവ്മെന്റ് ഉണ്ടായെങ്കിൽ മാത്രമാണ് തുടർന്ന് അങ്ങോട്ട് സിബിയുടെ വാക്കുകൾക്ക് ഞാൻ വില തരിക.'

'മതി സാർ! എനിക്ക് നല്ല വിശ്വാസമുണ്ട്.'

'എങ്കിൽ പോയി വരൂ! നമുക്ക് നാളെ കാണാം.'

സിബി വിളിച്ചു പറഞ്ഞതനുസരിച്ച് ഹോസ്റ്റലിൽ എത്തുമ്പോഴേക്കും റിയ റെഡിയായി അവനെ കാത്ത് താഴെ സ്വീകരണ മുറിയിൽ തന്നെ ഇരിക്കുന്നുണ്ടായിരുന്നു.

'പോകാം ഡോക്ടർ.'

'സിസ്റ്റർ വരുന്നില്ലേ?'

'ഇല്ല. ഞാൻ പറഞ്ഞിട്ടില്ല സിസ്റ്ററിനോട്. ആദ്യം നമുക്കൊന്നു പോയി വരാം.'

അവളുടെ മുഖത്തെ ഗൗരവം കണ്ടപ്പോൾ സിബിക്ക് പിന്നെ ഒന്നും പറയാൻ തോന്നിയില്ല. അവൾ കയറിയ ഉടനെ കാർ മുന്നോട്ടേക്കെടുത്തുകൊണ്ട് അവൻ പറഞ്ഞു.

'നാളെ വൈകുന്നേരം തന്നെ കൂട്ടിക്കൊണ്ടു വരാൻ ഷാജഹാൻ സാർ പറഞ്ഞിട്ടുണ്ട്. അദ്ദേഹത്തിന് നിന്നോട് എന്തോ സംസാരിക്കണമെന്ന്.'

'ആ ബോഡിയെ പറ്റി എന്തെങ്കിലും വിവരം ലഭിച്ചോ?'

'ഇതുവരെ ലഭിച്ചിട്ടില്ല.. അവരുടെ കയ്യിലുള്ള ഒരേയൊരു പിടിവള്ളി നമ്മൾ അകത്തേക്ക് കയറിപ്പോയ സിസി ടിവി ദൃശ്യങ്ങളാണ്. അതുകൊണ്ടുതന്നെ കേസിൽ എന്തെങ്കിലും ഇംപ്രൂവ്മെന്റ് ഉണ്ടാവുന്നതുവരെ അവർ നമ്മളെ ശല്യപ്പെടുത്തി കൊണ്ടേയിരിക്കും.'

അവർ ഹോസ്പിറ്റലിൽ എത്തുമ്പോൾ സമയം രാത്രി 8:30 കഴിഞ്ഞിരുന്നു. ഹോസ്പിറ്റലിന്റെ പഴയ കെട്ടിടത്തിലാണ് ഇപ്പോൾമോർച്ചറി. പുതിയ ഹോസ്പിറ്റലും പരിസരവും കുറച്ചു മുകളിലായി വെളിച്ചത്തിൽ കുളിച്ചു കിടക്കുന്നുണ്ടെങ്കിലും മോർച്ചറി പ്രവർത്തിക്കുന്ന പഴയ ഇരുനില കെട്ടിടം ഇരുട്ടിൽ മുങ്ങി കിടക്കുകയാണ്. അങ്ങേയറ്റത്ത് മോർച്ചറി എന്ന് എഴുതിയ ബോർഡിനു മുകളിലായി അരണ്ട വെളിച്ച

ത്തിൽ കത്തുന്ന ഒരു ചെറിയ ബൾബ് മാത്രം.

ആ ബോർഡിനു കീഴിൽ പോയി നിന്ന് ചുറ്റും നോക്കിയ സിബിക്കും റിയക്കും ആരെയും കാണാൻ കഴിഞ്ഞില്ല.

'ആരെയും കാണുന്നില്ലല്ലോ നമുക്കൊന്ന് കയറി നോക്കിയാലോ?'

'ഇതു പൂട്ടിയിട്ടുണ്ടാവില്ലേ?'

സിബിയുടെ ചോദ്യം കേട്ട് റിയ പതുക്കെ വാതിലിന്റെ പിടിയിൽ പിടിച്ച് ഒന്ന് തിരിച്ചു. ചെറിയൊരു ഞരക്കത്തോടെ വാതിൽ മുന്നിലേക്ക് തുറന്നു. അകത്തേക്ക് നോക്കിയ റിയ പേടിയോടെ സിബിയുടെ ദേഹത്തേക്ക് ചാരിനിന്നു.

ആറോ ഏഴോ ടേബിൾ ഉണ്ടെങ്കിലും മൂന്നു ടേബിളിൽ മാത്രമാണ് മൃതദേഹം പുതപ്പിച്ചു കിടത്തിയിരിക്കുന്നത്. ഇതൊരു ചെറിയ ഹോസ്പിറ്റൽ ആയതുകൊണ്ട് കൂടുതൽ ദിവസങ്ങൾ ഡെഡ് ബോഡി കേടുകൂടാതെ വെക്കേണ്ട ആവശ്യം വരുമ്പോൾ കൂത്തുപറമ്പോ തലശ്ശേരിയിലേക്കൊ മാറ്റുകയാണ് പതിവ്. അതല്ലെങ്കിൽ എയ്ഞ്ചൽസ് ഹോസ്പിറ്റലിന്റെ മോർച്ചറി ഉപയോഗിക്കും. ഗവൺമെന്റ് രജിസ്ട്രേഡ് ആയ കേസുകളിൽ കൂടുതലും തലശ്ശേരിയിലേക്ക് തന്നെയാണ് കൊണ്ടു പോവുക.

'എനിക്ക് പേടിയാവുന്നു ഡോക്ടർ. നമുക്ക് തിരിച്ചു പോയാലോ?'

'എന്തിനാണ് പേടി? പ്രേതവുമായി കൂട്ടുകൂടി നടക്കുന്ന തനിക്കാണോ മരിച്ചു പോയ ആളെ പേടി?'

സിബിയുടെ കളിയാക്കൽ ഒന്നും റിയയുടെ തലയിൽ കയറിയില്ല. സ്പിരിറ്റിന്റെയും മറ്റു പല ലോഷനുകളുടെയും രൂക്ഷമായ ഗന്ധവും തണുപ്പും അവളെ വല്ലാത്തൊരു അവസ്ഥയിൽ എത്തിച്ചിരുന്നു. അവളുടെ കയ്യിൽ മുറുകെപ്പിടിച്ചുകൊണ്ട് സിബി അകത്തേക്ക് കയറി.

സിബി ആദ്യത്തെ ബോഡിയുടെ കവറിംഗ് നീക്കുമ്പോൾ റിയ കണ്ണുകൾ അടച്ച് നിൽക്കുകയായിരുന്നു. അതൊരു പുരുഷന്റെ ബോഡി ആയിരുന്നു. കുറച്ച് പ്രായമായ ആളാണ്. സിബി ആ ശരീരത്തിന്റെ അടുത്തുനിന്നും അടുത്ത ബോഡിയിലേക്ക് നീങ്ങിയിട്ടും റിയ അവിടെത്തന്നെ നിൽക്കുന്നതറിഞ്ഞു അവൻ തിരിഞ്ഞു നോക്കിയപ്പോഴാണ് അവൾ കണ്ണുകൾ തുറന്നിട്ടില്ലെന്ന് കണ്ടത്.

'എടോ താൻ വരുന്നില്ലേ?'

റിയ കണ്ണു തുറന്നു നോക്കുമ്പോൾ അടുത്ത ടേബിളിനരികിൽ സിബി നിൽക്കുന്നത് കണ്ട അവൾ ഒറ്റ ഓട്ടത്തിന് അവനടുത്തെത്തി. അവൻ ചിരി കടിച്ചമർത്തിക്കൊണ്ട് അടുത്ത ബോഡിയുടെ കവറിങ് നീക്കി.

അതായിരുന്നു സിബി കല്ലറയ്ക്കുള്ളിൽ കണ്ട ശവശരീരം. ഒരു ഞെട്ട ലോടെ അവൻ റിയയുടെ കയ്യിൽ പിടിച്ചു കൊണ്ട് പറഞ്ഞു.

'ഇതാ നോക്കൂ. ഇതായിരുന്നു ആ ബോഡി.'

തിടുക്കത്തിൽ അവൻ മൊബൈൽ ടോർച്ച് ഓൺ ചെയ്ത് ആ ബോ ഡിയുടെ മുഖത്തേക്ക് തിരിച്ചു പിടിച്ചു. പരിഭ്രമം കൊണ്ട് കിടുങ്ങുന്ന ശരീരത്തെ അവന്റെ ദേഹത്തേക്ക് ചാരി വച്ചുകൊണ്ട് റിയ ആ ശവശ രീരത്തെ നോക്കി.

സിബി അവളെ വരച്ചു കാണിച്ച ആ പെൺകുട്ടി തന്നെ ആണെന്ന് അവൾക്ക് ഒറ്റനോട്ടത്തിൽ തന്നെ മനസ്സിലായി.

ആ മൂക്കുത്തി, മെലിഞ്ഞ മുഖം, പുരികങ്ങൾ.. എല്ലാം അതുപോ ലെ തന്നെ. റിയയുടെ കൈകൾ സിബിയുടെ ചുമലിൽ മുറുകി. ഒരു വി റയലോടെ അവൾ മുഖമുയർത്തി.

'ഇതുതന്നെ ആണെന്ന് തോന്നുന്നു. എനിക്കൊന്നും ശരിക്ക് ഓർ ക്കാൻ കഴിയുന്നില്ല ഡോക്ടർ.'

സിബി ഇടതു കൈയുയർത്തി അവളെ തന്നോട് ചേർത്ത് ചുറ്റിപ്പിടി ച്ചുകൊണ്ട് പറഞ്ഞു.

'നന്നായി നോക്കിക്കോ. ഒരുപക്ഷേ ഇനിയും അവൾ വന്നാൽനിന ക്ക് തിരിച്ചറിയാൻ കഴിയണം.'

റിയ ഒന്നുകൂടി മുഖം താഴ്ത്തി അവളെ നോക്കി. ചുണ്ടുകൾ രണ്ടും വിടർന്ന് ഉണങ്ങിയത് പോലെ, കുറച്ച് അകന്ന പല്ലിന്റെ വിടവ് വ്യക്തമാ യി കാണുന്നുണ്ട്.

ആ ശരീരത്തിൽ നിന്നും പുറപ്പെടുന്ന വല്ലാത്ത രൂക്ഷഗന്ധം റിയ യെ തളർത്തി തുടങ്ങിയിരുന്നു. അവൾ സിബിയുടെ നെഞ്ചിലേക്ക് ചാ ഞ്ഞു നിന്നുകൊണ്ട് പറഞ്ഞു.

'നമുക്ക് പോകാം ഡോക്ടർ... എനിക്കു വയ്യ.'

റിയയെ താങ്ങി പിടിച്ച് പുറത്തേക്കിറങ്ങുമ്പോൾ സിബി ചോദിച്ചു.

'അവൾ ആണോ അല്ലയോ എന്ന് നിനക്ക് ഉറപ്പിക്കാൻ കഴിയുന്നില്ലേ?'

'സത്യം പറഞ്ഞാൽ ഇല്ല ഡോക്ടർ! ആ തിളങ്ങുന്ന മൂക്കുത്തി കല്ല് മാത്രമാണ് എന്റെ മനസ്സിൽ വരുന്നത്.'

'എങ്കിൽ അത് ഇവൾ തന്നെയാവും! മുഖം മറന്നു പോയെങ്കിലും നിന്റെ ഉപബോധ മനസ്സിൽ ആ മൂക്കുത്തിയുടെ തിളക്കം മാത്രം ബാക്കി ആയതാണ്.'

ഒന്നും പറയാൻ കഴിയാതെ തളർന്ന കാലുകൾ പെറുക്കി വെച്ച് സി ബിയുടെ ദേഹത്ത് ചാരി റിയ പതുക്കെ നടന്നു.

# അധ്യായം 16

**എ**യ്ഞ്ചൽസ് ഹോസ്പിറ്റൽ എറണാകുളം. നഗര മധ്യത്തിൽ തന്നെ തലയുയർത്തി പിടിച്ചു നിൽക്കുന്ന അത്യാധുനിക സൗകര്യങ്ങൾ അടങ്ങിയ, ആഡംബര ഹോസ്പിറ്റൽ. ഓരോ ഡോക്ടറുടെ അപ്പോയിന്റ്മെന്റിനും തുടർ ചികിത്സയ്ക്കും പണം വാരിയെറിയണം അവിടെ, എന്നാണ് പൊതുവേയുള്ള ചൊല്ല്.

വലിയ കവാടത്തിനുള്ളിലൂടെ ഹോസ്പിറ്റൽ കോമ്പൗണ്ടിലേക്ക് ഒഴുകിവന്നു നിർത്തിയ വെളുത്ത ഓഡി കാറിൽ നിന്നും എയ്ഞ്ചൽസ് ഗ്രൂപ്പിന്റെ ഉടമ സാമും ഭാര്യ സോണിയയും പുറത്തേക്കിറങ്ങി. അരുതാത്തത് എന്തോ സംഭവിച്ചതുപോലെ രണ്ടുപേരുടെയും മുഖം കനത്തിരുന്നു.കോമ്പൗണ്ടിന്റെ പാർക്കിംഗ് ഏരിയയിൽ നിർത്തിയിട്ടിരുന്ന പോലീസ് ജീപ്പിൽ നിന്നും സിഐ വിപിൻ ശേഖർ പുറത്തേക്കിറങ്ങി. അദ്ദേഹത്തെ കണ്ടതോടെ സാം ഭാര്യയോട് പറഞ്ഞു.

'താൻ പോയി മീറ്റിങ്ങിന്റെ കാര്യങ്ങൾ അറേഞ്ച് ചെയ്യൂ, ഞാൻ വന്നേക്കാം.'

തുടർന്ന് സിഐക്ക് നേരെ തിരിഞ്ഞുകൈ നീട്ടി.

'ഗുഡ്മോണിങ് സാർ. സോറി ഞാൻ ഒരല്പം വൈകിപ്പോയി.'

സാം നീട്ടിയ ഹസ്തദാനം സ്വീകരിച്ചു കൊണ്ട് വിപിൻ മറുപടി പറഞ്ഞു.

'ഹേയ് ഇറ്റ്സ് ഒക്കെ, മുകളിൽ നിന്നുള്ള പ്രഷർ കൊണ്ട് നേരത്തെ ഇറങ്ങി പുറപ്പെട്ടതാണ്.'

'വരൂ സാർ അകത്തേക്ക്പോകാം.'

ശീതീകരിച്ച ഹോസ്പിറ്റൽ കെട്ടിടത്തിനകത്ത് പ്രവേശിച്ച സി ഐ വിപിൻ ചുറ്റും നോക്കി. അതിമനോഹരമായ രീതിയിൽ ഇന്റീരിയർ വർക്ക് ചെയ്തിട്ടുണ്ട്. ഒരു ഹോസ്പിറ്റൽ ആണെന്ന് തോന്നാത്ത വിധമുള്ള അലങ്കാരങ്ങളും സൗകര്യങ്ങളുമാണ് അകത്ത്.

ലിഫ്റ്റിലേക്ക് കടന്ന് ഫിഫ്ത് ബട്ടൺ പ്രസ് ചെയ്യുന്ന സാമിനോട് വിപിൻ ചോദിച്ചു. 'എത്ര ദിവസമായി രണ്ടുപേരും ലീവ്? '

'ആക്ചലി എനിക്ക് ഡീറ്റെയിൽസ് ഒന്നും അറിയില്ല. ഫ്ലോറിന്റെ ഇൻചാർജ് മിസ്സിസ് സലീന കുര്യനാണ് എന്റെ ഭാര്യ സോണിയയെ വിവരം അറിയിച്ചത്. റിപ്പോർട്ട് ചെയ്യാത്ത ലീവ് ആയതുകൊണ്ടാണ് അവർ വിളിച്ചത്.'

'രണ്ടുപേരും പ്രായപൂർത്തിയായ സ്ഥിതിക്ക് പോലീസിന് പ്രത്യേകിച്ച് ഇതിലൊന്നും ചെയ്യാനില്ല. അന്വേഷിച്ചു നോക്കാം.'

'അതെനിക്കറിയാം സർ. ആക്ചലി,അവർ പോയതിൽ എനിക്ക് മറ്റു ബുദ്ധിമുട്ടുകൾ ഒന്നും തന്നെയില്ല. പക്ഷേ ഇങ്ങനെയൊരു നാണക്കേട് എന്റെ സ്ഥാപനത്തെ ബാധിക്കാൻ പാടില്ലെന്ന് എനിക്ക് നിർബന്ധമുണ്ട്. അതുകൊണ്ടാണ് മിസ്സിംഗ് കംപ്ലെയിന്റ് തന്നത്. സ്റ്റാഫുകളിൽ ചിലർ അവരുടെ താമസ സ്ഥലത്ത് ചെന്ന് നോക്കിയിരുന്നു ഫോൺ അകത്തുതന്നെ റിംഗ് ചെയ്യുന്ന ശബ്ദം കേട്ടപ്പോൾ അവർ വാതിൽ ലോക്ക് തകർത്ത് അകത്തു കയറി നോക്കിയെങ്കിലും രണ്ടുപേരെയും കണ്ടില്ല. ബാഗ് പാക്ക് ചെയ്ത ലക്ഷണമുണ്ട് എന്നാണ് അവർ പറഞ്ഞത് അതുകൊണ്ടാണ് ഞാൻ കംപ്ലെയിന്റ് ചെയ്തത്.'

'ഒക്കെ നമുക്ക് നോക്കാം, രണ്ടുപേരും ഫോൺ കൊണ്ടുപോവാത്ത സ്ഥിതിക്ക് അത് വച്ച് ട്രെയ്സ് ചെയ്യാൻ പറ്റുകയില്ല അല്ലെങ്കിൽ കാര്യങ്ങൾ എളുപ്പമായേനെ. ഇവിടെയുള്ള മറ്റ് സ്റ്റാഫിനോട് ഒന്ന് സംസാരിക്കാൻ പറ്റുമോ?'

' ഓഫ് കോഴ്സ്, സ്റ്റാഫ് മീറ്റിംഗ് അറേഞ്ച് ചെയ്തിട്ടുണ്ട്. നമ്മൾ ഇപ്പോൾ അങ്ങോട്ടേക്കാണ് പോകുന്നത്.'

കോൺഫറൻസ് ഹാളിലേക്ക് കടന്ന വിപിൻ ഒരു നിമിഷം ചുറ്റും നോക്കി ഏകദേശം 50 നടുത്തു സ്റ്റാഫ് ഉണ്ട്. എല്ലാവരുടെയും മുഖത്ത് പരിഭ്രമം ദൃശ്യമാണ്.

'ഇത്രയും പേരാണോ ആകെ?'

'അല്ല സർ, ഇത് ഈ ഫ്ളോറിലെ മാത്രം സ്റ്റാഫ് ആണ്. കാണാതായ നാഗുലും ചിത്രലേഖയും ഈ ഫ്ളോറിലെ ഫാർമസിസ്റ്റുകൾ ആയിരുന്നു.'

'എല്ലാവരും ഇരുന്നോളൂ. നിങ്ങളുടെ കൂട്ടത്തിലെ രണ്ടുപേരെ കാണാതായതിനെത്തുടർന്നുള്ള മിസ്സിംഗ് കേസ് അന്വേഷിക്കാനാണ് ഞങ്ങൾ എത്തിയിട്ടുള്ളത്. നാഗുലും ചിത്രലേഖയും. അവരോട് കൂടുതൽ അടുപ്പം പുലർത്തിയിരുന്ന, ഐ മീൻ... അവരുടെ ഫ്രണ്ട്സ് ആയിരുന്ന ആരെങ്കിലുമുണ്ടെങ്കിൽ നിങ്ങൾക്കറിയാവുന്നത് ഷെയർ ചെയ്താൽ കാര്യങ്ങൾ എളുപ്പമാകും.'

സോണിയ മാഡം കുറച്ചു മുന്നോട്ടേക്ക് നീങ്ങി നിന്ന് സ്റ്റാഫുകളുടെ കൂട്ടത്തിലേക്ക് നോക്കി വിളിച്ചു.

'സെലീന, സാറിനു വേണ്ട കാര്യങ്ങൾ അറേഞ്ച് ചെയ്യൂ.'

നല്ല ഉയരമുള്ള വെളുത്ത തടിച്ച ഒരു മധ്യവയസ്കയായ സ്ത്രീയാണ് അങ്ങോട്ടേക്ക് വന്നത്. അവരിൽ നല്ല പരിഭ്രമം ദൃശ്യമായിരുന്നു.

'താങ്കളാണോ ഇൻ ചാർജ്?'

'അതെ സാർ, ഈ ഫ്ളോറിന്റെ ഇൻചാർജ് ആണ് ഞാൻ. സോണിയ മാഡത്തിന്റെ പി എ കൂടിയാണ്.'

'അങ്ങനെയെങ്കിൽ സലീനയിൽ നിന്ന് തന്നെ തുടങ്ങാം. നിങ്ങൾക്ക് അറിയാവുന്ന കാര്യങ്ങൾ പറയൂ.'

സാമിനെയും സോണിയയേയും നോക്കികൊണ്ട് ഒരു പരുങ്ങലോടെ അവർ പറഞ്ഞു തുടങ്ങി.

'അവർ രണ്ടുപേരും ലൗവേഴ്സ് ആയിരുന്നു സർ. സാറിനും മാഡത്തിനുമൊഴികെ മറ്റ് സ്റ്റാഫുകൾക്ക് എല്ലാം അതറിയാമായിരുന്നു. അടുത്തവർഷം വിവാഹിതരാവാൻ പ്ലാൻ ഉണ്ടെന്നാണ് ഞങ്ങളോട് പറഞ്ഞത്.'

'അപ്പോൾ അവരുടെ മറ്റു ബന്ധുക്കൾ?'

വിപിന്റെ ചോദ്യത്തിന് സാമാണ് മറുപടി പറഞ്ഞത്.

'നോ സാർ, അവർ രണ്ടുപേരും ചെന്നൈയിലെ ഒരു അനാഥാശ്രമത്തിലാണ് വളർന്നത്. കഴിഞ്ഞ മൂന്നു വർഷമായി ചെന്നൈ ബ്രാഞ്ചിലാണ് അവർ ജോലി ചെയ്തിരുന്നത് ഇങ്ങോട്ട് വന്നിട്ട് ആറുമാസം ആകുന്നതേയുള്ളൂ.'

സി ഐ വിപിന്റെ നെറ്റിയിൽ ചുളിവുകൾ വീണു. ആലോചനയോടെ അയാൾ പറഞ്ഞു.

'രണ്ടുപേരും അനാഥരാണെങ്കിൽ പിന്നെ എന്തിനാണ് ഒളിച്ചോടി വിവാഹം കഴിക്കുന്നത്? ഫോണൊക്കെ ഇവിടെ ഉപേക്ഷിച്ച് പോകാൻ മാത്രം ആരെയാണ് അവർ ഭയപ്പെട്ടിരുന്നത്?'

'അറിയില്ല സാർ ഏകദേശം മൂന്നുമാസത്തോളം ആയി അവർ രണ്ടുപേരും ലീവിങ് ടുഗതറിൽ ആയിരുന്നു. പക്ഷേ അക്കാര്യം ഒന്നോ രണ്ടോ പേർക്ക് ഒഴികെ മറ്റാർക്കും അറിയില്ലായിരുന്നു.'

'അങ്ങനെയെങ്കിൽ അവരുടെ താമസ സ്ഥലം അറിയുന്ന ആരെങ്കിലും ഒരാളുണ്ടാവുമല്ലോ?'

'എനിക്കറിയാം സാർ.'

ആൾക്കൂട്ടത്തിൽ നിന്നും കറുത്തു മെലിഞ്ഞ ഒരു യുവാവ് മുന്നോട്ടു

വന്നു.

'എന്താ തന്റെ പേര്?'

ചലനങ്ങളിൽ ചെറിയൊരു ഭയം ഉണ്ടെങ്കിലും വിപിന്റെ ചോദ്യത്തിന് അവൻ ധൈര്യത്തോടെ മറുപടി പറഞ്ഞു.

'അഴകപ്പൻ സാർ. മൂന്നുവർഷമായി ഇവിടെ ലിഫ്റ്റ് ഓപ്പറേറ്റർ.'

'അഴകപ്പന്റെ സ്വന്തം നാടും ചെന്നൈ തന്നെ ആണോ?'

'അതെ സാർ.'

'അഴകപ്പൻ ആണോ അന്ന് വീട് തുറന്നു നോക്കാൻ പോയത്?'

'അതെ സാർ. എന്റെ വീട്ടിൽ നിന്നും അരക്കിലോമീറ്റർ മാറിയാണ് അവർ താമസിക്കുന്നത്. അതുകൊണ്ടാണ് കാണാതായപ്പോൾ ചെന്ന് അന്വേഷിച്ചത്. ഞാനും ഗിരിയും റഷീദും ഉണ്ടായിരുന്നു.'

'സംശയിക്കത്തക്ക രീതിയിൽ എന്തെങ്കിലും കണ്ടിരുന്നോ നിങ്ങൾ അവിടെ?'

കുറച്ചുനേരം നിശ്ശബ്ദനായി നിന്ന് അഴകപ്പൻ തുടർന്നു.

'ഞങ്ങൾ അത്ര കാര്യമായി ശ്രദ്ധിച്ചില്ല സർ. ഫോൺ രണ്ടും മേശപ്പുറത്ത് ഉണ്ടായിരുന്നു. അലമാരി തുറന്ന് ഡ്രസ്സ് ഒക്കെ എടുത്തു മാറ്റിയിട്ടുണ്ടായിരുന്നു. ആളെ കാണാതായതോടെ ഞങ്ങൾ സാറിനെ വിളിച്ചു പറഞ്ഞു. അപ്പോൾ സാറാണ് പറഞ്ഞത് ഒന്നും തൊടേണ്ട, തിരിച്ചു പോരാൻ.'

'അങ്ങനെയെങ്കിൽ അഴകപ്പൻ ഒന്ന് എന്റെ കൂടെ വരൂ. ഒരുപക്ഷേ നമുക്ക് ഉപകാരപ്പെടുന്ന എന്തെങ്കിലും താമസസ്ഥലത്ത് നിന്ന് ലഭിച്ചേക്കാം.'

ആ യുവാവിനെയും കൊണ്ട് പോകുന്ന സിഐ യോടൊപ്പം സാമും പുറത്തേക്കിറങ്ങി. ഡോർ തുറന്നവർ പുറത്തേക്ക് ഇറങ്ങിയതോടെ സോണിയ മാഡം സ്റ്റാഫുകൾക്ക് നേരെ തിരിഞ്ഞു.

'എല്ലാവരും ഒരു കാര്യം പ്രത്യേകം ശ്രദ്ധിക്കുക, ഇതുപോലെ ഒരു നാണംകെട്ട വാർത്ത നമ്മുടെ ഇടയിൽ നിന്നും പുറത്തു പോകാൻ പാടില്ല. ഇന്നല്ലെങ്കിൽ നാളെ അവരെ കണ്ടെത്തും. പക്ഷേ ഇനി അവർ നമ്മുടെ സ്റ്റാഫ് ആയിരിക്കില്ല. ഹോസ്പിറ്റലിന് നാണക്കേട് വരുത്തുന്ന വിധം ആരു പ്രവർത്തിച്ചാലും അവർ പുറത്താണ്.'

ഒന്നു നിർത്തി തന്നെ തന്നെ ഉറ്റു നോക്കുന്ന ആ ചെറിയ ആൾക്കൂട്ടത്തിനോട് അവർ തുടർന്നു.

'സോ... ഞാൻ പറഞ്ഞു വരുന്നത് എന്താണെന്ന് നിങ്ങൾക്ക് മനസ്സിലായിട്ടുണ്ടാവും എന്ന് കരുതുന്നു.'

അർത്ഥഗർഭമായി സലീനയെ ഒന്നു നോക്കിയ ശേഷം അവർ വാതിൽ തുറന്ന് പുറത്തേക്ക് ഇറങ്ങിപ്പോയി. ബാക്കി പറഞ്ഞത് സെലീനയായിരുന്നു.

'മാഡം പറഞ്ഞത് മനസ്സിലായല്ലോ? നമ്മൾ ആരും ഒന്നും അറിഞ്ഞിട്ടില്ല. ഇതുപോലെയുള്ള വൃത്തികെട്ട കഥകൾ പുറത്ത് പാടി നടക്കരുത്. അത്രയേ ഉള്ളൂ. എല്ലാവരും അവരവരുടെ ജോലിയിലേക്ക് പൊയ്ക്കോളൂ.'

പരസ്പരം ചർച്ച ചെയ്തുകൊണ്ട് പുറത്തേക്കിറങ്ങിപ്പോകുന്ന സ്റ്റാഫുകളുടെ പുറകിലായി സെലീന പതുക്കെ നടന്നു.

പെട്ടെന്നാണ് സെലീനയുടെ കയ്യിലുള്ള ഫോൺ റിങ്ങ് ചെയ്തത്. ഫോണിലെ നമ്പർ കണ്ടതോടെ അവർ തിടുക്കത്തിൽ ഇടനാഴിയുടെ അങ്ങേയറ്റത്തുള്ള സോണിയ മാഡത്തിന്റെ ക്യാബിനിലേക്ക് കടന്നു.

'മാം.. മഠത്തിൽ നിന്നാണെന്ന്  തോന്നുന്നു...'

തിടുക്കത്തിൽ എഴുന്നേറ്റ് ഫോൺ അറ്റൻഡ് ചെയ്തവർ പറഞ്ഞു.

'യേസ്.. സോണിയ ആണ്. പറഞ്ഞോളൂ സിസ്റ്റർ.'

മറുവശത്തു നിന്നുള്ള സംസാരം കേട്ട് മാഡത്തിന്റെ മുഖം മാറുന്നത് കണ്ടതോടെ വിഷയം സീരിയസ് ആണെന്ന് മനസ്സിലായ സെലീന നിശ്ശബ്ദയായി പുറകിലേക്ക് നടന്നു ക്യാബിൻ ഡോർ ചാരി.

നാഗുലിന്റെയും ചിത്രലേഖയുടെയും ഫ്ളാറ്റിൽ എത്തിയ വിപിൻ സാറിനും സംഘത്തിനും പ്രത്യേകിച്ച് ഒന്നും കണ്ടെത്താനായില്ല. പോലീസുകാർ ആ ഫ്ളാറ്റ് മുഴുവനായും ഇളക്കി മറിച്ച് അന്വേഷിച്ചെങ്കിലും അവരുടെ കുറച്ച് പഴയ വസ്ത്രങ്ങളും പാത്രങ്ങളും മര ഉരുപ്പടികളും വീട്ടു സാമാനങ്ങളും ഒഴികെ മറ്റൊന്നും അവിടെ ഉണ്ടായിരുന്നില്ല. മൊബൈൽ ഫോൺ രണ്ടും മേശപ്പുറത്ത് തന്നെ കൃത്യമായി വച്ചിട്ടുണ്ടായിരുന്നു.

ടെക്നീഷ്യനെ കൊണ്ടു വന്ന് അപ്പോൾ തന്നെ ലോക്ക് മാറ്റി വിശദമായി പരിശോധിച്ചെങ്കിലും സംശയിക്കാൻ മാത്രമുള്ള ഒരു കോളോ മെസ്സേജോ പോലും അതിൽ ഉണ്ടായിരുന്നില്ല.

തൊട്ടപ്പുറത്തെ ഫ്ളാറ്റുകളിൽ അന്വേഷിച്ചെങ്കിലും. ലിവിങ് ടുഗതർ രീതിയിൽ ജീവിക്കുന്ന കപ്പിൾസിനോട് സ്വാഭാവികമായും കാണിക്കുന്ന അകൽച്ച അവിടെയും ഉണ്ടായിരുന്നു. തലേന്ന് വൈകുന്നേരം താഴെയുള്ള ഹോട്ടലിൽ നിന്നും ഫുഡ് പാർസൽ വാങ്ങിയാണ് രണ്ടുപേരും ഫ്ളാറ്റിലേക്ക് വന്നത്. പിന്നീട് അവരെ ആരും കണ്ടിട്ടില്ല.

ഇടത്തരക്കാർ മാത്രം താമസിക്കുന്ന ഒരു പഴയ ഫ്ളാറ്റ് ആയതു

കൊണ്ട് തന്നെ സെക്യൂരിറ്റിയോ സിസി ടിവി ക്യാമറകളോ അവിടെ ഇല്ലാത്തത് പോലീസിന് കനത്ത തിരിച്ചടിയായിരുന്നു. ഏകദേശം അര ക്കിലോമീറ്ററിനു ശേഷമുള്ള ബിൽഡിങ്ങിൽ ആണ് പിന്നെ സിസി ടിവി ഉള്ളത്. അതുകൊണ്ട് വലിയ ഉപകാരം ഒന്നും ഉണ്ടാവില്ലെന്ന് അറിയാമെങ്കിലും അവിടുത്തെ സിസി ടിവി പരിശോധിക്കാനുള്ള നിർദ്ദേശം നൽ കിയതിനുശേഷം ആണ് വിപിൻ സാർ തിരിച്ചുപോയത്.

# അധ്യായം 17

**ലി**ല്ലിക്കുട്ടി എഴുന്നേറ്റ് പുറത്തേക്ക് വന്നു മുടി വാരിക്കെട്ടി കിണറ്റിൻകരയിലേക്ക് നടന്നു. നേരം നന്നായി വെളുത്തിരിക്കുന്നു. കിണറ്റിൽ നിന്നും ഒരു തൊട്ടി വെള്ളം കോരി കയ്യും കാലും മുഖവും നന്നായി കഴുകിയശേഷം ഓടിട്ട ആ ചെറിയ വീടിന്റെ പുറകുവശത്തെ അയയിൽ നിന്നും ഒരു തോർത്ത് വലിച്ചെടുത്ത് കണ്ണും മുഖവും നന്നായി തുടച്ചു.

'ലില്ലി കൊച്ചേ എപ്പോ വന്നെടീ? നിന്റെ പരീക്ഷയൊക്കെ കഴിഞ്ഞോ?'

അടുക്കള വശത്തെ വേലിച്ചീരകൾക്കപ്പുറത്തു നിന്ന് വിളിച്ചു ചോദിക്കുന്ന ശോശാമ്മ ചേട്ടത്തിയെ അപ്പോഴാണ് ലില്ലിക്കുട്ടി കണ്ടത്. തോർത്ത് ചുമലിൽ ഇട്ട് അവൾ അങ്ങോട്ടേക്ക് നടന്നു.

'ഇല്ല ചേട്ടത്തി.. ഇപ്പോ പഠിക്കാനുള്ള അവധിയാണ്.'

'രാത്രി മൊത്തം ഉറക്കമിളച്ച് പഠിപ്പാവും അല്ലേ? അതാണോ എഴുക്കാൻ വൈകിയത്?'

'ആ അങ്ങനെയും പറയാം.. എങ്ങനെയെങ്കിലും ഒന്ന് കടന്നു കൂടണ്ടേ ചേട്ടത്തി.. പാവം എന്റെ അപ്പൻ, ഇപ്പോ തന്നെ ഓരോരോ വയ്യായ്കകളാണ്.'

ലില്ലി കുട്ടിയുടെ അപ്പച്ചൻ വർഗീസ് ചേട്ടന് കോട്ടയം പാമ്പാടിയിലെ പള്ളിയിൽ കുഴിവെട്ടാണ് ജോലി. അല്ലാത്തപ്പോൾ എന്തെങ്കിലും കൂലിപ്പണിക്കും പോകും.

അതിൽനിന്നും മിച്ചം പിടിക്കുന്ന വരുമാനം കൊണ്ടാണ് ഭാര്യ മരിച്ചുപോയ അയാൾ ഒരേയൊരു മകളായ ലില്ലിക്കുട്ടിയെ നഴ്സിങ്ങിന് ചേർത്ത് പഠിപ്പിക്കുന്നത്.

'അതൊക്കെ ശരിയാവും കൊച്ചേ.. നീ ജയിച്ചിറങ്ങിയാൽ പിന്നെ എന്താ നിന്റെ അപ്പന് നോക്കാൻ ഉള്ളത്..? നാടുകടന്നുകിട്ടിയാൽ കൈ നിറയെ കാശ് ആണത്രേ.'

ചേട്ടത്തിയുടെ സംസാരം കേട്ട് ഒരു ചിരിയോടെ ലില്ലിക്കുട്ടി പറഞ്ഞു.

'അതിനും കാശ് വേണം എന്റെ ചേട്ടത്തി... വെറുതെയൊക്കെ കേറി പോകാൻ പറ്റുമോ?'

'മോളെ നീ എഴുന്നേറ്റായിരുന്നോ?'

റോഡിൽ നിന്നും കയറിവന്ന വർഗീസ് ചേട്ടനായിരുന്നു അത്. രാവിലത്തെ പതിവ് നടത്തവും കഴിഞ്ഞ് മോൾക്കുള്ള ബ്രേക്ക്ഫാസ്റ്റും വാങ്ങി വരികയാണ് മൂപ്പർ.

കയ്യിലുള്ള പൊതി മകൾക്ക് നേരെ നീട്ടിക്കൊണ്ട് അയാൾ പറഞ്ഞു.

'രാത്രി മുഴുവൻ ഉറങ്ങാതെ ഇരുന്നു വായന അല്ലായിരുന്നോ? വടയും ദോശയും ഉണ്ട് പല്ലു തേച്ചിട്ട് പോയി കഴിക്ക്.'

'താങ്ക്യൂ അപ്പാ. എന്റെ ചക്കരയാണ് കേട്ടോ... ചേട്ടത്തിക്ക് ദോശ വേണോ?'

'വേണ്ട വേണ്ട. ഞാൻ പുട്ട് ഉണ്ടാക്കിയിട്ടുണ്ട്. വേഗം പോയി കഴിച്ചേച്ചിരുന്നു പഠിക്കാൻ നോക്ക് കൊച്ചേ.'

ഒരു ചിരിയോടെ പൊതിക്കെട്ടും എടുത്ത് അകത്തേക്ക് പോയ മകളെ നോക്കിക്കൊണ്ട് വർഗീസ് ചേട്ടൻ ശോശാമ്മ ചേട്ടത്തിയോട് പറഞ്ഞു.

'പഠിക്കാനുള്ള ഇഷ്ടം ഒന്നും അടുക്കളപ്പണിയിൽ ഇല്ല. ഇതിപ്പോ ഞാൻ കൊണ്ടു വന്നില്ലേൽ ഇന്ന് മുഴുവൻ പട്ടിണി കിടന്ന് വായിക്കും.'

'നല്ലതാടാ വർക്കിച്ചാ.. പെൺകുട്ടികൾക്ക് വേണ്ടത് പഠിപ്പാണ്. അല്ലാതെ ആരാന്റെ അടുക്കളപ്പണി അല്ല. അവളു പഠിച്ചു ജയിച്ചു മിടുക്കിയായി വരട്ടെ.'

മനസ്സുനിറഞ്ഞ ഒരു പുഞ്ചിരിയോടെ അയാൾ വരാന്തയിലേക്ക് കയറി ഇരിക്കുമ്പോഴാണ് റോഡിൽ നിന്നും ആരോ ഓടി വരുന്നത് കണ്ടത്.

അടുത്തെത്തിയപ്പോൾ ആണ് അയാൾക്ക് മനസ്സിലായത് അത് കുമാരനായിരുന്നു.

വർഗീസ് ചേട്ടനും കുമാരനും കൂടിയാണ് സെമിത്തേരിയിൽ കുഴി വെട്ടുന്നത്. സുഹൃത്തിനെ കണ്ടപ്പോൾ തന്നെ ആരോ മരിച്ചിട്ടുണ്ടെന്ന് അയാൾക്ക് മനസ്സിലായി.

'എന്താടാ കുമാരാ? എന്തെങ്കിലും കെണിഞ്ഞ?'

വിയർത്ത മുഖം തുടച്ചുകൊണ്ട് കുമാരൻ വർഗീസ് ചേട്ടനോട് പറഞ്ഞു.

'ചേട്ടായി... നമ്മുടെ അറക്കലെ ഷൈനി ചേച്ചിയുടെ കൊച്ചു മരിച്ചു പോയി.'

'ഈശോയെ ആ ചെറിയ മോനോ? അവനെന്നാ പറ്റിയതാടാ?'

'ആക്സിഡന്റ് ആണെന്നാണ് കേട്ടത്. ചേട്ടൻ വാ നമ്മളോട് പള്ളിയിലേക്ക് ചെല്ലാൻ പറഞ്ഞിട്ടുണ്ട്.'

'ദേ വരുവാ... ഞാനൊന്ന് കൊച്ചിനോട് പറഞ്ഞ് മുണ്ടു മാറി വരാം.'

എന്നു പറഞ്ഞുകൊണ്ട് തിടുക്കത്തിൽ അകത്തേക്ക് കയറിപ്പോയ

വർഗീസ് ചേട്ടനെയും കാത്ത് കുമാരൻ പുറത്തു തന്നെ നിന്നു.

*****

സമയം ഉച്ചയോടടുക്കുന്നു...

സെമിത്തേരി നിറയെ ജനങ്ങളായിരുന്നു. സെമിത്തേരിയിൽ നിന്ന് ഇറങ്ങി വരുന്ന ഗ്രൗണ്ടിൽ നിർത്തിയിട്ടിരിക്കുകയാണ് പോലീസ് വാഹനങ്ങളും മറ്റു കുറച്ചു വണ്ടികളും.

സെമിത്തേരിയുടെ അങ്ങേയറ്റത്തെ ഒരു മൂലയിൽ ആയി 'അറക്കൽ' എന്നെഴുതിയ കുടുംബ കല്ലറയുടെ ചുറ്റുമാണ് പോലീസ്. സ്ലാബ് തുറന്ന കല്ലറയുടെ പുറത്ത് വെറും നിലത്തായി വെള്ളത്തുണിയിൽ പൊതിഞ്ഞ ഒരു മൃതദേഹം നീണ്ടു നിവർന്നു കിടക്കുന്നുണ്ട്.

മൃതദേഹത്തിന് ചുറ്റുമായി നിരന്നു നിൽക്കുന്ന കുറച്ചു പോലീസുകാർ ആ ബോഡിയെ വിശദമായി പരിശോധിക്കുകയാണ്.

'മരിച്ചിട്ട് കുറച്ചു മാസങ്ങൾ തന്നെ ആയി എന്നു തോന്നുന്നു.'

'അതേ സാർ! കണ്ടില്ലേ തൊലിയൊക്കെ അഴുകി തീരാറായി.'

സി ഐ സുകുമാരൻ സാറും കോൺസ്റ്റബിൾമാരായ ഫൈസലും രാഘവനും സുധീപുമാണ് ബോഡി പരിശോധിച്ചു കൊണ്ടിരുന്നത്.

'ഏതായാലും അധികനേരം വച്ചിരിക്കേണ്ട!പെട്ടെന്ന് തന്നെ ഫോറൻസിക്കിനെ വിവരം അറിയിച്ചേക്ക്.'

'അറിയിച്ചിട്ടുണ്ട് സർ. അവരിങ്ങോട്ട് പുറപ്പെട്ടിട്ടുണ്ട്. ഒരു മണിക്കൂറിനുള്ളിൽ എത്തും.'

'ശരി... ബോഡി ആദ്യം കണ്ട ആളുകൾ എവിടെ? അവരോട് ഒന്നിങ്ങോട്ട് വരാൻ പറയൂ.'

കുറച്ച് അകലെയായി മാറി നിന്നിരുന്ന ജോമോനും കുമാരനും വർഗീസും അതുകേട്ടതോടെ മുന്നോട്ടേക്ക് നീങ്ങി നിന്നു.

'എന്താണ് സംഭവിച്ചത് എന്ന് ആരെങ്കിലും ഒരാൾ വ്യക്തമായി പറയൂ. കൃത്യമായ വിവരങ്ങൾ ലഭിച്ചാലേ നമുക്ക് കാര്യങ്ങൾ എളുപ്പമാവുകയുള്ളൂ.'

ചുമലിൽ ഇട്ട തോർത്തെടുത്ത് മുഖത്തെ വിയർപ്പ് തുടച്ചു കൊണ്ട് വർഗീസ് പറഞ്ഞു.

'ഞങ്ങള് രണ്ടുപേരുമാണ് സാറേ പള്ളിയിൽ കുഴി വെട്ടുന്നത്. ഇന്നിപ്പോ അറക്കൽ വീട്ടിലെ ഇളയ കൊച്ച് ആക്സിഡന്റിൽ മരിച്ചതുകൊണ്ട് കല്ലറ ഒരുക്കാൻ വേണ്ടി വന്നതായിരുന്നു ഞങ്ങൾ. കൂടെത്തന്നെ ജോമോൻ സാറും ഉണ്ടായിരുന്നു.

'നന്നായി ആലോചിച്ചു പറഞ്ഞാൽ മതി ഒന്നും വിട്ടു പോകരുത്.'

സുകുമാരൻ സാറിന്റെ മുഖത്തേക്ക് തന്നെ നോക്കി നിന്നുകൊണ്ട് വർഗീസ് അന്നത്തെ സംഭവം ഓർത്തെടുത്തു തുടങ്ങി.

അറക്കൽക്കാരുടെ കല്ലറയിലെ സ്ലാബിനിടയിലൂടെ പാര കടത്തി നന്നായി ഒന്ന് ഇളക്കി കൊണ്ട് കുമാരേട്ടൻ വർഗീസേട്ടനോട് പറഞ്ഞു.

'എന്നാലും ഇത്ര ചെറിയ കൊച്ച്. എത്ര കാലം ജീവിക്കേണ്ട കുഞ്ഞാണ്.? ഓർക്കാൻ കൂടി വയ്യ.'

ഒരു നെടുവീർപ്പോടെ തന്റെ കയ്യിലെ പാര സ്ലാബിന്റെ ഇടയിലേക്ക് കയറ്റി വെച്ച് ശക്തിയോടെ ഇളക്കി കൊണ്ട് വർഗീസേട്ടൻ പറഞ്ഞു.

'കർത്താവ് വിളിച്ചാൽ പിന്നെ പോവാതിരിക്കാൻ ഒക്കുമോ? തമ്പുരാന് ചെറുതില്ല വലുതില്ല. അവനു പ്രിയപ്പെട്ടവരെ അവൻ നേരത്തെ വിളിക്കും. ഒരു കണക്കിന് നോക്കിയാൽ അതിന്റെ ആയുസ്സ് എത്തിയതുകൊണ്ടാവാം ഷൈനിക്കൊച്ച് മക്കളെയും കൊണ്ട് ജർമനിയിൽ നിന്ന് തിരിച്ചു വന്നത്.'

'നല്ല ന്യായം തന്നെ! വെറും 12 വയസ്സുള്ള ഒരു കൊച്ചിന്റെ ദേഹത്തൂടെ ലോറി കേറ്റി ഇറക്കി അവനെ തിരിച്ചു വിളിച്ചു സ്നേഹിക്കുന്ന തമ്പുരാൻ. നിങ്ങളിതെന്തോന്ന് വർഗീസേട്ടാ? '

'അല്ലാതെ ഞാൻ എന്തു പറയാനാണെടാ ഉവ്വേ..? നമ്മൾ എന്തേലും പറഞ്ഞാൽ ആ തന്തയുടെയും തള്ളയുടെയും സങ്കടം തീരുമോ? അവറ്റകൾക്ക് ആകെയുള്ള ഒരു ആൺകൊച്ചായിരുന്നു. ഇനിയിപ്പോ റോയി സാറ് എന്തിനാ ജീവിക്കുന്നത്?'

'അതെങ്ങനാ... ഇപ്പോഴത്തെ പിള്ളേരെ ജനിപ്പിക്കുന്നത് തന്നെ പഠിപ്പിക്കാൻ മാത്രമാണ്. ഒരു ദിവസം ഒന്നിച്ചിരി വൈകിയാലോ, ഒരു ദിവസം സ്കൂളിൽ പോയില്ലെങ്കിലോ ലോകാവസാനം സംഭവിച്ചതുപോലെയാ തള്ളമാർക്ക്, ആ ഒരു പേടി കാരണമല്ലേ കൊച്ച് ആയുസ്സ് എത്താതെ പോയത്.'

പറയുന്നതിനിടയിൽ തന്നെ വലിയൊരു ശബ്ദത്തോടെ കല്ലറയുടെ മുകളിലെ സ്ലാബ് രണ്ടുപേരും ചേർന്ന് വലിച്ചു നിരക്കി താഴേക്ക് ചായ്ച്ചിറക്കി. എല്ലാം കണ്ടും കേട്ടും അടുത്ത് തന്നെ നിന്നിരുന്ന ജോമോൻ അമർഷത്തോടെ പണിക്കാരെ ശാസിച്ചു.

'നിങ്ങൾ ഒന്നു മിണ്ടാതെ വേഗം ചെയ്യാൻ കഴിയുമെങ്കിൽ ചെയ്യ്. ഷൈനി ചേച്ചി എന്താ സ്വപ്നം കണ്ടോ? കൊച്ച് സ്കൂൾ വാനിനു പുറകെ ഓടുമ്പോൾ ലോറി വരുമെന്ന്?'

അപ്പോഴാണ് അവർ രണ്ടുപേരും ജോമോൻ അവിടെ നിൽക്കുന്ന കാര്യം ഓർത്തത്.

ലോറി ഇടിച്ചു മരിച്ച കുട്ടിയുടെ അമ്മയുടെ വകയിൽ ഒരു സഹോദരൻ ആയിട്ട് വരും ജോമോൻ. അവന്റെ പെങ്ങളെ കുറ്റം പറയുന്നത് കേട്ട് നിൽക്കാൻ സ്വാഭാവികമായും അവനും വിഷമം ഉണ്ടാവുമല്ലോ.പിന്നീട് സംസാരം ഒന്നുമില്ലാതെ കുമാരേട്ടനും വർഗീസേട്ടനും ജോലിയിൽ തന്നെ ശ്രദ്ധ കേന്ദ്രീകരിച്ചു.

സ്ലാബ് നീങ്ങി മാറുമ്പോൾ തന്നെ വല്ലാത്തൊരു ദുർഗന്ധം പരക്കുന്നത് മൂന്നുപേരും ശ്രദ്ധിച്ചിരുന്നു. വർഗീസ് കല്ലറയിലേക്ക് മുഖം താഴ്ത്തിക്കൊണ്ട് ചോദിച്ചു.

'പണിയാവുന്ന ലക്ഷണം ആണല്ലോ കുമാരാ.. അന്നത്തേതിന്റെ ബാക്കി ആവുമോ ഇന്ന്?'

രണ്ടുവർഷം മുൻപ് ഇതുപോലെ ഒരു കല്ലറ നീക്കിയപ്പോൾ മൃതദേഹം അഴുകാതെ കിടന്നത് എല്ലാവർക്കും തലവേദന ആയിരുന്നു. സാധാരണ ഗതിയിൽ എംബാം ചെയ്ത മൃതദേഹങ്ങൾ അഴുകാതെ കിടന്ന ചരിത്രമുണ്ട് . ജോമോൻ തിരിഞ്ഞു കല്ലറയുടെ തലയ്ക്കൽ എഴുതിവെച്ച അവസാനത്തെ പേരിലേക്ക് നോക്കി.

അറക്കൽ ട്രീസ

ജനനം 16.3.1951

മരണം 24.9.2020

'അമ്മാമ്മച്ചി മരിച്ചിട്ട് രണ്ടുമൂന്നു വർഷമായില്ലേ ചേട്ടാ? ഇനിയെന്ത് മണം വരാൻ?'

'എല്ലും പല്ലും മുടിയും ഒഴികെ മറ്റൊന്നും കണക്കു പ്രകാരം ഇപ്പോൾ ബാക്കി ഉണ്ടാവാൻ പാടില്ല. മരുന്നിട്ട ശവമാണെങ്കിൽ അഴുകാൻ സമയം പിടിക്കും. അമ്മാമ്മച്ചി മലവെള്ളത്തിൽ വീണല്ല്യോ മരിച്ചത്. എനിക്ക് നല്ല ഓർമ്മയുണ്ട്, മൂന്നാംപക്കം ശവം കിട്ടുമ്പോൾ തന്നെ ആകെ അലിഞ്ഞു പൊളിഞ്ഞിരുന്നു.'

സംസാരിച്ചുകൊണ്ട് കുമാരേട്ടൻ ചാരി വെച്ച ഏണിയിലൂടെ കുഴിയിലേക്ക് ഇറങ്ങി.

സാധാരണഗതിയിൽ അടക്കം ചെയ്യപ്പെട്ട ഒരു മനുഷ്യന്റെ സകല അവശിഷ്ടവും ഭൂമിയിൽ നിന്നും മാഞ്ഞു പോകാൻ എട്ടു മുതൽ 12 വർഷം വരെ എടുക്കും എന്നാണ് ശാസ്ത്രം. ഏകദേശം ഒന്നര വർഷം കൊണ്ടുതന്നെ മാംസഭാഗങ്ങൾ മൊത്തം അഴുകിത്തീരും.ക്രിസ്ത്യൻ ആചാരപ്രകാരം കുടുംബ കല്ലറയിൽ അടക്കുമ്പോൾ അതിനു മുൻപ് മരണപ്പെട്ട വ്യക്തിയുടെ ശരീരാവശിഷ്ടങ്ങൾ പെറുക്കിയെടുത്ത് അസ്ഥി

ക്കുഴിയിൽ നിക്ഷേപിക്കുകയാണ് ചെയ്യുക.

താഴേക്കിറങ്ങിയ കുമാരൻ ഒരു നിമിഷം നിന്നു. വെള്ളത്തുണിയിൽ പൊതിഞ്ഞ ഒരു ശവശരീരം മണ്ണിനിടയിൽ നിന്നും പുറത്തേക്ക് ദൃശ്യ മാവുന്നുണ്ട്. എന്തൊക്കെയോ മരുന്നുകളുടെ വല്ലാത്തൊരു രൂക്ഷഗ ന്ധം.അയാൾ ഒന്നുകൂടി മുഖം അടുപ്പിച്ച് നോക്കി. രണ്ടുവർഷം മുൻപ് ശവപ്പെട്ടിയിൽ വെച്ച് അടക്കം ചെയ്ത അഴുകിയ ശവശരീരമല്ല മുന്നിൽ, ഇടറിയ തൊണ്ടയിൽ നിന്നും അയാൾ അറിയാതെ ഒരു നിലവിളി പുറ ത്തേക്ക് വന്നു.

'വർഗീസേട്ടാ വേഗം വാ..!'

ആ വിളി കേട്ടപ്പോൾ തന്നെ കാര്യത്തിന്റെ ഗൗരവം മനസ്സിലാക്കിയ വർഗീസ് ഒറ്റ ചാട്ടത്തിന് കുഴിയിൽ എത്തി. മുകളിൽ നിന്ന ജോമോനും ഓടിവന്ന് കുഴിയിലേക്ക് നോക്കി.

വെള്ളത്തുണിയിൽ പൊതിഞ്ഞ ഒരു മൃതശരീരം വെറുതെ ഇട്ട് കു റച്ച് മണലുവാരി അതിനു മുകളിലേക്ക് തട്ടിയിട്ടുണ്ട്. കല്ലറയുടെ അടപ്പ് തുറന്നതോടെ അതുവരെ കെട്ടിനിന്ന ദുർഗന്ധം പുറത്തേക്ക് പോയെ ങ്കിലും നല്ല നാറ്റമുണ്ട് ഇപ്പോഴും.വിറക്കുന്ന കൈകൾ കൊണ്ട് വെള്ള ത്തുണിയിൽ പിടിച്ചു വലിക്കുന്നതിനിടയിൽ മുകളിലേക്ക് നോക്കി കു മാരേട്ടൻ ജോമോനോട് വിളിച്ചുപറഞ്ഞു.

'പോലീസിനെ വിളിയെടാ...'

*****

ഇത്രയും സമയം നിശ്ശബ്ദനായി അവരെ കേട്ടുകൊണ്ടിരിക്കുകയാ യിരുന്ന ഇൻസ്പെക്ടർ ചോദിച്ചു

' ശരി അപ്പോൾ നിങ്ങൾ പറഞ്ഞു വരുന്നത് ഇത് നിങ്ങൾക്ക് പരിച യമില്ലാത്ത ഒരാളുടെ ശവമാണെന്നാണ് അല്ലേ?'

'അതേ സാറേ! ഇയാളെ ഞാൻ ഇതുവരെ ഇവിടെ എവിടെയും ക ണ്ടിട്ടില്ല.'

'സാറേ ഫോറൻസിക് എത്തിയിട്ടുണ്ട്.'

'ശരി' എത്രയും വേഗം അവരുടെ ഭാഗം ക്ലിയർ ചെയ്തു ബോഡി മോർച്ചറിയിലേക്ക് മാറ്റണം. ഞാനൊന്നു പള്ളിയിൽ പോയി അച്ചനെ കണ്ടു വരാം.'

എന്നുപറഞ്ഞുകൊണ്ട് പള്ളിയിലേക്ക് നടന്ന ഓഫീസറെയും നോക്കി ക്കൊണ്ട് ഒന്നും പറയാനില്ലാതെ വർഗീസ് ഏട്ടനും കുമാരനും പരസ്പ രം നോക്കി കൈകെട്ടി നിന്നു.

# അധ്യായം 18

ഒരുപാട് വെളുത്ത പൂമ്പാറ്റകൾ... നിലത്തും അന്തരീക്ഷത്തിലുമായി അവ ഉയർന്നു പറന്നു കൊണ്ടേയിരുന്നു...

അതിനിടയിൽ വെളുത്ത ഉടുപ്പണിഞ്ഞ റിയ ഒരുപാട് സന്തോഷത്തോടെ കൈകൾ മുകളിലേക്ക് ഉയർത്തി നിൽക്കുന്നത് കണ്ടപ്പോൾ ഒരായിരം ശലഭങ്ങൾക്കിടയിൽ മറ്റൊരു വലിയ ചിത്രശലഭം വന്നു നിന്നതുപോലെ സിബിക്ക് തോന്നി.

പോക്കറ്റിൽ നിന്നും മൊബൈൽ എടുത്ത് റിയ അറിയാതെ അവൻ ഒരുപാട് ക്ലിക്കുകൾ എടുത്തു. ആറളം ഫാമിന്റെ ഉള്ളിലായിരുന്നു അവർ.ഷാജഹാൻ സാർ പറഞ്ഞിട്ടാണ് റിയയെയും കൊണ്ട് സിബി വന്നതെങ്കിലും അതൊന്നും ഓർമ്മയിൽ പോലും ഇല്ലാത്തതുപോലെ ആയിരുന്നു അവളുടെ ഓരോ ചലനങ്ങളും.

കാടിനുള്ളിലെ പച്ചപ്പും പുഴയും മനോഹരങ്ങളായ പൂക്കളും പൂമ്പാറ്റകളും ചെറു മൃഗങ്ങളും ചേർന്ന ലോകം റിയയ്ക്ക് തീർത്തും പുതുപുത്തനായ ഒരു അനുഭവമായിരുന്നു. പൂമ്പാറ്റകൾക്കിടയിൽ നിന്നും അവൾ മുഖം തിരിച്ചു നോക്കിയപ്പോഴാണ് അവൻ തന്നെ തന്നെ നോക്കി നിൽക്കുന്നത് കണ്ടത്. ഒരു ചെറു ചിരിയോടെ അവന് നേർക്ക് കൈകൾ ഉയർത്തിയ അവൾ ഉച്ചത്തിൽ പറഞ്ഞു.

'ഡോക്ടർ ഇങ്ങോട്ടേക്ക് വായോ... നമുക്ക് അക്കരെ കടക്കാം... ദേ അവിടെ കൊക്കോപ്പഴം ഉണ്ട്.'

സിബി അവൾ കൈ ചൂണ്ടിയ സ്ഥലത്തേക്ക് നോക്കി. പുഴയ്ക്കക്കരെ കൊക്കോത്തോട്ടമാണ്. വേനൽക്കാലമായതിനാൽ പുഴയിൽ വെള്ളം തീരെ കുറവാണ്. നടന്നു പോവാനുള്ളതേയുള്ളൂ. പക്ഷേ നിറയെ മിനുസമുള്ള പാറക്കല്ലുകൾ ആയതിനാൽ വഴുതി വീഴാൻ സാധ്യതയുണ്ട്.

'അത് വേണോ? വെള്ളം കുറവാണെന്നേയുള്ളൂ.. നല്ല വഴുക്കലുണ്ടാവും. വീണാൽ ചിലപ്പോൾ പണി കിട്ടും.'

'ഇല്ല ഡോക്ടർ!നമുക്ക് ശ്രദ്ധിച്ചു പോകാം. എനിക്ക് അത് വേണം. ഡോക്ടർ എന്റെ കൈ പിടിച്ചാൽ മതി.'

സിബി പതുക്കെ ഷൂസും സോക്സും അഴിച്ച് പുഴയുടെ കരയി

ലേക്ക് മാറ്റിവെച്ച ശേഷം പാന്റ് മടക്കി മുട്ടോളം തെറുത്തു വച്ചു. അതു കണ്ട റിയയും അവളുടെ ഷൂ ഊരി മാറ്റി വെച്ചശേഷം ഫ്രോക്ക് മുകളിലേക്ക് ഉയർത്തി തയ്യാറായി നിൽക്കുന്നത് കണ്ടപ്പോൾ സിബി ചിരിച്ചു പോയി. ആ ചിരി കണ്ടപ്പോൾ ചെറിയ ചമ്മലോടെ അവൾ ഫ്രോക്ക് നേരെ ഇട്ടശേഷം സിബിക്ക് നേരെ കൈനീട്ടി.

'ആദ്യം ഞാൻ നടക്കാം താൻ എന്റെ പുറകിൽ വന്നാൽമതി.'

എന്നു പറഞ്ഞുകൊണ്ട് സിബി അവളുടെ കയ്യിൽ പിടിച്ച് പുഴയിലേക്ക് ഇറങ്ങി.

മഞ്ഞു വീണത് പോലെ തണുത്ത വെള്ളം അവരുടെ കാലുകളിലേക്ക് വന്നു പുണർന്നു. റിയയുടെ കൈകൾ സിബിയുടെ കയ്യിൽ ഒന്നു കൂടി മുറുകി. വെള്ളത്തിന് അവർ വിചാരിച്ചതിനേക്കാൾ ആഴവും തണുപ്പും വഴുക്കലും ഉണ്ടായിരുന്നു.

'ശ്രദ്ധിച്ചു വാ.. പാറകളിൽ ഒക്കെ നല്ല വഴുക്കലുണ്ട്.'

ഏകദേശം പുഴയുടെ പകുതിയോളം എത്തിയപ്പോഴാണ് സിബിക്ക് മനസ്സിലായത് ഇനിയങ്ങോട്ട് ആഴം കൂടി വരുന്നുണ്ട് എന്ന്.

കുറച്ചു കൂടി താഴേക്ക് പോയാലേ പുഴകടന്ന് അക്കരക്ക് നടന്നു പോകാൻ കഴിയുകയുള്ളൂ. അവൻ അതു പറയാൻ വേണ്ടി മുഖം തിരിച്ചപ്പോഴേക്കും അത് സംഭവിച്ചു കഴിഞ്ഞിരുന്നു.

'അയ്യോ ഡോക്ടർ.'

എന്നൊരു വിളിയോടെ കാലെടുത്തുവെച്ച പാറയിലെ വഴുക്കലിൽ തെന്നി റിയ വെള്ളത്തിലേക്ക് കമിഴ്ന്നടിച്ചു വീണു.

വീഴുന്നതിനിടയിലും സിബിയുടെ കൈ അവൾ വിട്ടില്ല. സ്വാഭാവികമായും നിന്ന നിൽപ്പിൽ ഒന്നു വേച്ചു പോയ സിബിയും വെള്ളത്തിലേക്ക് കമിഴ്ന്നു വീണു.

ഒന്നു മുങ്ങിയ റിയയെ അധികം വെള്ളമില്ലാത്തതുകൊണ്ട് സിബി പെട്ടെന്ന് തന്നെ തൂക്കിയെടുത്തു നിവർന്നു നിന്നു. നനഞ്ഞു കുതിർന്ന ഒരു വെളുത്ത പൂച്ചക്കുട്ടിയെ പോലെ നിറയെ ഞൊറികൾ ഉള്ള ആ വെളുത്ത ഉടുപ്പിൽ അവൾ സിബിയുടെ നെഞ്ചോട് ഒട്ടി കിടന്നു.

'കുഴപ്പമില്ല ഡോക്ടർ! എന്നെ താഴെ നിർത്തിയേക്കു. ഞാൻ നടന്നോളാം.'

ഒരു ചമ്മലോടെ സിബിയുടെ ദേഹത്ത് നിന്നും ഊർന്നിറങ്ങിയ അവൾ മുഖമുയർത്തി നോക്കിയപ്പോഴാണ് പോക്കറ്റിലുള്ള പേഴ്സും മൊബൈലും അടക്കം വെള്ളത്തിൽ കുതിർന്നു നിൽക്കുന്ന സിബിയെ ശ്രദ്ധിച്ചത്.

സ്വയമറിയാതെ പൊട്ടിച്ചിരിച്ചു പോയ റിയയെ തന്നെ ഒന്ന് കൂർപ്പിച്ച് നോക്കിയ ശേഷം സിബി പതുക്കെ നടന്നു കരയിലേക്ക് കയറി മൊബൈലും പേഴ്സും പുറത്തേക്ക് എടുത്തു നന്നായി കുടഞ്ഞ് വെയിലത്തേക്ക് വെച്ചു.

'സോറി ഡോക്ടർ! ഇത്രയും വെള്ളം ഉണ്ടാവുമെന്ന് ഞാൻ പ്രതീക്ഷിച്ചില്ല.'

'സാരമില്ല ഇനി പറഞ്ഞിട്ട് എന്താ. താനാ ഫ്രോക്കൊന്നു നന്നായി പിഴിഞ്ഞ് വെയിലത്തേക്ക് നിൽക്കൂ.'

അവൾ കുനിഞ്ഞ് ഉടുപ്പിന്റെ അറ്റം നന്നായി പിഴിഞ്ഞശേഷം ആരോ അലക്കാൻ ഇട്ട കല്ലുകളിൽ ഒന്നിൽ കയറി നിന്നു കൊണ്ട് സിബിയെ തിരിഞ്ഞുനോക്കി. അവൻ ധരിച്ചിരുന്ന ബ്ലാക്ക് ടീഷർട്ട് അഴിച്ചു പിഴിയുകയായിരുന്നു. കയ്യില്ലാത്ത ഒരു വെളുത്ത ബനിയനും മുട്ടറ്റം കയറ്റിവെച്ച ബ്ലാക്ക് പാന്റും ആയിരുന്നു അവന്റെ വേഷം. ബനിയൻ നന്നായി പിഴിഞ്ഞ് കുടഞ്ഞ ശേഷം മുഖം തിരിച്ച സിബി റിയ തന്നെ നോക്കി നിൽക്കുന്നത് കണ്ട് പുരികം ഉയർത്തി എന്താണെന്ന് ചോദിച്ചു..

'ഡോക്ടറെ കാണാൻ നല്ല ഭംഗിയുണ്ട്. ഫിസിക്കലി ആൻഡ് മെന്റലി യു ആർ എ ബ്യൂട്ടിഫുൾ പേഴ്സൺ.'

തുറന്ന ചിരിയോടെയുള്ള റിയയുടെ സംസാരം കേട്ട് സിബി ഒന്ന് പകച്ചു പോയി. പിന്നെ ഒന്ന് ചിരിച്ചുകൊണ്ട് അതുപോലെതന്നെ പ്രതികരിച്ചു.

'യൂ ഓൾസോ... തന്നെ കാണാൻ നല്ല മാലാഖ കുട്ടിയെ പോലുണ്ട്.'

'റിയലി....?'

എന്നു പറഞ്ഞുകൊണ്ട് റിയ കിലുകിലെ ചിരിക്കുന്നത് കണ്ടപ്പോൾ സിബിക്കും ചിരി വന്നു. അവൻ അവളുടെ അടുത്തുള്ള മറ്റൊരു അലക്കു കല്ലിലേക്ക് കയറിയിരുന്ന ശേഷം ഷർട്ട് വിരിച്ച് ഒരു വശത്ത് നിവർത്തിയിട്ടു.

'താൻ എപ്പോളാ തിരിച്ചു പോന്നത്? മമ്മിയെ വിളിച്ചിട്ട് തിരിച്ചു പോകണം എന്ന് പറഞ്ഞല്ലോ അന്ന്.'

റിയയുടെ ചിരി മാഞ്ഞു. കുറച്ചു സമയത്തെ ആലോചനയ്ക്ക് ശേഷം അവൾ പറഞ്ഞു.

'എനിക്കിപ്പോ പോകാൻ തോന്നുന്നില്ല ഡോക്ടർ. എന്താണെന്നറിയില്ല ഞാൻ ഇന്നലെ രാത്രിയും ആലോചിച്ചു. ഇവിടെയുള്ളത്ര സേഫ്റ്റി ഇനി എനിക്ക് മറ്റെവിടെയും കിട്ടില്ല.'

'അതെന്താ?.'

'ഇവിടെ ഡോക്ടർ ഉണ്ടല്ലോ.. ആദ്യമായിട്ടാണ് ഞാൻ പറയുന്നത് ഒരാൾ കേൾക്കുന്നതും എന്നെ വിശ്വസിക്കുന്നതും എന്റെ കൂടെ നിൽക്കുന്നതും.'

സിബിക്ക് അവളോട് പാവം തോന്നി. അത് പുറത്തു കാണിക്കാതെ അവൻ പറഞ്ഞു.

'തനിക്ക് മമ്മിയും പപ്പയും ഒക്കെ ഇല്ലേ? പിന്നെ എന്തിനാണ് വിഷമം? എന്നെ നോക്കിക്കേ. ജീവിതത്തിൽ പ്രതീക്ഷിക്കാനായി ഇനിയൊന്നുമില്ല. എങ്കിലും ജീവിക്കുന്നില്ലേ?'

'ഡോക്ടർ ജീവിതം തുടങ്ങാൻ പോകുന്നതേയുള്ളൂ.. ഡോക്ടർക്ക് ഇനി കുടുംബം ഉണ്ടാവും കുഞ്ഞുങ്ങൾ ഉണ്ടാവും. ഡോക്ടറുടെ മക്കളായിട്ടാവും ഒരുപക്ഷേ അപ്പനും അമ്മയും തിരിച്ചുവരിക.'

ഇരുത്തം വന്ന ഒരു മുതിർന്ന വ്യക്തിയെപ്പോലുള്ള റിയയുടെ സംസാരം കേട്ടപ്പോൾ സിബിക്ക് വല്ലാതെ തോന്നി.

രംഗത്തിന് അയവ് വരുത്താനായി അവൻ പറഞ്ഞു.

'ഞാനേയുള്ളൂ തനിക്ക് കൂട്ട്, എന്ന് പറഞ്ഞിട്ട് ഞാൻ ഇപ്പോഴും ഒരു കൈ അകലെ തന്നെയല്ലേ തന്റെ മനസ്സിൽ?'

'ഹേയ്... നെവർ.. അതെന്താ ഡോക്ടർക്ക് അങ്ങനെ തോന്നിയത്?'

'പിന്നെ ഇത്രയും അടുപ്പം ആയിട്ടും താൻ എന്നെ വിളിക്കുന്നത് ഡോക്ടർ എന്നുതന്നെയല്ലേ? എനിക്കൊരു പേരുണ്ടെന്ന് പോലുമുള്ള പരിഗണന തരുന്നില്ല.'

'ഓ അതാണോ... അത് ആദ്യമേ വിളിച്ചു ശീലിച്ചു പോയത് കണ്ടിന്യൂ ചെയ്യുന്നു എന്നേയുള്ളൂ! എനിക്ക് ഡോക്ടറെ സിബിച്ചൻ എന്ന് വിളിക്കാനാണ് ഇഷ്ടം.'

ആഗ്രഹിച്ചത് എന്തോ കേട്ടതുപോലെ ഒരു സന്തോഷം സിബിയുടെ മുഖത്ത് മിന്നി മറഞ്ഞു.

'അതെനിക്കിഷ്ടായി... അതുമതി! നമുക്കത് ഉറപ്പിക്കാം.'

'ഹലോ ഗയ്സ്... വന്നിട്ട് ഒരുപാട് സമയമായോ? ടൗണിൽ ഒരു ചെറിയ കശപിശ. കുറച്ച് സമയം അവിടെ കുടുങ്ങിപ്പോയി.'

പുറകിൽ ഷാജഹാൻ സാറിന്റെ ശബ്ദം കേട്ടാണ് രണ്ടുപേരും തിരിഞ്ഞു നോക്കിയത്. കാണാൻ വേണ്ടിയാണ് വന്നതെങ്കിലും അദ്ദേഹത്തെ കണ്ടതോടെ ഇത്രയും സമയം അവിടെ തങ്ങിനിന്നിരുന്ന കളിചിരികളുടെ അന്തരീക്ഷത്തിന് മുറുക്കം വന്നു.

'ഇതെന്താ നിങ്ങൾ വെള്ളത്തിൽ വീണോ?'

'അക്കര കടക്കാൻ ശ്രമിച്ചതാണ് സാർ!ചെറുതായൊന്ന് വഴുതി.'

'ഏതായാലും വെള്ളം അധികം ഇല്ലാഞ്ഞത് നന്നായി! നമുക്കാ തണലിലേക്ക് മാറി നിന്നാലോ?'

എന്നു പറഞ്ഞുകൊണ്ട് പേരറിയാത്ത ഒരു വലിയ മരത്തിന്റെ ചുവട്ടിലേക്ക് നടന്നു നീങ്ങുന്ന ഷാജഹാൻ സാറിനെ സിബിയും റിയയും അനുഗമിച്ചു.നടക്കുന്നതിനിടയിൽ അവൾ പതുക്കെ കൈനീട്ടി സിബിയുടെ കൈത്തണ്ടയിൽ പിടിച്ചു. അതിന്റെ അർത്ഥം മനസ്സിലായ സിബി തിരിഞ്ഞു നിന്ന് അവളെ നോക്കി പതുക്കെ മന്ത്രിച്ചു.

'പേടിക്കാതെ വാ!ഞാനില്ലേ?'

മരച്ചുവട്ടിൽ എത്തി നിന്ന് ഷാജഹാൻ സാർ ഒന്ന് ചുറ്റും നോക്കി. മഴക്കാലങ്ങളിൽ വെള്ളം കയറി ഇറങ്ങുന്നതിന്റെ ആവാം ആ വലിയ മരത്തിന്റെ വേരുകൾ മൊത്തം പുറത്തായിരുന്നു. തടിച്ച വേരുകളിൽ ഒന്നിൽ ഇരുന്നുകൊണ്ട് അയാൾ പറഞ്ഞു.

'ഇരിക്കൂ. എന്നിട്ട് സംസാരിക്കാം നമുക്ക്.'

റിയ സിബിയുടെ തൊട്ടടുത്തുതന്നെ ഇരിക്കുന്നത് ശ്രദ്ധിച്ചുകൊണ്ട് അയാൾ പറഞ്ഞു.

'കുട്ടി പേടിക്കുകയൊന്നും വേണ്ട! കാര്യം പറഞ്ഞാൽ മാത്രം മതി. താൻ എയ്ഞ്ചൽ ഗ്രൂപ്പിന്റെ എംഡി ആണെന്ന് അറിഞ്ഞതു കൊണ്ടാണ് ഇങ്ങനെയൊരു മീറ്റിംഗ് ഇവിടെവെച്ച് മതിയെന്ന് ഞാൻ തീരുമാനിച്ചത്.'

അപ്പോഴാണ് സിബിക്ക് അദ്ദേഹം ഇത്ര മൃദുവായി തങ്ങളോടു പെരുമാറുന്നതിന്റെ രഹസ്യം മനസ്സിലായത്. കൃത്യമായ തെളിവുകൾ ഇല്ലാതെ ചോദ്യം ചെയ്തു എന്ന കാര്യം അവളുടെ മമ്മിയോ പപ്പയോ അറിഞ്ഞാൽ ഒരുപക്ഷേ അയാളുടെ തലയിൽ ഇനി തൊപ്പി തന്നെ കാണില്ലെന്ന് അയാൾക്കറിയാം..

'ഒരുപാടൊന്നും പറയാൻ എനിക്ക് അറിയില്ല! പക്ഷേ അറിയുന്ന കാര്യം ഞാൻ സാറിനോട് പറയാം.'

10 മിനിറ്റോളം റിയ തന്റെ അവസ്ഥയും തനിക്കുണ്ടായ അനുഭവങ്ങളും അയാളോട് വിവരിച്ചു പറഞ്ഞു. പക്ഷേ അവളുടെ ഹാർട്ട് സർജറി കഴിഞ്ഞ കാര്യമോ ആ ഒരു വിഷയത്തിൽ തങ്ങൾക്കുണ്ടായ സംശയമോ രണ്ടുപേരും പങ്കുവെച്ചില്ല. എല്ലാം കേട്ട ശേഷം ഷാജഹാൻ സാർ പറഞ്ഞു.

'സത്യത്തിൽ നിങ്ങൾക്ക് രണ്ടുപേർക്കും ഈ കേസുമായി ഒരു ബന്ധവുമില്ല എന്ന് മനസ്സിലാകുന്ന പല സത്യങ്ങളും ഇതിനു പിറകിലുണ്ട്. എങ്കിലും ആ പെൺകുട്ടിയെ കുറിച്ച് എന്തെങ്കിലും വിവരം ലഭിക്കാൻ

സഹായകമായെങ്കിലോ എന്ന് കരുതിയാണ് ഞാൻ റിയയോട് സംസാരിക്കാൻ താല്പര്യം പ്രകടിപ്പിച്ചത്. പക്ഷേ ഇതിപ്പോൾ ഞങ്ങൾക്കറിയുന്നതൊക്കെയേ തനിക്കും അറിയത്തുള്ളൂ. ആ പെൺകുട്ടിയുടെ ആത്മാവാണ് തന്റെ അരികിൽ വന്നതെങ്കിൽ അവൾ എന്തിനു റിയയെ തന്നെ സെലക്ട് ചെയ്തു? അതിനുള്ള ഉത്തരമാണ് നമുക്ക് വേണ്ടത്.'

അതിനു തങ്ങളുടെ ഉള്ളിലുള്ള സംശയം തുറന്നു പറയാൻ സിബിക്കോ റിയക്കോ ധൈര്യം ഉണ്ടായിരുന്നില്ല. രണ്ടുപേരും നിശബ്ദരായി തലകുനിച്ചിരിക്കുന്നത് കണ്ട് അയാൾ പറഞ്ഞു.

'എനി വേ... താങ്ക്യൂ സോ മച്ച്.. ഇനി എന്തെങ്കിലും കേസിനു പുരോഗതി ഉണ്ടാവുന്ന രീതിയിലുള്ള സംഭവങ്ങൾ ഉണ്ടായാൽ തീർച്ചയായും അറിയിക്കണം.'

പെട്ടെന്നാണ് അയാളുടെ ഫോൺ റിങ്ങ് ചെയ്തത്. ഫോൺ അറ്റൻഡ് ചെയ്ത ഷാജഹാൻ സാർ കുറച്ചു ദൂരേക്ക് മാറി നിന്ന് സംസാരിക്കുന്നത് നോക്കിക്കൊണ്ട് സിബി പതുക്കെ റിയയോട് ചോദിച്ചു.

'താനെന്താ സർജറിയുടെ കാര്യം പറയാതിരുന്നത്?'

'അത് വേണ്ട!അത് മമ്മിക്ക് ഇഷ്ടമാവില്ല.ചിലപ്പോൾ ഡോണറെ അന്വേഷിച്ച് ഹോസ്പിറ്റലിൽ ഒക്കെ പോലീസ് കയറി ഇറങ്ങിയാൽ അതു മോശമല്ലേ..?'

അത് ശരിയാണെന്ന് സിബിക്കും തോന്നി.

അവൻ എഴുന്നേറ്റ് ചെന്ന് അലക്ക് കല്ലിനുമേൽ വിരിച്ചിട്ട ടീഷർട്ട് എടുത്ത് ഒന്ന് കുടഞ്ഞ് ധരിച്ച് തിരിച്ചു വരുമ്പോഴാണ് ഷാജഹാൻ സാർ തിടുക്കത്തിൽ അങ്ങോട്ടേക്ക് വന്നത്.

'ഒരു ക്ലൂ കിട്ടിയിട്ടുണ്ട് സിബി.'

'എന്താണ് സാർ? ആ കുട്ടിയെ പറ്റി എന്തെങ്കിലും വിവരങ്ങൾ കിട്ടിയോ?'

ഞെട്ടലോടെ ചാടി എഴുന്നേറ്റ റിയയും സിബിയും ഒരേ ശബ്ദത്തിലാണ് ചോദിച്ചത്.

'നോ.. അതല്ല സംഭവം. കോട്ടയം പാമ്പാളി ഫാത്തിമ മാതാ ഫെറോനാ ചർച്ച് സെമിത്തേരിയിൽ കല്ലറയ്ക്കുള്ളിൽ നിന്നും ഇതുപോലെ തന്നെ ഒരു ഡെഡ്ബോഡി കണ്ടെത്തിയിട്ടുണ്ട്. അതൊരു പുരുഷനാണ്.'

സിബിയും റിയയും ഒരുപോലെ ഞെട്ടിത്തരിച്ചു പോയി. ഒന്നും പറയാനാവാതെ മരവിച്ചു നിൽക്കുന്ന അവരോട് അയാൾ തുടർന്നു.

' ഏതായാലും ഇനിയെങ്കിലും ഇതിനൊരു തീരുമാനം ഉണ്ടാവുമെ

ന്ന് പ്രതീക്ഷിക്കാം. നിങ്ങൾ പൊയ്ക്കോളൂ.'

തിടുക്കത്തിൽ നടന്നുപോകുന്ന ഷാജഹാൻ സാറിനെ പിറകിൽ നിന്നും വിളിച്ചു സിബി ചോദിച്ചു.

'ഞങ്ങളും കൂടി വന്നോട്ടെ സാർ?'

ഒന്നു നിന്ന് ആലോചനയോടെ തിരിഞ്ഞു നോക്കിയ അയാൾ പറഞ്ഞു.

'ഇപ്പോൾ വേണ്ട സിബി! ആദ്യം ഞങ്ങൾ അവിടെ എത്തി കാര്യങ്ങൾ ഒന്ന് അന്വേഷിക്കട്ടെ. സമാനമായ കേസ് ഇവിടെ ഉണ്ടായെന്ന ന്യൂസ് അറിവിനെ തുടർന്നാണ് അവർ ഞങ്ങൾക്ക് ഇൻഫോർമേഷൻ തന്നത്. ഈ ന്യൂസ് ഏറെക്കുറെ ഇപ്പോൾ തന്നെ സ്പ്രെഡ് ആയി തുടങ്ങിയിട്ടുണ്ടാവും. അങ്ങനെ ഒരിടത്തേക്ക് റിയയെയും കൊണ്ടു പോകുന്നത് ബുദ്ധിയല്ല. താൻ ആദ്യം ഇവളെ ഹോസ്റ്റലിൽ എത്തിക്കൂ. ബാക്കി കാര്യങ്ങൾ നമുക്ക് പിന്നീട് ഡിസ്കസ് ചെയ്യാം.'

നടന്നു ചെന്ന് ദൂരെ റോഡിൽ നിർത്തിയിട്ട ജീപ്പിൽ കയറിപ്പോകുന്ന ഷാജഹാൻ സാറിനെയും നോക്കി സിബിയും റിയയും പുഴക്കരയിൽ തന്നെ തറഞ്ഞുനിന്നു...

## അധ്യായം 19

'**മാം** മോൾ വിളിക്കുന്നു.'

സെലീന കൊണ്ടുവന്ന ഫോൺ സോണിയ മാം ചെവിയിലേക്ക് അടുപ്പിച്ചു.

'ഹായ് മൈ ബേബി ഹൗ ആർ യു? ഇപ്പോൾ നീ ഓക്കേ ആണെന്ന് സിസ്റ്റർ എന്നെ വിളിച്ചപ്പോൾ പറഞ്ഞിരുന്നു. മമ്മി എത്ര ഹാപ്പിയാണെന്നോ..!'

ഫോണിനു മറുവശത്ത് ഒരു പുഞ്ചിരിയോടെ റിയ പറഞ്ഞു.

'ഐ നോ മമ്മി.. ഞാനിപ്പോൾ ഓക്കേ ആണ്. ഒരു കാര്യം ചോദിക്കാൻ വേണ്ടിയാണ് വിളിച്ചത്. മമ്മി അത് ഉപേക്ഷ വിചാരിക്കാതെ എനിക്ക് ചെയ്തു തരണം.'

'എന്താ മോളു?'

'അത് ഞാൻ മുൻപ് പലപ്രാവശ്യം മമ്മിയോട് ചോദിച്ചിട്ടുണ്ട് എനിക്ക് ഹാർട്ട് തന്നത് ആരാണെന്ന്? എനിക്ക് അവരുടെ എന്തെങ്കിലും ഡീറ്റെയിൽസ് വേണം മമ്മി. വളരെ അത്യാവശ്യമായതു കൊണ്ടാണ് ഞാൻ ചോദിക്കുന്നത്. പ്ലീസ് ട്രൈ റ്റു അണ്ടർ സ്റ്റാൻഡ് മി.'

സോണിയയ്ക്ക് ദേഷ്യം വരുന്നുണ്ടായിരുന്നു. ഇതുപോലെയുള്ള കാര്യങ്ങൾ മകളുമായി ചർച്ച നടത്തുന്നതിൽ അവർക്ക് തീരെ താല്പര്യമില്ലായിരുന്നു.

'അതിനെക്കുറിച്ച് ഞാൻ മുൻപ് തന്നെ നിന്നോട് പറഞ്ഞതല്ലേ മോളെ? അവർക്ക് അവരുടെ വിവരങ്ങൾ പരസ്യപ്പെടുത്തുന്നതിൽ താല്പര്യമില്ലായിരുന്നു. പിന്നെ അപ്പോളത്തെ എന്റെ അവസ്ഥയിൽ ഞാനും അതിനെക്കുറിച്ച് അധികം അന്വേഷിച്ചില്ല എന്നതാണ് സത്യം. കാരണം എനിക്ക് നിന്റെ ജീവനായിരുന്നല്ലോ മുഖ്യം. അതൊക്കെ പോട്ടെ ഇപ്പോൾ എന്തിനാണ് നിനക്ക് ആ ഡീറ്റെയിൽസ്?'

'മമ്മി... കുറച്ചു ദിവസങ്ങൾക്കുള്ളിൽ ഞാൻ അങ്ങോട്ടേക്ക് വരുന്നുണ്ട്. അപ്പോൾ ഞാൻ ഡീറ്റെയിൽ ആയിട്ട് പറയാം, തൽക്കാലം എനിക്ക് ആ ഒരൊറ്റ ഇൻഫോർമേഷൻ പാസ് ചെയ്തു തരാനുള്ള മനസ്സ് കാണിച്ചാൽ മതി.'

മകൾക്ക് ദേഷ്യം വരുന്നുണ്ടെന്ന് സോണിയക്ക് സംസാരത്തിൽ നിന്നും മനസ്സിലാകുന്നുണ്ടായിരുന്നു.

'ഓക്കേ... ഓക്കേ.. മമ്മി ഒന്ന് അന്വേഷിക്കട്ടെ. രണ്ടുവർഷം മുൻപ് ചെന്നൈയിൽ വെച്ച് നടന്ന ഓപ്പറേഷൻ അല്ലേ..? ഇപ്പോൾ മമ്മി കോട്ടയത്തെ ഹോസ്പിറ്റലിൽ ആണ്. അവിടേക്ക് നേരിട്ട് തന്നെ പോകേണ്ടിവരും. മമ്മി അന്വേഷിച്ചിട്ട് നിനക്ക് ഡീറ്റെയിൽസ് തരാം.'

'താങ്ക്യൂ മമ്മി... താങ്ക്യൂ സോ മച്ച്. ഉമ്മ... ലവ് യു ലോട്ട്.'

ഫോൺ കട്ട് ചെയ്ത റിയ തിടുക്കത്തിൽ സിബിക്ക് കാര്യങ്ങൾ വിശദീകരിച്ചുകൊണ്ട് ഒരു മെസ്സേജ് അയച്ചു. ഏതായാലും ആ കുട്ടിയെ കുറിച്ചുള്ള വിവരങ്ങൾ എന്തെങ്കിലും കിട്ടാതിരിക്കില്ല എന്ന ശുഭാപ്തി വിശ്വാസത്തിൽ ആയിരുന്നു റിയ.

പിന്നീടുള്ള രണ്ടു ദിവസങ്ങൾ യാതൊരുവിധ ചലനങ്ങളും ഇല്ലാതെ കടന്നുപോയി. റിയക്ക് രാത്രിയിൽ ബുദ്ധിമുട്ടോ മറ്റു വിഷമങ്ങളോ ഉണ്ടായില്ല.

മൂന്നാമത്തെ ദിവസം വൈകുന്നേരം ഡ്യൂട്ടി കഴിഞ്ഞു വന്ന സിബി സെമിത്തേരിയിലേക്ക് ചെല്ലാൻ മെസ്സേജ് അയച്ചത് അനുസരിച്ച് വൈകുന്നേരം 5:00 മണിയോടെ റിയ സെമിത്തേരിയിൽ എത്തി അവനുവേണ്ടി കാത്തിരുന്നു. കുറച്ചു സമയത്തിനുള്ളിൽ തന്നെ സിബി വന്നെത്തി. റിയയെ കണ്ടപ്പോൾ തന്നെ അവളുടെ അടുത്തേക്ക് ചെന്ന് മുഖവുര ഇല്ലാതെ അവൻ പറഞ്ഞു.

'ഞാൻ സ്റ്റേഷനിൽ പോയിരുന്നു. ചെറിയ ഒരു പോസിറ്റീവ് ന്യൂസ് ഉണ്ട്.'

'എന്താണ് ഡോക്ടർ?'

'കോട്ടയത്തു നിന്നും കിട്ടിയ ഡെഡ്ബോഡി തിരിച്ചറിഞ്ഞു. കക്ഷി ജന്മം കൊണ്ട് തമിഴൻ ആണെങ്കിലും പഠിച്ചതും വളർന്നതും എല്ലാം ആന്ധ്രപ്രദേശിലും തമിഴ്നാട്ടിലും ഉള്ള അനാഥാലയങ്ങളിലാണ്.ശിവമണി എന്നാണ് പേര്. നാലുവർഷം മുൻപ് അനാഥാലയത്തിൽ നിന്നും പഠനം പൂർത്തിയാക്കി ജോലി കിട്ടി പോയതാണ് കക്ഷി. ആദ്യത്തെ ഒന്ന് രണ്ട് വർഷം അനാഥാലയവുമായി ബന്ധമുണ്ടായിരുന്നു പിന്നീട് വരവ് ഒക്കെ കുറഞ്ഞു.'

കേട്ടുകൊണ്ട് നിന്ന റിയ ഒരു കല്ലറയ്ക്ക് മുകളിലേക്ക് ഇരുന്നുകൊണ്ട് ചോദിച്ചു.

'അപ്പോൾ ആ പെൺകുട്ടി?'

'അത് അവർക്ക് അറിയില്ല. കാരണം 12 വയസ്സിനു ശേഷം ചെന്നൈയിലെ ആൺകുട്ടികളുടെ മാത്രം അനാഥാശ്രമത്തിൽ ആയിരുന്നു. ശിവമണി പഠിച്ചത്.'

'അപ്പോൾ നമ്മൾ എങ്ങനെ ബാക്കി വിവരങ്ങൾ അറിയും ഡോക്ടർ?'

അതുതന്നെയാണ് സിബിയും ചിന്തിച്ചത്. കുറച്ചുസമയത്തെ ആലോചനയ്ക്ക് ശേഷം അവൻ പറഞ്ഞു.

'ആന്ധ്രപ്രദേശിൽ പോകണം. പിന്നെ ചെന്നൈയിലും. ആ അനാഥാലയത്തിൽ ആർക്കെങ്കിലും ശിവമണിയെപ്പറ്റി എന്തെങ്കിലും പറയാനുണ്ടാവും. അയാൾ ഒരു അനാഥനായതുകൊണ്ടാണ് ആർക്കും ഈ കേസിൽ ഒരു താൽപര്യവും ഇല്ലാത്തത് എന്നാണ് എനിക്ക് തോന്നുന്നത്. പോലീസ് അന്വേഷണം തുടങ്ങിയിട്ടുണ്ടെങ്കിലും തൽക്കാലം ഡീറ്റെയിൽസ് അവർ പുറത്തു വിടുന്നില്ല എന്നാണ് അറിഞ്ഞത്.'

'പക്ഷേ നമ്മുടെ വിഷയം ആൺകുട്ടി അല്ലല്ലോ ആ പെൺകുട്ടിയല്ലേ?'

'എനിക്ക് ഉറപ്പാണ് റിയ ഈ രണ്ടു ശരീരങ്ങളും തമ്മിൽ ബന്ധമുണ്ട്. അവരുടെ രണ്ട് ശരീരത്തിനുള്ളിലും ആന്തരിക അവയവങ്ങൾ ഇല്ലായിരുന്നു. ഒരേ തരത്തിൽപ്പെട്ട കെമിക്കലുകൾ കൊണ്ടാണ് അവരുടെ ശരീരം എമ്പാം ചെയ്തിരുന്നത്. അവർ രണ്ടുപേരും മരിച്ചത് ഏകദേശം ഒരേ സമയത്താണ്. പക്ഷേ അവരുടെ ശരീരം മണ്ണിൽ നിക്ഷേപിച്ചതു രണ്ടു സമയത്താണ്. ശിവമണിയുടെ ബോഡി നന്നായി അഴുകിയിരുന്നു.

ആ കല്ലറയ്ക്കുള്ളിൽ അവനെ ഉപേക്ഷിച്ചിട്ട് മാസങ്ങൾ ആയിട്ടുണ്ടാവും എന്നാണ് ഡോക്ടർ പറഞ്ഞത് ഇനിയും അവർ തമ്മിൽ ബന്ധമില്ലെന്ന് വിശ്വസിക്കണം എന്നാണോ താൻ പറഞ്ഞു വരുന്നത്?'

സിബിയുടെ സംസാരം കേട്ടു കൊണ്ട് നിന്ന റിയ പെട്ടെന്ന് തന്നെ ഫോൺ എടുത്തു മമ്മിയെ വിളിച്ചു. പക്ഷേ ഒരു ഫുൾ റിങ്ങ് അടിച്ചു തീർന്നിട്ടും അവർ ഫോൺ എടുത്തില്ല.

'നമുക്ക് പോകാം ഡോക്ടർ... എനിക്ക് ഇതിനു പുറകിലെ സത്യങ്ങൾ അറിയണം. രണ്ടുദിവസമായി ഞാൻ കിടന്നുറങ്ങുന്നുണ്ടെങ്കിലും അർഹതയില്ലാതെ ലഭിച്ച ഒരു ആനുകൂല്യം പോലെയാണ് അതെനിക്ക് തോന്നുന്നത്.'

'എങ്കിൽ നമുക്ക് നാളെ തന്നെ വിടാം. ട്രെയിനിൽ ആവുന്നതാണ് സേഫ്. താൻ ഹോസ്റ്റലിൽ എന്തു പറയും?'

'സിസ്റ്ററിനോട് മാത്രം സത്യം പറയാം.. മറ്റുള്ളവരോട് വീട്ടിൽ പോയിരിക്കുകയാണെന്ന് പറഞ്ഞാൽ മതി എന്നു പറയണം. അതല്ലേ നല്ലത്?'

'അതെ അങ്ങനെ മതി. ഞാൻ തൽക്കാലം ഷാജഹാൻ സാറിനെ വിളിച്ച് അനാഥാശ്രമത്തിന്റെ ഡീറ്റെയിൽസ് എടുക്കട്ടെ. താൻ വിട്ടോ! ടിക്കറ്റ് കിട്ടിയാൽ പറയാം ഞാൻ.'

റിയ തിരിച്ചു ഹോസ്റ്റലിലേക്ക് പോകുന്ന വഴിയാണ് അവളുടെ ഫോൺ റിങ്ങ് ചെയ്തത്. മമ്മിയുടെ നമ്പർ കണ്ടതോടെ അവൾ ആവേശത്തോടെ ഫോൺ അറ്റൻഡ് ചെയ്തു.

'എന്തായി മമ്മി? എന്തെങ്കിലും വിവരം കിട്ടിയോ?'

'ഇല്ല കുഞ്ഞേ. അന്നവിടെ ആക്സിഡന്റിൽ മരണപ്പെട്ട ഒരാളുടെ ഹൃദയമാണ് നിനക്ക് മാറ്റി വെച്ചത് എന്നാണ് അറിഞ്ഞത്. പക്ഷേ അദ്ദേഹത്തിന്റെ മാതാപിതാക്കൾ അവരുടെ വിശ്വാസ പ്രകാരം അങ്ങനെ ഒരു കർമ്മം പാപം ആയതുകൊണ്ട് പുറത്തറിയിക്കാൻ താല്പര്യമില്ലെന്ന് പറഞ്ഞതനുസരിച്ച് അവരുടെ ഡീറ്റെയിൽസ് ഒന്നും ഞങ്ങൾ കളക്ട് ചെയ്തു വെച്ചിട്ടില്ല.'

ഒന്നും മിണ്ടാതെ നിരാശയോടെ ഫോൺ കട്ട് ചെയ്ത റിയ ഹോസ്റ്റലിലേക്ക് വണ്ടി ഓടിച്ചു . അവളുടെ മനസ്സിൽ പലവിധ ആലോചനകൾ ആയിരുന്നു. പെട്ടെന്നുള്ള ഒരു ചിന്തയിൽ അവൾ വണ്ടി സെമിത്തേരിയിലേക്ക് തിരിച്ചു.

ഫോണിൽ സംസാരിച്ചുകൊണ്ട് സെമിത്തേരിക്ക് പുറത്തു നിർത്തിയിട്ട കാറിനരികിലേക്ക് വരുമ്പോഴാണ് സിബി കണ്ടത് റിയയുടെ സ്കൂട്ടി തിരിച്ചുവരുന്നത്.

'ഡോക്ടർ! നമുക്ക് ഇന്ന് രാത്രി തന്നെ ചെന്നൈയിലേക്ക് പോകാം. രണ്ടുവർഷം മുൻപ് ഞങ്ങളുടെ ഹോസ്പിറ്റലിൽ വച്ചാണ് എന്റെ ഓപ്പറേഷൻ നടന്നത്. മമ്മി പറയുന്നത് അനുസരിച്ച് അന്നവിടെ ആക്സിഡന്റ് സംഭവിച്ചു മരണമടഞ്ഞ ഒരാളുടെ ഹൃദയമാണ് എനിക്ക് തന്നത്. അന്നവിടെ എത്രപേർക്ക് ആക്സിഡന്റ് നടന്നിട്ടുണ്ടെന്ന് ഞാൻ വിചാരിച്ചാൽ അറിയാൻ കഴിയും. കാര്യങ്ങൾ അറിഞ്ഞതിനുശേഷം നമുക്ക് ആന്ധ്രയിലേക്ക് പോകാം.'

അതൊരു നല്ല തീരുമാനം ആണെന്ന് സിബിക്കും തോന്നി.

'എങ്കിൽ താൻ വാ. ചെന്നൈ വരെ നമുക്ക് കാറിൽ പോകാം. അവിടുത്തെ കാര്യങ്ങൾക്ക് നമുക്ക് തീർച്ചയായും ഒരു വാഹനം വേണ്ടിവരും. അതുകഴിഞ്ഞു ട്രെയിനിൽ ആന്ധ്രയിലേക്ക് പോകാം.'

റിയയും സിബിയും പുറപ്പെടുമ്പോൾ രാത്രി 10 മണി കഴിഞ്ഞിരുന്നു. അവർ ഇറങ്ങുന്നതിന് തൊട്ടുമുൻപ് സിസ്റ്റർ രണ്ടുപേരുടെയും നെറ്റിയിൽ കുരിശു വരച്ച് പ്രാർത്ഥിക്കുകയും റിയയുടെ കഴുത്തിലെ കൊന്ത

അവിടെത്തന്നെ ഉണ്ടെന്ന് ഉറപ്പുവരുത്തുകയും ചെയ്ത ശേഷം പറഞ്ഞു.

'നന്മയ്ക്കാവട്ടെ... തിന്മയ്ക്കാവട്ടെ... ഒന്നിനുവേണ്ടിയും പോയി വരുന്നതുവരെ ഈ കൊന്ത മോള് അഴിക്കരുത്.'

'ഇല്ല സിസ്റ്റർ.'

അകന്നുപോകുന്ന അവരുടെ കാറിനെ നോക്കി ഒന്നു കുരിശു വരച്ച ശേഷം സിസ്റ്റർ അകത്തേക്ക് കയറിപ്പോയി. വണ്ടി കുറച്ചു നീങ്ങി കഴിഞ്ഞപ്പോഴാണ് സിബി ചോദിച്ചത്.

'താൻ മമ്മിയെ വിളിച്ചു പറഞ്ഞിരുന്നോ വരുന്നുണ്ടെന്ന്?'

'ഇല്ല. തൽക്കാലം മമ്മി അറിയേണ്ട. മമ്മി അറിഞ്ഞാൽ പപ്പയും അറിയും. നമുക്ക് അവിടെ നിന്ന് ആന്ധ്രയിലേക്ക് പോകേണ്ടതല്ലേ.? എന്നെ വിടില്ല പിന്നെ. ഞാനൊരു മഹാരോഗി അല്ലേ.!'

അവളുടെ സംസാരം കേട്ടപ്പോൾ തന്നെ സിബിക്ക് മനസ്സിലായി ഈ ഒരു സർജറി കഴിഞ്ഞതിന്റെ പേരിൽ അവൾ എത്രത്തോളം അപകർഷതാബോധം അനുഭവിക്കുന്നുണ്ടെന്ന്. നിസ്സാരമാക്കി കളഞ്ഞ ഒരു ചിരിയോടെ അവൻ പറഞ്ഞു.

'മറ്റെല്ലാവരെയും പോലെ താനും ഒരു നോർമൽ പേഴ്സൺ ആണ്. തനിക്ക് മാത്രമായി ഇവിടെ ഒരു വ്യത്യാസവുമില്ല. ഹൃദയം മാറ്റിവെച്ചതിനു ശേഷം താൻ ജീവിച്ചിരിക്കുന്നുണ്ടെങ്കിൽ ആ ഹൃദയം തന്റെ ശരീരത്തോട് ചേർന്ന് കഴിഞ്ഞു എന്നാണ് അർത്ഥം. അതിപ്പോൾ തന്റെ ഹൃദയമാണ്. ബാക്കിയുള്ള പ്രശ്നങ്ങൾ എല്ലാം നമുക്ക് തീർക്കാവുന്നതേയുള്ളൂ.'

സിബിയുടെ സംസാരം കേട്ടപ്പോൾ റിയയ്ക്ക് മനസ്സിൽ ഒരു തണുപ്പ് വീണതുപോലെ തോന്നി. ഒരു പുഞ്ചിരിയോടെ അവൾ കൈകെട്ടി സീറ്റിലേക്ക് ചാരിയിരുന്നുകൊണ്ട് കാറിലെ സ്റ്റീരിയോ ഓൺ ചെയ്തു.

'നീ കാറ്റ്.....നാന് മരം... എന്ന സൊന്നാലും തലയാട്ടുവെ.' എന്ന റൊമാന്റിക് വരികൾ ആണ് അതിലൂടെ ഒഴുകിയെത്തിയത്.

'ഇതാണ് ഇപ്പോൾ എന്റെ അവസ്ഥ എന്ന് എത്ര കൃത്യമായിട്ടാണ് അവര് മനസ്സിലാക്കിയത്...'

'അതെന്താ ഡോക്ടർ?'

'ദേ കേട്ടില്ലേ...? നീയാകുന്ന കാറ്റ് എന്തുപറയുന്നുവോ ഞാനാകുന്ന മരം തലയാട്ടി സമ്മതിക്കുന്നു. അതല്ലേ ഇപ്പോൾ നടന്നുകൊണ്ടിരിക്കുന്നത്.'

ദേഷ്യം വന്ന റിയയുടെ മുഖം മാറുന്നത് സിബി ശ്രദ്ധിക്കുന്നുണ്ടായിരുന്നു. ഒരു ചിരിയോടെ അവൻ തുടർന്നു...

'പക്ഷേ അതിനൊരു സുഖമുണ്ട് കേട്ടോ.?'

'എന്തു സുഖം?'

'പിന്നെ സുഖമല്ലേ..? നല്ല സിനിമാനടിയെ പോലെ സുന്ദരിയായ ഒരു പൂച്ചക്കണ്ണി പെൺകൊച്ച് പറയുന്നതും കേട്ട് തലയാട്ടി അവളുടെ പുറകെ ഇങ്ങനെ നടക്കുന്നത് നല്ല സുഖമുള്ള പരിപാടിയാണ്.'

സിബിയുടെ സംസാരം കേട്ട് റിയ ചുവന്നു തുടുത്തത് കാറിനുള്ളിലെ ഇരുട്ടിൽ അവന് വ്യക്തമായില്ല. അവൾ ഒന്നും പറയാത്തത് കണ്ടു നോക്കുമ്പോൾ അവൾ പുറത്തേക്ക് മുഖം തിരിച്ചു വച്ചിരിക്കുകയായിരുന്നു.

'പിണങ്ങല്ലേ കേട്ടോ... നേരം വെളുക്കുന്നത് വരെ വണ്ടി ഓടിക്കാൻ ഉള്ളതാണ്. ഒറ്റയ്ക്കായാൽ ഞാൻ ഉറങ്ങിപ്പോകും.'

'കുഴപ്പമില്ല ഞാൻ ഓടിച്ചോളാം.'

'ആഹാ അപ്പോൾ തനിക്ക് ഡ്രൈവിംഗ് അറിയാമോ?'

'അന്ന് പപ്പയും മമ്മിയും വരുമ്പോൾ എടുത്തു വന്നത് എന്റെ വണ്ടിയാണ്.'

റിയയുടെ സംസാരം കേട്ട് സിബിയുടെ കണ്ണു തള്ളിപ്പോയി. അന്നത്തെ വെളുത്ത ഓഡിയുടെ ഗാംഭീര്യം ഇന്നും അവന്റെ മനസ്സിൽ ഉണ്ടായിരുന്നു.

'ആഹാ പൈസക്കാരി പെങ്കൊച്ച് ആണല്ലോ ? അപ്പോ കുഴപ്പമില്ല.. ഇച്ചിരി നേരം കഴിഞ്ഞ് ചേട്ടൻ ഉറങ്ങുമ്പോൾ മോൾ ഓടിച്ചാൽ മതി.'

'മോളോ..?'

'പിന്നെ മോനാണോ? സോറി ഞാൻ ഓർത്തു മോളാണെന്ന്. മോനാണെങ്കിൽ തന്റെ കാമുകിയായിരിക്കും ആ വന്ന പെണ്ണ്.'

സിബിയുടെ സംസാരം കേട്ട് റിയക്ക് ചിരി വരുന്നുണ്ടായിരുന്നു. കുറുമ്പോടെ മുഖം വെട്ടി തിരിച്ചുകൊണ്ട് അവൾ പറഞ്ഞു.

'എനിക്ക് കാമുകിയും കാമുകനും ഒന്നുമില്ല.'

'അതെന്താ ഇല്ലാത്തത്? താൻ കാണാൻ ഭയങ്കര സുന്ദരിയാണല്ലോ.'

രണ്ടുനിമിഷത്തെ നിശബ്ദതയ്ക്കു ശേഷം റിയ പറഞ്ഞു.

'എനിക്ക് പേടിയാണ് ഡോക്ടർ.. ഹൃദയം മാറ്റിവെച്ച് കഴിഞ്ഞു കിട്ടുന്ന ഓരോ നിമിഷവും എനിക്ക് ബോണസ് ആണ്. എന്തിനാണ് മറ്റൊരാളെ കൂടി ഈ മഹാ രോഗത്തിന്റെ പരിണിതഫലം അനുഭവിക്കാൻ വലിച്ചിഴയ്ക്കുന്നത്...'

'മഹാരോഗമോ? താൻ എന്തൊക്കെയാണ് ഈ പറയുന്നത്? താൻ ഒരു രോഗി അല്ല. ആദ്യം അതൊന്നു റിയലൈസ് ചെയ്യൂ.'

'പക്ഷേ എല്ലാവരെയും പോലെ ഒരു ഫാമിലി ലൈഫ് എനിക്ക് പറ്റുമോ? അതുമാത്രമല്ല ഈ ഒരു വിഷയം അറിയുന്ന ഒരാൾ എന്നെ സ്നേഹിക്കുമോ? ഞങ്ങൾക്കൊരു കുടുംബജീവിതം ഉണ്ടാകുമോ?'

'തീർച്ചയായും ഉണ്ടാവും റിയ! തന്റെ ഈ പ്രശ്നങ്ങളെല്ലാം അറിഞ്ഞുകൊണ്ടുതന്നെ ഒരാൾ വരും. അയാളെ തനിക്ക് ഇഷ്ടമാണെങ്കിൽ താൻ സ്വീകരിച്ചാൽ മതി.'

'അങ്ങനെയൊന്നും ആരും വരാൻ പോകുന്നില്ല. ഇനി അഥവാ വന്നാൽ തന്നെ അത് എന്റെ പേരിലുള്ള സ്വത്തുക്കൾ കണ്ടിട്ട് മാത്രമായിരിക്കും.'

'സ്വത്തുക്കൾ ആവശ്യമില്ലെന്ന് പറഞ്ഞ് ഒരാൾക്ക് സ്നേഹിക്കാൻ പറ്റിയാൽ? അയാൾക്ക് തന്റെ സ്വത്ത് ഒന്നും വേണ്ടെങ്കിലോ?'

'അങ്ങനെ ആരുമുണ്ടാവില്ല ഡോക്ടർ. ഡോക്ടർ ഒരു പെൺകുട്ടിയെ പ്രണയിച്ചു വിവാഹം കഴിക്കാൻ നോക്കുമ്പോൾ അവൾ ഹൃദ്രോഗിയാണെന്ന് അറിഞ്ഞാൽ... പിന്നെ ഡോക്ടർ എന്താണ് ചെയ്യുക?'

റിയയുടെ സംസാരം കേട്ട് സിബിക്കു നന്നായി ദേഷ്യം വരുന്നുണ്ടായിരുന്നു. അവൻ കാർ ഒരു അരികിലേക്ക് നിർത്തി വെട്ടിതിരിഞ്ഞ് റിയയോട് പറഞ്ഞു.

' തന്റെ ഓപ്പറേഷൻ കഴിഞ്ഞതാണെന്ന് എനിക്കറിയാം. ഞാനൊരു ഡോക്ടറാണ്. തന്റെ അവസ്ഥകൾ എത്രത്തോളം തന്റെ ജീവിതത്തെ ബാധിക്കുമെന്നും എനിക്കറിയാം, ഇതെല്ലാം അറിഞ്ഞു വെച്ചു കൊണ്ട് ഞാൻ പറയുന്നു. തന്റെ പേരിലുള്ള ഒരു സെന്റ് ഭൂമിയോ ഒരു രൂപയോ എനിക്ക് ആവശ്യമില്ല. പക്ഷേ റിയാ.. തന്നെ എനിക്ക് ഒരുപാട് ഇഷ്ടമാണ്.'

പറഞ്ഞുകഴിഞ്ഞാണ് താൻ പറഞ്ഞതിന്റെ പരിണിതഫലം എന്താകുമെന്ന് സിബി ചിന്തിച്ചത്. മനസ്സിലുള്ള ഒരു കുഞ്ഞിഷ്ടം അറിയാതെ പുറത്തേക്ക് വന്നു പോയതാണ്. അവൻ ഒരു പരുങ്ങലോടെ റിയയെ നോക്കി. കാറിനുള്ളിലെ ഇരുട്ടിൽ അവളുടെ മുഖം വ്യക്തമല്ലെങ്കിലും തന്നെത്തന്നെ നോക്കി തറഞ്ഞിരിക്കുന്ന ആ കാപ്പിപ്പൊടി കണ്ണുകളിലെ നീർത്തിളക്കം കവിളിലൂടെ ചാലിട്ട് ഒഴുകുന്നത് കടന്നുപോകുന്ന മറ്റു വാഹനങ്ങളുടെ ഹെഡ് ലൈറ്റ് വെളിച്ചത്തിൽ അവന് കാണാമായിരുന്നു.

'റിയാ...! സോറി.. തനിക്ക് വിഷമമായോ? പെട്ടെന്ന് അങ്ങനെ പറഞ്ഞപ്പോൾ എന്റെ മനസ്സിലുള്ള ഒരു ചെറിയ ഇഷ്ടം ഞാൻ അറിയാതെ പ്രകടിപ്പിച്ചു പോയതാണ്. താൻ അത് വിട്ടുകള.'

അവൻ കൈയുയർത്തി അവളുടെ കവിളിലെ കണ്ണീർ ചാലുകളെ തുടച്ചുകൊണ്ട് പറഞ്ഞു.

'ദേ...ഞാൻ സോറി പറഞ്ഞില്ലേ..? സാരമില്ല വിട്ടുകള! ഞാനൊരു മണ്ടത്തരം പറഞ്ഞതാണെന്ന് കരുതിയാൽ മതി.'

കണ്ണീർ തുടച്ച് തന്റെ കവിളിൽ നിന്നും കൈവലിച്ച സിബിയുടെ കയ്യിൽ മുറുകെ പിടിച്ചു കൊണ്ട് റിയ ചോദിച്ചു.

'അപ്പോൾ ഡോക്ടർക്ക് ശരിക്ക് എന്നെ ഇഷ്ടമല്ലേ?'

സിബിയുടെ ഉള്ളിൽ എന്തോ ഒന്ന് പുളഞ്ഞു. അവൻ റിയയുടെ അടുത്തേക്ക് നീങ്ങിയിരുന്ന് അവളുടെ കണ്ണുകളിലേക്ക് നോക്കി. നീർ നിറഞ്ഞ ആ കണ്ണുകളിൽ നിറയെ തിളങ്ങി നിൽക്കുന്നത് തന്നോടുള്ള സ്നേഹമല്ലേ...? ഹൃദയം നിറഞ്ഞു തുളുമ്പുന്ന സന്തോഷത്തോടെ അവൻ റിയയോട് മന്ത്രിച്ചു.

'ശരിക്കും ഇഷ്ടമാണ്... ഒരുപാട്... ഒരുപാട്.. ഞാൻ ഉള്ള കാലം വരെ എന്റെ കൂടെ തന്നെ ഉണ്ടാവണം... ഉണ്ടാവില്ലേ?'

തന്റെ മുഖം കൈക്കുമ്പിളിൽ കോരിയെടുത്ത അവന്റെ ഇരു കൈകൾക്കും മീതെ കൈകൾ അമർത്തിക്കൊണ്ട് റിയ പറഞ്ഞു.

' പക്ഷേ ഡോക്ടർ! ഞാനിനി എത്രകാലം എന്ന്...'

പറഞ്ഞു തീരുന്നതിനു മുൻപ് സിബി അവളെ വലിച്ച് നെഞ്ചിലേക്ക് ഇട്ടു കഴിഞ്ഞിരുന്നു. പുറത്തൂടെ കൈ ചുറ്റി വരിഞ്ഞ് അവളുടെ മൂർദ്ധാവിൽ മുഖം അമർത്തി ചുംബിച്ചുകൊണ്ട് സിബി പറഞ്ഞു.

'ഡോക്ടർ അല്ല.. സിബിച്ചൻ.'

ലജ്ജയും പ്രണയവും കൊണ്ട് റിയയുടെ ശരീരം കുളിർന്നു. അവൾ പതുക്കെ കണ്ണുകൾ തുറന്നു പ്രിയപ്പെട്ടവനെ നോക്കി.

ചോദ്യ ഭാവത്തിൽ തന്റെ കണ്ണുകളിലേക്ക് തന്നെ ഉറ്റുനോക്കി നിൽക്കുന്ന അവനോട് അവൾ പതുക്കെ മന്ത്രിച്ചു.

'സിബിച്ചൻ...'

ഹൃദയത്തിലൂടെ എന്തോ ഒരു തണുപ്പ് കടന്നുപോയത് പോലെ സിബിക്ക് തോന്നി.

അവൻ പതുക്കെ മുഖം താഴ്ത്തി അവളുടെ കവിളുകളിൽ അമർത്തി ചുംബിച്ചു കൊണ്ട് അവളെ തന്റെ നെഞ്ചിലേക്ക് ചേർത്തു പിടിച്ച് ഒന്നും പറയാതെ കണ്ണുകൾ അടച്ചിരുന്നു. ഇതുവരെ അറിയാത്ത ഒരു ഉന്മാദലഹരിക്കടിമപ്പെട്ട് റിയയും അവനിലേക്ക് ഒന്നുകൂടി ചേർന്നമർന്നു.

# അധ്യായം 20

**പു**ലർച്ചയോടെ ചെന്നൈയിൽ എത്തിയ സിബിയും റിയയും ഒരു ഹോട്ടലിൽ റൂമെടുത്ത് കുളിച്ചു ഫ്രഷ് ആയ ശേഷമാണ് ഷാജഹാൻ സാർ കൊടുത്ത അഡ്രസ്സും അന്വേഷിച്ചിറങ്ങിയത്.

ഏകദേശം ഒന്നരമണിക്കൂറോളം അന്വേഷിച്ചിട്ടാണ് അവർക്ക് 'ദയ ചാരിറ്റബിൾ ട്രസ്റ്റ്' എന്ന വലിയ ബോർഡ് വെച്ച സ്ഥാപനം കണ്ടുപിടിക്കാൻ ആയത്.

കൃത്യമായി അറ്റകുറ്റപ്പണികൾ ഒന്നും നടത്താത്ത ഒരു പഴയ കൂറ്റൻ കെട്ടിടമായിരുന്നു അത്. പുറത്തുനിന്നു നോക്കുമ്പോൾ ആളനക്കം ഒന്നും കാണാനില്ല. അത് പുറത്തുനിന്നും പൂട്ടി ഇരിക്കുകയായിരുന്നു.

'നമുക്ക് ആദ്യം ഹോസ്പിറ്റലിൽ പോയി വരാം. അപ്പോഴേക്കും ഇത് തുറക്കാതിരിക്കില്ല.'

അത് നല്ലൊരു ആശയം ആണെന്ന് റിയക്കുംതോന്നി.

'താൻ വേണമെങ്കിൽ ഒന്നു മമ്മിയെ വിളിച്ച് കാര്യങ്ങൾ സംസാരിച്ചു ബോധ്യപ്പെടുത്താൻ ശ്രമിക്കൂ. അങ്ങനെയാണെങ്കിൽ നമുക്ക് റിസ്ക് കുറയും.'

'വേണ്ട..! മമ്മി അറിയാതെ വേണം. അറിഞ്ഞാൽ ഒരുപക്ഷേ എന്നെ തിരിച്ച് നാട്ടിലേക്ക് പോലും വിടില്ല. മമ്മിക്ക് പറയാൻ താല്പര്യമില്ലാത്ത ഒരു വിഷയത്തെപ്പറ്റി പിന്നീട് വീട്ടിൽ ചർച്ച ചെയ്യുന്നത് പോലും മമ്മിക്ക് ഇഷ്ടമല്ല. പപ്പയ്ക്ക് ആരും മമ്മിയെ ഇറിറ്റേറ്റ് ചെയ്യുന്നത് തീരെ ഇഷ്ടമല്ല.'

'തന്റെ മമ്മി ഹോസ്പിറ്റലിൽ ഉണ്ടാകുമോ?'

'ഇല്ല... ഞാൻ ഇന്നലെ വിളിച്ചിരുന്നു. എറണാകുളത്താണ് ഉള്ളത് മമ്മിയും പപ്പയും.'

എയ്ഞ്ചൽസ് ഹോസ്പിറ്റലിന്റെ ഉള്ളിലേക്ക് നടക്കുമ്പോൾ റിയ വല്ലാതെ വികാരഭരിതയാവുന്നത് സിബി ശ്രദ്ധിച്ചു. അവളുടെ ശ്വാസം വേഗത്തിലായി. കണ്ണുകൾ നിറഞ്ഞു... സിബി അവളുടെ കയ്യിൽ മുറുകെ പിടിച്ചു കൊണ്ട് ചോദിച്ചു.

'എന്താ?തനിക്ക് എന്തെങ്കിലും വയ്യായ്ക ഉണ്ടോ?'

തുളുമ്പിയ മിഴികൾ തുടച്ചുകൊണ്ട് ഒരു പുഞ്ചിരിയോടെ റിയ പറഞ്ഞു.

'ഇവിടെ വച്ചാണ് എന്റെ ഓർമ്മയിൽ ഞാൻ അനാഥയായത്. പപ്പയുടെ ഡെഡ് ബോഡി കാണിക്കാനായി എന്നെ സ്ട്രച്ചറിൽ തള്ളിക്കൊണ്ടു വന്നത് എനിക്കിപ്പോഴും ഓർമ്മയുണ്ട്. ആദ്യത്തെ ഒന്നുരണ്ട് ദിവസം എനിക്ക് ബോധം ഉണ്ടായിരുന്നു. പിന്നീടാണ് കണ്ടീഷൻ മോശമായത്.'

സിബി അവളെ ആശ്വസിപ്പിച്ചുകൊണ്ട് വിഷയം മാറ്റി.

'ഇവിടെ ആരാണ് തന്നെ ഹെൽപ്പ് ചെയ്യാനുണ്ടെന്നു പറഞ്ഞത്?'

'ഇവിടെ സെലിൻ ആന്റി ഉണ്ട്. ഒരുപാട് വർഷങ്ങളായി അവർ ഇവിടെ തന്നെയാണ്. എന്നെ ഭയങ്കര ഇഷ്ടമാണ്. ഞാനൊരു കാര്യം പറഞ്ഞാൽ വേണ്ടെന്ന് പറയില്ല. കാര്യത്തിന്റെ ഗൗരവം പറഞ്ഞാൽ ആന്റിക്ക് മനസ്സിലാവും. തൽക്കാലം ഞാൻ വന്നത് മമ്മിയോട് പറയേണ്ടെന്ന് ഞാൻ സമ്മതിപ്പിച്ചോളാം.'

'അങ്ങനെയെങ്കിൽ ഞാൻ താഴെ കാറിൽ ഇരിക്കാം.താൻ പോയി സംസാരിച്ചിട്ട് വാ. എന്നെ കൂടെ കണ്ടാൽ ഒരുപക്ഷേ അവർ തെറ്റിദ്ധരിച്ചു സംസാരിക്കാൻ ചാൻസ് ഉണ്ട്.'

ഓഫീസ് വർക്കിന്റെ തിരക്കിലായിരുന്നു സെലിൻ. പെട്ടെന്നാണ് ആരോ ഡോർ തുറന്നത്. സെലിൻ കോപത്തോടെ മുഖമുയർത്തി. പെർമിഷൻ ഇല്ലാതെ സാധാരണ ആരും അവരുടെ ഓഫീസിലേക്ക് കടന്നു ചെല്ലാറില്ല.

'ആന്റി സുഖമാണോ..?'

എന്ന ചോദ്യത്തോടെ അകത്തേക്ക് കയറിവരുന്ന റിയയെ കണ്ടു അവർ ഒന്നു പകച്ചു. പിന്നെ പിടഞ്ഞ് എഴുന്നേറ്റ് ചെന്ന് അവളെ വാരിപ്പുണർന്നു നെഞ്ചോട് ചേർത്തു.

'എന്റെ പൊന്നേ.. മോൾ ഇപ്പോൾ എവിടെ നിന്നാണ് വരുന്നത്? ക്ലാസിൽ പോയി തുടങ്ങി എന്നാണല്ലോ മമ്മി പറഞ്ഞത്.. എന്തേ ഇവിടെ?'

'എനിക്ക് ആന്റിയുടെ ഒരു ഹെൽപ്പ് വേണം. അതുമാത്രമല്ല ഞാൻ ഇന്നിവിടെ വന്ന കാര്യം മമ്മി അറിയാനും പാടില്ല! ഇതു രണ്ടും എനിക്ക് വാക്ക് തന്നാലേ ഞാൻ കാര്യം പറയൂ.'

സെലിൻ ആകെ വെട്ടിലായത് പോലെ നിന്നു. കുറച്ചു സമയത്തെ ആലോചനക്കുശേഷം അവൾ ചോദിച്ചു.

'എന്താ കുഞ്ഞേ പ്രശ്നം? നീ ആന്റിയോട് പറ. മമ്മി അറിയാതെ ചെയ്യാൻ മാത്രം ഇവിടെ എന്തുണ്ടായി ?'

'എനിക്ക് ഹൃദയം തന്നത് ആരാണെന്ന് എനിക്കറിയണം. മറ്റൊന്നിനു വേണ്ടിയും അല്ല ജസ്റ്റ് ഒന്ന് അറിഞ്ഞിരിക്കാൻ മാത്രം.'

സെലിൻ കരുതലോടെ അവളെ നോക്കി.

അവൾക്ക് ചെറിയ ചില പ്രശ്നങ്ങൾ ഉണ്ടെന്ന് മാഡം പറഞ്ഞത് സെലിന് ഓർമ്മയുണ്ടായിരുന്നു. അവൾ ഒരു പുഞ്ചിരിയോടെ റിയയെ ചേർത്തു പിടിച്ചുകൊണ്ട് ചോദിച്ചു.

'മോൾക്ക് ഇപ്പോ എന്തിനാണ് ആ വിവരം?'

'ഞാൻ പറഞ്ഞല്ലോ ആന്റി!എനിക്കത് അറിയണം. ആന്റി എന്നെ ഹെൽപ്പ് ചെയ്യില്ലേ? എന്റെ ശസ്ത്രക്രിയ നടന്ന ദിവസം ഇവിടെ ആക്സിഡന്റിൽ മരണപ്പെട്ട ഒരാളുടെ ഹൃദയമാണ് എനിക്ക് മാറ്റിവച്ചത് എന്നാണ് മമ്മി പറഞ്ഞത്. അങ്ങനെയെങ്കിൽ അന്നത്തെ ആക്സിഡന്റിന്റെ ഡീറ്റെയിൽസ് ഒന്ന് എടുത്തു തരാമോ?'

കുറച്ചു നിമിഷത്തെ നിശബ്ദതയ്ക്കു ശേഷം സെലിൻ പറഞ്ഞു.

'മോൾക്ക് അറിയാമല്ലോ ഒഫീഷ്യൽ ആയുള്ള ഒരു രേഖയും മോളുടെ പപ്പ അറിയാതെ പുറത്തേക്ക് കൊടുക്കാറില്ല..

അതുമാത്രമല്ല, രണ്ടുവർഷം മുൻപ് നടന്ന ആക്സിഡന്റിന്റെ ഡീറ്റെയിൽസ് എടുക്കാൻ പ്രത്യേക പെർമിഷൻ വേണം. ഇപ്പോൾ ഞാൻ വിചാരിച്ചാൽ ഒന്നും ചെയ്യാൻ കഴിയില്ല. ഒരു രണ്ടു ദിവസത്തെ സമയം തന്നാൽ ഞാൻ ഒന്ന് ശ്രമിച്ചു നോക്കാം.'

അങ്ങനെയെങ്കിൽ അങ്ങനെ... കാര്യം നടന്നാൽ മതി എന്നാണ് റിയ അപ്പോൾ ചിന്തിച്ചത്. ഇപ്പോൾ ഇവിടെ കളയാൻ അവർക്ക് സമയവുമില്ല.

'അങ്ങനെയെങ്കിൽ ഞാൻ പോയി രണ്ടു ദിവസം കഴിഞ്ഞു വരാം ആന്റി. തൽക്കാലം ഞാനിവിടെ വന്നതോ പോയതോ മമ്മിയും പപ്പയും അറിയേണ്ട.'

'മോൾ എങ്ങനെ ഇവിടെ എത്തിയത്? ആരുടെ കൂടെയാണ് വന്നത്? ഇപ്പോൾ വീട്ടിലേക്ക് പോണില്ലേ?'

സെലിന്റെ തുടരെത്തുടരെയുള്ള ചോദ്യങ്ങൾക്ക് ഒരു പുഞ്ചിരി മാത്രം നൽകിക്കൊണ്ട് റിയ തിടുക്കത്തിൽ ഓഫീസിൽ നിന്നും ഇറങ്ങി താഴേക്ക് നടന്നു.

താഴെ ചെന്ന് സിബിയോടൊപ്പം കാറിൽ കയറിയ അവൾ അനാഥാലയത്തിലേക്കുള്ള യാത്രയിൽ അവിടെ സംഭവിച്ച കാര്യങ്ങൾ അവനെ

പറഞ്ഞു കേൾപ്പിച്ചു കഴിഞ്ഞിരുന്നു.

'ഇതൊക്കെ തന്നെയാണ് ഞാനും പ്രതീക്ഷിച്ചത്. ഒന്നുമല്ലെങ്കിലും അവർ നിന്റെ മമ്മിയുടെ പി എ അല്ലേ?'

ഒരു ചിരിയോടെയുള്ള സിബിയുടെ സംസാരം കേട്ട് റിയ നിശ്ശബ്ദയായി പുറത്തേക്ക് നോക്കിയിരുന്നു. എന്തൊക്കെ പറഞ്ഞാലും രണ്ടുദിവസം കൊണ്ട് ആന്റി സഹായിക്കും എന്നൊരു ചെറിയ വിശ്വാസം അവളിൽ അപ്പോഴും ബാക്കിയുണ്ടായിരുന്നു.

*****

'എന്ന സാർ? എന്ന വേണം? പെരിയ സാർ ഇവിടെയില്ല. പോയിട്ട് ഒരു വാരം കഴിഞ്ഞു വരൂ.'

ഗേറ്റിനരികിലേക്ക് വന്ന വൃദ്ധനായ സെക്യൂരിറ്റിയെ കണ്ടപ്പോൾ തന്നെ അയാൾ മലയാളിയാണെന്ന് സിബിക്ക് തോന്നി.

ചെറിയൊരു ദയനീയ ഭാവത്തോടെ സിബി അയാളോട് പറഞ്ഞു.

'ചേട്ടാ ഇവിടെ താമസിച്ച ഒരു ശിവമണി എന്ന പയ്യൻ മരിച്ചുപോയി. അവന്റെ ഡീറ്റെയിൽസ് എന്തെങ്കിലും കിട്ടുമോ എന്ന് അറിയാൻ വന്നതാണ്.'

കുറച്ചു നിമിഷം ഒന്ന് ആലോചിച്ചു നിന്ന ശേഷം കണ്ണുകളിൽ തിരിച്ചറിവിന്റെ നടുക്കത്തോടെ അയാൾ ചോദിച്ചു.

'ആ മെലിഞ്ഞു വെളുത്ത, ശിവമണി ആണോ? അയ്യോ നല്ലൊരു പയ്യനായിരുന്നു. കഷ്ടം കടവുളേ.'

'അതെ അവൻ തന്നെ, അവന്റെ ബോഡി ഇങ്ങോട്ടേക്ക് കൊണ്ടുവരണോ. എന്ന് ഓഫീസിൽ അന്വേഷിക്കാൻ വേണ്ടി വന്നതാണ് ഞങ്ങൾ.'

'ഹേയ്... അങ്ങനെയൊരു പതിവില്ല സാർ.

ശിവമണി ഇവിടെ നിന്നു പോയിട്ട് കുറച്ചു വർഷങ്ങളായി. ആൺകുട്ടികളല്ലേ.. ആദ്യത്തെ കുറച്ചു കാലം വരവും പോക്കും ഒക്കെ ഉണ്ടായിരുന്നു പിന്നെ തീരെ വരാതായി. അല്ലെങ്കിൽ തന്നെ ഇവിടെ നിന്ന് ജോലി കിട്ടി പോകുന്ന കുട്ടികൾക്ക് പിന്നെ എന്ത് സംഭവിച്ചാലും ഞങ്ങൾക്ക് ഉത്തരവാദിത്തമില്ല.'

'അയ്യോ അങ്ങനെയാണോ? എങ്കിൽ പിന്നെ ഞാൻ അകത്തേക്ക് കയറുന്നില്ല. അവന്റെ ഏതെങ്കിലും സുഹൃത്തുക്കൾ ഉണ്ടെങ്കിൽ അറിയിക്കാമായിരുന്നു. അങ്ങനെ ആരെങ്കിലും ഉള്ളതായി അറിയാമോ?'

സിബി പേഴ്സിൽ നിന്നും ഒരു 2000 രൂപയുടെ നോട്ടെടുത്ത് അയാളുടെ പോക്കറ്റിൽ വച്ചു. പണം കണ്ടതോടെ അയാളുടെ കുഴിഞ്ഞ കണ്ണുകളിൽ തിളക്കം വരുന്നത് അവൻ ശ്രദ്ധിച്ചു. തിടുക്കത്തിൽ ക്യാബി

നകത്തേക്ക് കയറിയ അയാൾ എന്തോ ഒരു കടലാസിൽ എഴുതി അതുമായി പുറത്തേക്ക് ഇറങ്ങിവന്ന് സിബിക്ക് നേരെ നീട്ടിക്കൊണ്ടു പറഞ്ഞു.

'ഇത് ശരവണന്റെ നമ്പറാണ്. സ്പെൻസർ പ്ലാസ ഷോപ്പിംഗ് കോംപ്ലക്സിൽ ആണ് ഇവൻ ജോലി ചെയ്യുന്നത്. ശിവമണിയും ഇവനും ഒരേ സമയത്താണ് ഇവിടെ നിന്നിറങ്ങിയത്. ഇവനോട് ചോദിച്ചാൽ എന്തെങ്കിലും വിവരം കിട്ടും.'

തിരിച്ചുള്ള യാത്രയിൽ റിയ സിബിയോട് ചോദിച്ചു.

'എന്തിനാണ് ഒരു പരിചയവുമില്ലാത്ത അയാളോട് വെട്ടിത്തുറന്ന് കാര്യങ്ങൾ പറഞ്ഞത്?'

'അത് നിനക്ക് മനസ്സിലായില്ലേ..? അയാൾക്ക് നല്ല പ്രായമുണ്ടെന്ന് കണ്ടപ്പോഴേ എനിക്ക് തോന്നി അത്യാവശ്യം അവിടുത്തെ കാര്യങ്ങൾ എല്ലാം അറിയും എന്ന്. മലയാളി കൂടിയാണെന്ന് ഊഹിച്ചതോടെ ഏറെക്കുറെ ഞാൻ വിചാരിച്ചത് പോലെ തന്നെയായി കാര്യങ്ങൾ. ഏതായാലും നമുക്ക് ഈ പയ്യനെ ഒന്ന് കണ്ടു നോക്കാം. താൻ ഈ കടലാസിലെ നമ്പറിൽ ഒന്ന് വിളിച്ച് കാര്യങ്ങൾ സംസാരിച്ചു എത്ര മണിക്കാണ് കാണാൻ കഴിയുക എന്ന് ചോദിക്ക്.'

ശരവണൻ പറഞ്ഞതനുസരിച്ച് ഷോപ്പിംഗ് കോംപ്ലക്സിൽ എത്തി അരമണിക്കൂറോളം കഴിഞ്ഞാണ് റിയയ്ക്കും സിബിക്കും അയാളെ കാണാൻ കഴിഞ്ഞത്. അവർ വിചാരിച്ചത് പോലെ ചെറിയ ഒരു പയ്യനായിരുന്നില്ല ശരവണൻ. നല്ല തടിച്ച ശരീരമുള്ള ആജാനുബാഹുവായ ഒരു ചെറുപ്പക്കാരൻ.അയാൾ അടുത്തേക്ക് വന്നു തങ്ങളെ സംശയത്തോടെ നോക്കുന്നത് കണ്ടതോടെ സിബി എഴുന്നേറ്റു നിന്നു കൈനീട്ടി കൊണ്ട് പറഞ്ഞു.

'ഡോക്ടർ സിബി.'

'ശരവണൻ.'

രണ്ടുപേരും കൈകൊടുത്ത് ഇരുന്നതിനുശേഷം സിബി മുഖവുരയില്ലാതെ പറഞ്ഞു.

'ശിവമണി കൊല്ലപ്പെട്ടതാണ് ശരവണൻ. അതിന്റെ പുറകിലെ എന്തെങ്കിലും കാര്യങ്ങൾ അറിയണമെങ്കിൽ ഞങ്ങളെ സഹായിക്കാൻ ആരും ഇല്ല. താങ്കൾക്ക് അവനെപ്പറ്റി എന്തെങ്കിലും വിവരം അറിയുമെങ്കിൽ പറഞ്ഞാൽ അത് ഒരുപാട് സഹായം ആയിരിക്കും.'

'സാർ.. അതു വന്ത്.. ശിവമണി രണ്ട് വർഷം മുന്നേ ആന്ധ്രക്ക് പോച്ച്. അവിടെ വിജയവാഡ സിറ്റി മാളിൽ ടാറ്റാ ഷോറൂമിൽ പർച്ചേസ് മാനേജർ ആയി ജോലി കെടച്ചാച്ച്.. അവിടെ അവനുക്ക് ഒരു ലവർ കൂടിയി

രുക്ക്. കല്യാണം ആകുമ്പോൾ വിളിക്കാമെന്ന് പറഞ്ഞിരുന്നു. പിന്നെ വിളിച്ചില്ല.'

സിബി മുഖം തിരിച്ചു റിയയെ നോക്കി. അവൾക്കും കാര്യങ്ങൾ വ്യക്തമായി തുടങ്ങിയിരുന്നു. സിബി മുന്നോട്ടേക്കാഞ്ഞിരുന്നു കൊണ്ട് ശരവണനോട് ചോദിച്ചു.

'ആ പെൺകുട്ടിയുടെ പേര്?'

'തെരിയല സാർ.. അത് ആന്ധ്രക്കാരി പൊണ്ണു.'

'ഓക്കെ ശരവണൻ... താങ്ക്യൂ സോ മച്ച്.'

തിരിച്ചുള്ള യാത്രയിൽ സിബി തീർത്തും നിശ്ശബ്ദനായി ആലോചനയിൽ മുഴുകി ഇരിക്കുന്നത് കണ്ട് റിയ ചോദിച്ചു.

'ഇനി എന്താണ് നമ്മുടെ പ്ലാൻ?'

'നേരെ വിജയവാഡയ്ക്ക്.. മിക്കവാറും നമ്മുടെ ഊഹം തന്നെ ആവും ശരി. പ്രണയിച്ചു വിവാഹം കഴിച്ച ശിവമണിയെയും ഭാര്യയെയും ഒരേ സമയത്താണ് ഓർഗൻസ് മാഫിയയിൽ ഉൾപ്പെട്ട ആരോ തട്ടിക്കൊണ്ടുപോയി കൊന്നുകളഞ്ഞ് ആന്തരിക അവയവങ്ങൾ എടുത്തു മാറ്റിയത്. തുടർന്ന് അവരുടെ ശവശരീരങ്ങൾ രണ്ടുവർഷത്തോളം എവിടെയോ സുരക്ഷിതമായി സൂക്ഷിച്ചു വെച്ച്, അവരുടെ പേരിൽ മറ്റ് അന്വേഷണങ്ങളോ അപകടങ്ങളോ വരാനില്ലെന്ന് ഉറപ്പുവരുത്തിയ ശേഷം ആളൊഴിഞ്ഞ ഉൾഗ്രാമങ്ങളിലെ പള്ളി സെമിത്തേരികൾ കണ്ടുപിടിച്ച്, ഉടനെയൊന്നും മരിച്ചു പോകാൻ സാധ്യതയില്ലാത്തവരുടെ കല്ലറയിൽ കൊണ്ടുപോയി നിക്ഷേപിച്ചതാവാം.'

'എനിക്ക് തോന്നുന്നു രണ്ടുപേരെയും രണ്ട് സ്ഥലത്ത് വെച്ചാണ് കൊലപ്പെടുത്തിയതെന്ന്. അതുകൊണ്ടാവില്ലേ രണ്ടു കല്ലറകളിൽ നിക്ഷേപിച്ചത്?'

'ശരിയാണ്.. അതിനും ചാൻസ് ഉണ്ട്. ഒരുപക്ഷേ ശിവമണിയുടെ ഭാര്യയുടെ, അല്ലെങ്കിൽ ആ പെൺകുട്ടിയുടെ ആളുകൾ ആരെങ്കിലും അന്വേഷണത്തിന് വരുമെന്ന് ഭയപ്പെട്ടാവാം രണ്ടു വർഷത്തോളം ബോഡികൾ ഒളിപ്പിച്ചു വെച്ചത്.'

'അതിന് ശിവമണിയുടെ കാമുകിയായ ആ പെൺകുട്ടി തന്നെയാണ് മരണപ്പെട്ടത് എന്ന് നമ്മൾ ഉറപ്പിച്ചിട്ടില്ലല്ലോ..?'

'ഇല്ല! എത്രയും വേഗം അടുത്ത ട്രെയിനിന് നമുക്ക് വിജയവാഡ പിടിക്കണം. ഇതുവരെയുള്ള നീക്കങ്ങൾ ഷാജഹാൻ സാറിനെ ഒന്നു വിളിച്ചറിയിക്കാം. അവരും അവരുടെതായ രീതിയിൽ അന്വേഷണം തുടങ്ങിയിട്ടുണ്ട്.'

രാത്രി നന്നായി കനത്തു തുടങ്ങിയിരിക്കുന്നു. ചീറിപ്പായുന്ന ട്രെയിനിന്റെ ഗ്ലാസ് ജനലിലൂടെ റിയ പുറത്തേക്കു നോക്കി. അങ്ങിങ്ങായി കത്തി നിൽക്കുന്ന ചില വെളിച്ചങ്ങൾ ഒഴിച്ചാൽ എല്ലായിടവും ഇരുട്ടിൽ മുങ്ങി കിടക്കുന്നു. ട്രെയിൻ ഏതോ ഒരു ഗ്രാമത്തിലൂടെ കുതിച്ചു പാഞ്ഞു കൊണ്ടിരിക്കുകയാണ്.

ജമ്മുദവി എക്സ്പ്രസ്സിന്റെ ഫസ്റ്റ് എസി കോച്ചിൽ പുതച്ചു കൂടിയിരുന്ന് എന്തോ ആലോചിക്കുന്ന റിയയുടെ അടുത്തേക്ക് ചെന്ന് അവളെ തന്റെ ദേഹത്തേക്ക് ചായ്ച്ചു കൊണ്ട് സിബി സംസാരിച്ചു തുടങ്ങി.

'ഒരുപക്ഷേ ആ പെൺകുട്ടിയെയും ശിവമണിയെയും വല്ല ആക്സിഡന്റിലും പെട്ട് നിങ്ങളുടെ ഹോസ്പിറ്റലിൽ കൊണ്ടു വന്നിട്ടുണ്ടാവാം. അങ്ങനെയാവും അവളുടെ ഹൃദയം നിനക്ക്ലഭിച്ചത്.'

'പക്ഷേ ശരവണൻ പറഞ്ഞത് സിബിച്ചൻ കേട്ടില്ലേ? അവർ രണ്ടു പേരും ആന്ധ്രപ്രദേശിൽ ആയിരുന്നു ജോലിയും ജീവിതവും. പിന്നെ എങ്ങനെ ചെന്നൈയിൽ വച്ച് ആക്സിഡന്റ് ഉണ്ടാവും?'

'ഒരുപക്ഷേ രണ്ടുപേരും വിവാഹിതരാവാനോ...അതല്ലെങ്കിൽ അനാഥാലയത്തിലെ പഴയ സുഹൃത്തുക്കളെ കാണാനോ വേണ്ടി ചെന്നൈയിൽ വന്നു കൂടെന്നില്ലല്ലോ? ആ സമയത്ത് ആവും ഈ ആക്സിഡന്റ് സംഭവിച്ചത്.'

'പക്ഷേ ഡോക്ടർ ആക്സിഡന്റ് ആണ് സംഭവിച്ചതെങ്കിൽ എന്തിനു വേണ്ടിയാണ് ഡെഡ്ബോഡി ഒളിപ്പിച്ചത്? '

'റിയ...മസ്തിഷ്ക മരണം സംഭവിച്ച ഒരാളുടെ ഓർഗൻസ് മാത്രമേ ട്രാൻസ്പ്ലാന്റേഷന് വേണ്ടി ഉപയോഗിക്കാൻ പാടുള്ളൂ. അങ്ങനെയല്ലാതെ ഉപയോഗിക്കണമെങ്കിൽ അതൊരു നിഗൂഢമായ കൊലപാതകം ആയിരിക്കണം. അങ്ങനെയൊരു സാധ്യത കൂടിയില്ലേ?'

സിബിയുടെ ആ ചോദ്യം കേട്ടപ്പോൾ റിയയുടെ ഹൃദയത്തിൽ എന്തോ ഒരു പിടച്ചിൽ അനുഭവപ്പെട്ടു. ഒന്നു ഞെട്ടിയ അവൾ മുഖമുയർത്തി അവനെ നോക്കി.

റിയുടെ ഭാവമാറ്റം ശ്രദ്ധിച്ച സിബിക്ക് മനസ്സിലായി അവളിൽ എന്തോ ഒരു പേടി തട്ടിയിട്ടുണ്ടെന്ന്.

'അതാവും ഡോക്ടർ സത്യം.. എന്റെ ഹൃദയം വല്ലാതെ പിടയുന്നതു പോലെ.'

'അയ്യേ..! സില്ലി ഗേൾ.. ഇതൊക്കെ നമ്മുടെ സംശയങ്ങൾ മാത്രമാണ്. താൻ അത് കേൾക്കുമ്പോഴേക്കും ഉള്ളിലേക്ക് എടുത്ത് വെക്കണ്ട. അതുകൊണ്ടാണ് തനിക്ക് വല്ലായ്മ തോന്നുന്നത്.'

റിയ ഒരു നെടുവീർപ്പോടെ ഒന്നും പറയാതെ സിബിയുടെ നെഞ്ചിലേക്ക് തല ചേർത്തിരുന്നു. അവളുടെ മനസ്സിൽ ഒരായിരം ചിന്തകൾ കുഴഞ്ഞു മറിയുകയായിരുന്നു.

'ഒന്നും ആലോചിക്കേണ്ട! രാവിലെ നമ്മൾ വിജയവാഡ എത്തും.. ഷാജഹാൻ സാറും അവരുടെ ടീമും പുറകെ ഉണ്ട്. നേരെ ഷോറൂമിൽ ചെല്ലുക കാര്യങ്ങൾ അന്വേഷിക്കുക. അതൊരു കൊലപാതകമാണെങ്കിൽ ബാക്കി പോലീസ് നോക്കിക്കോളും.'

'ഒരുപക്ഷേ ആ ഹൃദയം എനിക്ക് തന്നെയാണ് വെച്ചതെങ്കിൽ?'

'അതിനു താൻ എന്ത് തെറ്റ് ചെയ്തു? ബോധമില്ലാതെ കിടക്കുന്ന ഒരു പേഷ്യന്റിന് തനിക്ക് ഇന്നയാളുടെ ഹൃദയം വേണം എന്ന് പറയാൻ പറ്റില്ല.'

റിയക്ക് എന്തോ സിബിയുടെ ഉത്തരം സമാധാനം കൊടുത്തില്ല. അവൾ നിശ്ശബ്ദയായി മുഖം തിരിച്ചു പുറത്തേക്കു തന്നെ നോക്കിയിരുന്നു തന്റേതായ ആലോചനകളിൽ മുഴുകി.

## അധ്യായം 21

'സോറി സർ... ടു ഇയേഴ്സ് ബിഫോർ ശിവമണി ഇക്കടെ പർച്ചേസ് മാനേജർ ജോബ് ചെയ്സാരു... ആനാ... കൊന്നി റോജുല് തർവ്വാതാ ഇക്കടെ സെയിൽസ് ലോ ഉന്ന സ്പന്ദന തോ ലവ് ആയിന്തീ. ഫ്യൂ മന്ത്സ് ലേറ്റർ ഇദരു എക്കടെക്കോ പാറിപ്പോയാരു.'

'ഇയാൾ എന്താ ഈ പറയുന്നത്?'

ടാറ്റാ ഷോറൂമിന്റെ ഓഫീസിൽ ഇരുന്നു ഷോറൂം മാനേജർ പറയുന്ന ഒരു വാക്കുപോലും മനസ്സിലാവാതെ റിയ സിബിയോട് ചോദിച്ചു. ശിവമണിയെക്കുറിച്ച് ചോദിക്കുകയായിരുന്നു സിബി.

'രണ്ടുവർഷം മുൻപ് ശിവമണി ഇവിടെ പർച്ചേസ് മാനേജർ ആയി ജോലി ചെയ്തിരുന്നു. പക്ഷേ വന്നു കുറച്ചു ദിവസങ്ങൾക്ക് ശേഷം ഇവിടെ സെയിൽസിൽ ഉള്ള സ്പന്ദനയുമായി പ്രണയത്തിലായി. പിന്നെ കുറച്ചു മാസങ്ങൾക്ക് ശേഷം രണ്ടുപേരും എങ്ങോട്ടേക്കോ ഒളിച്ചോടിപ്പോയി. എന്നാണ് അയാൾ പറഞ്ഞത്.'

'എങ്കിൽ പിന്നെ ആ പെൺകുട്ടിയെ പറ്റി ചോദിക്ക്.'

'സർ സ്പന്ദന അഡ്രസ്.?'

'ഷി വോസ് ആൻ ഓർഫൻ... ഫ്രം ഗുണിതല ചർച്ച് ചാരിറ്റബിൾ ഹോം... ദാറ്റ് ഈസ് ഹേർ അഡ്രസ്...'

ആ കുട്ടി ഒരു അനാഥയാണെന്ന് എന്തോ അഭിമാനത്തോടെയാണ് ആ മാനേജർ പറഞ്ഞത്. സിബിക്ക് ഇനി ഒന്നും ചോദിക്കാൻ ഇല്ലായിരുന്നു.തരിച്ചിരിക്കുന്ന റിയയുടെ കൈപിടിച്ച് എഴുന്നേൽപ്പിച്ച് അവൻ പെട്ടെന്ന് തന്നെ പുറത്തേക്കിറങ്ങി നടന്നു. താഴെ ടാക്സി സ്റ്റാൻഡിലേക്ക് നടന്ന അവൻ ഒരു കാറിൽ കയറിയിരുന്ന്.

'ഗുണിതല ചർച്ച് ചാരിറ്റബിൾ ഹോം.'

എന്നു പറഞ്ഞു പിറകിലേക്ക് ചാരി കണ്ണുകൾ അടച്ചിരുന്നു. അവനരികിൽ സ്വയമറിയാതെ വർദ്ധിച്ചുവരുന്ന ഹൃദയമിടിപ്പിനെ നിയന്ത്രിക്കാൻ ശ്രമിച്ചു പരാജയപ്പെട്ട റിയയും തളർന്നിരിക്കുന്നുണ്ടായിരുന്നു.

ഏകദേശം ഒരു മണിക്കൂറോളം വണ്ടി ഓടി കഴിഞ്ഞു. റിയക്ക് ആകെ

എന്തൊക്കെയോ പരവേശം അനുഭവപ്പെടുന്നത് അവൾക്ക് മനസ്സിലാവുന്നുണ്ടായിരുന്നു.

അവൾ കാറിൽ നിന്നും പുറത്തേക്ക് നോക്കി. റോഡിന് ഇരുവശത്തും കരിമ്പിൻ പാടങ്ങളാണ്. മൂത്ത് വിളഞ്ഞു നിൽക്കുന്ന കരിമ്പിൻ തണ്ടുകൾ. സമയം ഇരുട്ടി തുടങ്ങിയിരിക്കുന്നു. പുറത്തുള്ള സ്ഥലമോ മുന്നിലുള്ള വഴിയോ അവൾക്ക് പരിചിതമല്ല പക്ഷേ ഒരുപാട് കാലങ്ങൾക്ക് ശേഷം സ്വന്തം വീട്ടിലേക്ക് തിരിച്ചു പോകുമ്പോൾ ഉള്ള ഒരു എക്സൈറ്റ്മെന്റ് അവൾക്ക് ഉള്ളിൽ നിന്നും അവൾ അറിയാതെ തന്നെ അനുഭവപ്പെടുന്നുണ്ടായിരുന്നു.

ഒരു 10 മിനിറ്റ് കൂടി ഓടിയ ശേഷം കാർ മെയിൻ റോഡിൽ നിന്നും ഇട റോഡിലേക്ക് തിരിഞ്ഞു. പള്ളിയുടെ വലിയ ഗേറ്റ് ദൂരെ നിന്നു തന്നെ കാണാമായിരുന്നു. തെലുഗിലും ഇംഗ്ലീഷിലും വലിയ അക്ഷരത്തിൽ 'ഗുണിതല ചർച്ച് ആൻഡ് ചാരിറ്റി ഹോം' എന്നെഴുതി വെച്ചിട്ടുണ്ട്.

റിയക്ക് തന്റെ ഹൃദയം ഇപ്പോൾ പൊട്ടും എന്ന് തോന്നി. സിബി കാറിൽ നിന്നിറങ്ങി പണം കൊടുത്തു കഴിഞ്ഞിട്ടും റിയയിൽ ചലനം ഒന്നും ഇല്ലാത്തത് കണ്ട് അവൻ ഡോർ തുറന്നു വിളിച്ചപ്പോഴാണ് അവൾ ഏതോ ചിന്തയിൽ നിന്ന് ഞെട്ടി ഉണർന്നത്.

'ഇതെന്താ താൻ ഇങ്ങനെ വിയർത്തിരിക്കുന്നത്? വയ്യെങ്കിൽ പറ നമുക്ക് ഹോസ്പിറ്റലിലേക്ക് പോകാം!'

'വേണ്ട! നമുക്ക് അകത്തേക്ക് തന്നെ പോകാം.'

തളർന്നുപോകുന്ന കാലുകൾ വലിച്ചു വെച്ച് സിബിയുടെ ചുമലിൽ ചാഞ്ഞു നടക്കുമ്പോൾ ഒരു വിതുമ്പലോടെ റിയ പറഞ്ഞു...

'അവളെ കൊന്നത് തന്നെയാണ് സിബിച്ചാ.. ഇനിയൊരു പക്ഷേ അത് എനിക്ക് വേണ്ടി തന്നെ ആവുമോ? അതുമാത്രം ആവാതിരിക്കട്ടെ...'

എന്തിനെന്നറിയാതെ ഇവിടെ എത്തിയപ്പോൾ മുതൽ സിബിയുടെ മനസ്സും ആകെ അസ്വസ്ഥമാകുന്നുണ്ടായിരുന്നു.

'റിയ... ബി കൂൾ... റിയാലിറ്റി എന്താണോ അത് ഫേസ് ചെയ്യണം നമ്മൾ...'

ഒരു പെൺകുട്ടിയെയും താങ്ങിപ്പിടിച്ച് ഒരാൾ നടന്നു വരുന്നത് കണ്ടിട്ടാവാം തിടുക്കത്തിൽ ഒരു സിസ്റ്റർ അകത്തുനിന്നും ഇറങ്ങി വരുന്നത് സിബി കണ്ടു.

'യാര് നീങ്ക?'

'സിസ്റ്റർ.. ഹു ഈസ് ദി ഇൻചാർജ് ഹിയർ?വീ വാണ്ട് ടു മീറ്റ് ഹേർ... ഇറ്റ്സ് വെരി അർജന്റ്, പ്ലീസ് ഹെൽപ് അസ്...'

സിബിയുടെ സംസാരം കേട്ടപ്പോൾ തന്നെ വിഷയം എന്തോ സീരിയസ് ആണെന്ന് അവർക്ക് തോന്നി. അവരെ രണ്ടുപേരെയും ഒന്ന് നോക്കിയശേഷം സിസ്റ്റർ ചോദിച്ചു.

'ആർ യൂ മലയാളീസ്?'

'യെസ് മാം...'

വന്ന രണ്ടുപേരും മലയാളികളാണെന്ന് മനസ്സിലായതുകൊണ്ടാവാം. ആ സിസ്റ്റർ അകത്തേക്ക് പോയി തിരിച്ചു വന്നത് ഒരു മധ്യവയസ്ക ആയ സിസ്റ്ററിനെയും കൂട്ടിയാണ്. ക്ഷീണിതയായ റിയയെ കണ്ടതോടെ അവർ പെട്ടെന്ന് തന്നെ അടുത്തേക്ക് വന്നു താങ്ങി പിടിച്ചു കൊണ്ട് ചോദിച്ചു.

'എന്താ.. എന്തു പറ്റി? നിങ്ങൾക്ക് ആരെയാണ് കാണേണ്ടത്?'

'ഞങ്ങൾ കേരളത്തിൽ നിന്നും വരികയാണ്. എന്റെ പേര് സിബി. ഞങ്ങൾക്ക് ചില കാര്യങ്ങൾ അറിയാൻ വേണ്ടിയാണ് സിസ്റ്റർ.'

'ശരി! തൽക്കാലം അകത്തേക്ക് വരൂ... യാത്രാ ക്ഷീണം കൊണ്ടാണോ? ഈ കുട്ടി വല്ലാതെ തളർന്നിട്ടുണ്ടല്ലോ...'

സിബി മറുപടി എന്താണ് പറയേണ്ടതെന്ന് ആലോചിക്കുമ്പോഴേക്കും സിസ്റ്റർ അവരെ ഒരു മുറിയിലേക്ക് കൊണ്ടുപോയിരുന്നു.

അവിടെയുള്ള സോഫയിൽ റിയയെ ഇരുത്തിയശേഷം അവർ മേശപ്പുറത്തുള്ള വാട്ടർ ബോട്ടിൽ എടുത്ത് അവൾക്ക് കുടിക്കാനായി നൽകി കൊണ്ട് സിബിയോട് ചോദിച്ചു.

'പറയൂ എന്താണ് കാര്യം?'

'സിസ്റ്റർ രണ്ടുവർഷം മുൻപ് ഇവിടെ സ്പന്ദന എന്നൊരു കുട്ടി ഉണ്ടായിരുന്നില്ലേ? വിജയവാഡ ടാറ്റ ഷോറൂമിൽ സെയിൽസ് ഗേൾ ആയി ജോലി നോക്കുകയായിരുന്നു എന്നാണ് അറിഞ്ഞത്...'

'അതെ..ഇവിടെ നിന്നാണ് അവൾ ജോലിക്ക് പോയി വന്നിരുന്നത്.എന്താ കാര്യം?'

'അവരെപ്പറ്റി എന്തെങ്കിലും വിവരമുണ്ടോ സിസ്റ്റർ? ഒന്നു കാണാൻ വേണ്ടിയാണ്...'

സിസ്റ്ററിന്റെ മുഖം ഗൗരവത്തിലേക്ക് മാറുന്നത് സിബി കാണുന്നുണ്ടായിരുന്നു.

'എന്തിനുവേണ്ടിയാണ് നിങ്ങൾ സ്പന്ദനയെ അന്വേഷിക്കുന്നത്?'

സത്യങ്ങളെല്ലാം തുറന്നു പറയുന്നതാണ് സത്യങ്ങൾ അറിയാൻ ഏറ്റവും നല്ല മാർഗ്ഗമെന്ന് സിബിക്ക് അറിയാമായിരുന്നു.

'സിസ്റ്റർ.. രണ്ടുവർഷം മുമ്പ് കൊല്ലപ്പെട്ട ഒരു പെൺകുട്ടിയുടെ അഴു

കിയ ശരീരം കേരളത്തിൽ കഴിഞ്ഞ ദിവസങ്ങളിൽ കണ്ടെത്തിയിരുന്നു. അത് സ്പന്ദനയാണോ എന്ന ഒരു സംശയം ഉണ്ട്...'

സിബിയുടെ സംസാരം കേട്ട് ഒരു നടുക്കത്തോടെ മുഖമുയർത്തിയ അവർ നിമിഷങ്ങളോളം നിശ്ശബ്ദയായി എന്തോ ആലോചിച്ചുകൊണ്ട് അങ്ങനെ തന്നെ ഇരുന്നു...

'സിസ്റ്റർ ഒന്നും പറഞ്ഞില്ല...'

സിബിയുടെ ചോദ്യം കേട്ടാണ് അവർ മുഖമുയർത്തിയത്. രണ്ടുപേരും തന്നെത്തന്നെ ശ്രദ്ധിച്ചിരിക്കുകയാണെന്ന് അപ്പോഴാണ് അവർക്ക് ഓർമ്മ വന്നത്.

'ഞാനിവിടെ വന്നിട്ട് പതിമൂന്ന് വർഷമായി. അന്നുമുതൽ ആ പെൺകുട്ടി ഇവിടെയുണ്ടായിരുന്നു. എന്റെ കൺമുന്നിൽ ആണ് അവൾ പഠിച്ചു വളർന്ന് മിടുക്കിയായത്. സ്വന്തം പഠനാവശ്യത്തിനുള്ള പണം സ്വയം കണ്ടെത്തും എന്നു പറഞ്ഞ് ചെറിയ പ്രായം മുതലേ അധ്വാനിച്ചു തുടങ്ങിയിരുന്നു അവൾ. പിജിക്ക് പഠിക്കുന്ന സമയത്താണ് ഒഴിവു സമയങ്ങളിൽ വിജയവാഡയിലെ ടാറ്റാ ഷോറൂമിൽ പോയി തുടങ്ങിയത്.

പിന്നീട് അവിടെ ജോലി ചെയ്യുന്ന പർച്ചേസ് മാനേജരുമായി പ്രണയത്തിലാണെന്ന് ആരൊക്കെയോ പറയുന്നത് കേട്ടു.

വിവരമറിഞ്ഞ ഇൻചാർജ് മദർ ഫാദറിനോട് പറഞ്ഞു. അതിന്റെ പേരിൽ എല്ലാവരും ചേർന്ന് അവളെ പള്ളിയിലേക്ക് വിളിപ്പിക്കുകയും വഴക്കു പറയുകയും ചെയ്തിരുന്നു. പിന്നീട് കുറച്ചു ദിവസങ്ങൾക്കുള്ളിൽ അവൾ ആ പയ്യന്റെ കൂടെ ഇറങ്ങിപ്പോയി.

അന്ന് ഞങ്ങൾ കേസ് കൊടുത്തെങ്കിലും പ്രായപൂർത്തിയായ പെൺകുട്ടി ആയതുകൊണ്ട് അവന്റെ കൂടെ പോകാനാണ് താല്പര്യം, എന്ന് പറഞ്ഞപ്പോൾ പോലീസ് അവന്റെ കൂടെ തന്നെ വിട്ടയച്ചു.'

ഒന്നു നിർത്തി ഒരു നെടുവീർപ്പോടെ സിസ്റ്റർ തുടർന്നു...

'പിന്നീട് ഞങ്ങൾ അവളെപ്പറ്റി ഒന്നും അറിഞ്ഞിട്ടില്ല. അന്വേഷിച്ചിട്ടില്ല എന്നു പറയുന്നതാവും കൂടുതൽ ശരി. അതിന്റെ ആവശ്യമുണ്ടെന്നു തോന്നിയില്ല..'

ഇത്രയും സമയം മിണ്ടാതെ കേൾക്കുകയായിരുന്ന റിയ പെട്ടെന്ന് ചോദിച്ചു.

'അവളുടെ ഒരു ഫോട്ടോ കിട്ടുമോ?'

ഒന്നും മിണ്ടാതെ അകത്തേക്ക് കയറിപ്പോയ സിസ്റ്റർ പിന്നീട് തിരിച്ചിറങ്ങി വന്നത് 20 മിനിറ്റോളം കഴിഞ്ഞാണ്. അപ്പോഴേക്കും അവർക്ക് മറ്റൊരു സിസ്റ്റർ ചായയും ബിസ്കറ്റും കൊണ്ടു വന്നു കൊടുത്തിരുന്നു.

'ഇതേ ഉള്ളൂ ഇവിടെ. മഠത്തിൽ എല്ലാവർഷവും ഗ്രൂപ്പ് ഫോട്ടോ എടുക്കുന്ന പതിവുണ്ട്. ഇത് മൂന്നുവർഷം മുൻപത്തെ ഫോട്ടോ ആണ്.'

റിയ ചാടി എഴുന്നേറ്റ് പരവേശത്തോടെ ആ ഫോട്ടോ പിടിച്ചു വാങ്ങി അതിലേക്ക് തന്നെ തുറിച്ചു നോക്കി. സിബിയും എഴുന്നേറ്റ് അവളുടെ പിറകിലായി വന്നു നിന്ന് ഫോട്ടോയിലേക്ക് ദൃഷ്ടി ഊന്നി...

കുറച്ചു പഴക്കമുള്ള ആ ഫോട്ടോയിൽ സിസ്റ്റർ ചൂണ്ടിക്കാണിച്ച ആ പെൺകുട്ടി അന്ന് മോർച്ചറിയിൽ വച്ച് സിബിയും റിയയും കണ്ട പെൺകുട്ടി ആയിരുന്നില്ല..

ഒന്നും മനസ്സിലാവാതെ സിബിയും റിയയും കുറച്ചുനിമിഷങ്ങൾ അങ്ങനെ തന്നെ പകച്ചു നിന്നുപോയി...

'ഈ കുട്ടിയുടെ ശവമാണോ കിട്ടിയത്?'

'സോറി സിസ്റ്റർ! ഈ കുട്ടിയല്ല...'

സിബി സിസ്റ്ററിനോട് പറയുന്നത് റിയ കേൾക്കുന്നുണ്ടായിരുന്നു. പക്ഷേ തനിക്ക് ചുറ്റും എന്തോ നടക്കുന്നുണ്ടെന്ന് അവൾക്ക് ഉറപ്പായിരുന്നു. ക്രമം തെറ്റി പിടക്കുന്ന ഹൃദയമിടിപ്പിന് തന്നോട് എന്തോ പറയാനുണ്ടെന്ന് വ്യക്തം. അവൾ കണ്ണുകളടച്ച് നിസ്സഹായതയോടെ ആ പെൺരൂപത്തെ മനസ്സിലേക്ക് ആവാഹിക്കാൻ ശ്രമിച്ചു.

' നമുക്ക് പോകാം...'

സിബി ചുമലിൽ പിടിച്ചപ്പോഴാണ് റിയ

കണ്ണു തുറന്നത്. അവൾ നന്നേ ക്ഷീണിതയാണെന്ന് സിസ്റ്ററിന് നേരത്തെ മനസ്സിലായിരുന്നു. അവർ സിബിക്ക് നേരെ തിരിഞ്ഞു നിന്നുകൊണ്ട് പറഞ്ഞു.

'ഈ സമയത്ത് ഇനി തിരിച്ചു യാത്ര വേണ്ട. ഇന്നിനി ഇവിടെ തങ്ങി രാവിലെ പൊയ്ക്കോളൂ! ഈ പെൺകുട്ടിയും നന്നേ അവശ ആണല്ലോ...'

സിബിക്ക് മറ്റൊന്നും പറയാൻ ഉണ്ടായിരുന്നില്ല. അവൻ നിശ്ശബ്ദനായി റിയയുടെ കൈപിടിച്ച് ബാഗ് എടുത്ത് സിസ്റ്ററിന് പുറകെ നടന്നു. അകത്തേക്ക് നടക്കുന്നതിനിടയിൽ സിസ്റ്റർ അവരോട് ചോദിച്ചു.

' നിങ്ങൾ ഭാര്യാഭർത്താക്കന്മാർ ആണോ? '

'അതേ സിസ്റ്റർ! എന്റെ വൈഫ് ആണ് പേര് റിയ...'

ഒരു നിമിഷം പോലും താമസിക്കാതെയുള്ള സിബിയുടെ മറുപടി കേട്ട് റിയ തന്നെ പകച്ചു പോയി. സത്യത്തിൽ ഈയൊരവസ്ഥയിൽ അവളെ തനിച്ച് മറ്റൊരു റൂമിൽ കിടത്താൻ അവന് ധൈര്യമുണ്ടായിരുന്നില്ല.

'ദേ ഇതാണ് ബെഡ്റൂം. തൽക്കാലം ഒന്നു കുളിച്ച് വിശ്രമിക്കൂ... ഭക്ഷ

ണത്തിന്റെ സമയമാകുമ്പോൾ ഞാൻ ആരെയെങ്കിലും വിടാം.'

സിസ്റ്റർ പുറത്തേക്ക് ഇറങ്ങിയ ഉടനെ സിബി വാതിൽ അടച്ച് കുറ്റിയിട്ട ശേഷം പറഞ്ഞു.

'താൻ ഒന്ന് കുളിച്ച് ഫ്രെഷ് ആയി വന്നേ.. മാറാനുള്ള ഉടുപ്പുകൾ ഈ ബാഗിൽ ഇല്ലേ? ബാക്കി കാര്യങ്ങൾ നമുക്ക് എന്നിട്ട് ആലോചിക്കാം.'

'സിബിച്ചാ.. എനിക്ക് ഇവിടെ എവിടെയോ തന്നെയാണ് അവൾ ഉള്ളത് എന്ന് തോന്നുന്നു. അവൾക്ക് എന്നോട് എന്തോ പറയാനുണ്ട്.'

'അതൊക്കെ നമുക്ക് പറയാം.. തൽക്കാലം നീ ഒന്നു കുളിക്ക്. എനിക്ക് നല്ല തലവേദന ഉണ്ട്.'

റിയ കുളിമുറിയിലേക്ക് കയറി. വസ്ത്രങ്ങൾ അഴിച്ചുമാറ്റി ടവ്വൽ എടുത്തു നെഞ്ചിന് കുറുകെ കെട്ടി ഷവറിനു കീഴിലേക്ക് പോയി നിന്നു. തണുത്ത വെള്ളം അവളുടെ ശരീരത്തെയും മനസ്സിനെയും തണുപ്പിച്ചു കൊണ്ട് പെയ്തിറങ്ങി.

സിബി പാന്റും ഷർട്ടും മാറ്റി ഒരു കൈലിയുടുത്ത് കുളിക്കാൻ വേണ്ടി റിയ പുറത്തിറങ്ങുന്നതും കാത്ത് കുറേ സമയം നിന്നെങ്കിലും അവളുടെ കുളി കഴിയുന്ന ലക്ഷണം ഒന്നും കണ്ടില്ല. ഒടുവിൽ ക്ഷമ നശിച്ച അവൻ കുളിമുറിയുടെ വാതിലിൽ ചെറുതായി തട്ടിക്കൊണ്ടു വിളിച്ചു...

'മതി റിയാ... തണുപ്പ് പിടിക്കണ്ടേ! താൻ ഇറങ്ങിക്കേ... എനിക്കും കുളിക്കണ്ടേ.?'

അകത്തുനിന്നും ഷവർ പെയ്യുന്നതിന്റെ അല്ലാതെ മറ്റൊരു ശബ്ദവും കേൾക്കുന്നില്ല. കുറച്ചു സമയം കൂടി തട്ടിയതിനുശേഷം സംശയത്തോടെ സിബി പതുക്കെ ഡോറിന്റെ പിടി തിരിച്ചപ്പോൾ വാതിൽ തുറന്നു. ഒരു പരുങ്ങലോടെ അകത്തേക്ക് നോക്കിയ അവൻ ഞെട്ടിപ്പോയി.

നനഞ്ഞു കുതിർന്ന റിയ ഒരു തോർത്ത് മാത്രം നെഞ്ചിനു കുറുകെ വെച്ചുടുത്ത് വെറും തറയിൽ കമിഴ്ന്നു കിടക്കുകയാണ്.

അവളുടെ പുറത്തേക്കാണ് ഷവർ പെയ്തു കൊണ്ടിരിക്കുന്നത്.

'മോളേ...റിയാ...'

നിലവിളിയോടെ സിബി അകത്തേക്ക് കുതിച്ചു കയറി അവളെ വാരിയെടുത്തു കുലുക്കി ഉണർത്താൻ ശ്രമിച്ചു. അവനും കൂടി നനഞ്ഞു കുതിർന്നതൊഴികെ അവൾക്ക് മാറ്റമൊന്നും ഉണ്ടായില്ല. അവളുടെ ശരീരം വല്ലാതെ തണുത്തിരുന്നു. ഷവർ ഓഫ് ചെയ്ത ശേഷം അയയിൽ കണ്ട ടവ്വൽ എടുത്ത് സിബി അവളെ നന്നായി തുടച്ചു.

അവളുടെ ശരീരത്തിൽ ആകെയുള്ള നനഞ്ഞ ടർക്കി അഴിച്ചു മാ

റ്റാൻ അവന് ജാള്യത തോന്നിയെങ്കിലും അവന്റെ ഉള്ളിലെ ഡോക്ടർ കൃത്യസമയത്ത് ഉണർന്നു പ്രവർത്തിച്ചു. അവളുടെ ശരീരത്തിലെ നനഞ്ഞ ടവ്വൽ വലിച്ചഴിച്ചു കളഞ്ഞ് സിബി ഉണങ്ങിയ ഒരു ടവൽ എടുത്ത് റിയയെ ഉടുപ്പിച്ച ശേഷം പെട്ടെന്ന് തന്നെ അവളെ കൈകളിൽ കോരിയെടുത്ത് അകത്തേക്ക് കൊണ്ടു വന്നു കിടക്കയിൽ കിടത്തി. കിടക്കയുടെ കാൽക്കലായി മടക്കി വെച്ചിരുന്ന വലിയ

കമ്പിളി എടുത്തു അവളുടെ ശരീരം മുഴുവനായും മൂടികൊണ്ട് കാൽ വിരലുകളെ നന്നായി ഉരസി ചൂട് പിടിപ്പിച്ചു.

കുറച്ചുസമയത്തെ ശ്രമത്തിനൊടുവിൽ ആണ് റിയ കണ്ണുതുറന്നത്. അവൾക്ക് ശരീരം മുഴുവൻ വിറയ്ക്കുന്നുണ്ടായിരുന്നു. കിടുങ്ങി വിറച്ചുകൊണ്ട് അവൾ പറഞ്ഞു.

'അവൾ.. അവൾ എന്നെ കൊണ്ടു പോകും ഡോക്ടർ.. ഇനി സിബിച്ചന് ഞാൻ ഉണ്ടാവില്ല...'

സിബിയുടെ ഉള്ളിൽ നിന്നും ഒരാന്തൽ പിടഞ്ഞുയർന്നു. അവളെ വാരിയെടുത്ത് നെഞ്ചിലേക്ക് ചേർത്തുപിടിച്ചുകൊണ്ട് അവൻ പറഞ്ഞു.

'എന്തൊക്കെയാണ് റിയാ പറയുന്നത്? തനിച്ചാക്കി പോകാനാണോ വിളിക്കാതെ കൂടെ കയറി വന്നത്?'

വിതുമ്പുന്ന അവളുടെ മുഖം നെഞ്ചിലേക്ക് ചേർത്തണച്ചുകൊണ്ട് അവൻ വീണ്ടും വീണ്ടും പുലമ്പി...

'ഒന്നുമില്ലടോ.. ഒരു കുഴപ്പവുമില്ല നിനക്ക്...'

'എന്നെ മുറുക്കെ പിടിക്ക് സിബിച്ചാ.. വിട്ടു കളയല്ലേ...'

പുതപ്പിനുള്ളിലേക്ക് നുഴഞ്ഞുകയറി വിറക്കുന്ന അവളുടെ ശരീരത്തെ സിബി ആഞ്ഞു പുണർന്നു. നനഞ്ഞ അവന്റെ നെഞ്ചിലെ രോമങ്ങളിലേക്ക് മുഖം ചേർത്തമർത്തിക്കൊണ്ട് റിയ കൈകൾ ഉയർത്തി സിബിയെ മുറുക്കെ ചുറ്റിപ്പിടിച്ചു.

നിമിഷങ്ങൾ കടന്നുപോകുമ്പോൾ അവളുടെ ശരീരത്തിന് ചൂടുകൂടി വരുന്നത് അവൻ അറിയുന്നുണ്ടായിരുന്നു. പതുക്കെ അവളെ കിടത്താനായി കൈ വലിച്ചെടുക്കാൻ ശ്രമിച്ച സിബിയിലേക്ക് ഒന്നുകൂടി ചേർന്നമർന്നുകൊണ്ട് റിയ മുഖമുയർത്തി അവന്റെ കണ്ണുകളിലേക്ക് നോക്കി.

ആ കാപ്പിപ്പൊടി കണ്ണുകളിലെ പ്രണയം അവന്റെ സകല കരുത്തും ചോർത്തി കളയാൻ മാത്രം ശക്തിയുള്ളതായിരുന്നു.

അറിയാതെ സിബിയുടെ ചുണ്ടുകൾ അവളുടെ നെറ്റിയിൽ അമർന്നു. ഒരു മൃദു ചുംബനത്തിനൊടുവിൽ മുഖമുയർത്താൻ ശ്രമിച്ച സിബിയുടെ മുടിയിഴകളിലൂടെ വിരൽ കോർത്ത് റിയ അവനെ തന്നിലേക്ക് അണച്ചു

പിടിച്ചു കൊണ്ട് അവന്റെ നെറ്റിയിൽ മുറുകെ ചുംബിച്ചു...

കണ്ണുകളിൽ... ഇളം നീലനിറമാർന്ന പരുക്കൻ കവിളിൽ... സിബിക്ക് അവളുടെ ചുണ്ടുകൾ തന്നിലേക്കമരുമ്പോൾ കൺമുന്നിലുള്ളതെല്ലാം മാഞ്ഞു പോകുന്നതുപോലെ തോന്നി.

അർദ്ധനഗ്നമായ ഭ്രമിപ്പിക്കുന്ന പ്രാണന്റെ പാതിയായ പെണ്ണഴക് മാത്രമാണ് മുന്നിൽ. അവന്റെ വിരലുകൾ റിയയുടെ ശരീരത്തിലൂടെ അറിയാതെ ഓടിനടന്നു തുടങ്ങി. ഒന്നു പിടഞ്ഞുണർന്ന അവൾ അവനെ തന്നിലേക്ക് അമർത്തിക്കൊണ്ട് ചെവിയിൽ മന്ത്രിച്ചു..

'എന്റെ അല്ലേ.. എന്റെ മാത്രം...'

പ്രണയാഗ്നിയിൽ ജ്വലിക്കുന്ന ആ വാക്കുകൾക്ക് സിബിയുടെ

വികാരങ്ങളുടെ സീമ ലംഘിക്കുവാനുള്ള കരുത്തുണ്ടായിരുന്നു. അർദ്ധനഗ്നമായ റിയയുടെ മേനിയെ തന്റെ ശരീരത്തിലേക്ക് വാരിപ്പുണർന്നുകൊണ്ട് അവനവളെ അമർത്തി ചുംബിച്ചു...

കണ്ണിലൂടെ... കവിളിലൂടെ... ശ്വാസം മുട്ടുവോളം ചുണ്ടുകളിലൂടെ... കഴുത്തിലേക്ക് ഇറങ്ങിയ അവന്റെ അധരങ്ങൾ അവിടെ പല്ലുകൾ അമർത്തിയപ്പോൾ ഇതുവരെ അറിയാത്ത ഒരു വികാരത്തോടെ റിയ അവന്റെ പുറത്തെ രോമങ്ങളിൽ നഖങ്ങൾ അമർത്തി കൊണ്ട് വിതുമ്പി...

സിബിയുടെ വിരലും ചുണ്ടും കൈകളും റിയയിൽ അങ്ങിങ്ങോളം ഉന്മാദ സമുദ്രം സൃഷ്ടിച്ചു കൊണ്ട് അലഞ്ഞു നടന്നു. ഉയർന്നു താഴ്ന്ന തിരകളിലൂടെ എന്ന പോലെ അവളിലേക്ക് അമർന്നു നീന്തിത്തുടിക്കുന്ന പ്രിയപ്പെട്ടവന്റെ കാമാഗ്നിയെ ജ്വലിക്കുന്ന തന്റെ പ്രണയദാഹം കൊണ്ടവൾ ആളിക്കത്തിച്ചു കൊണ്ടിരുന്നു.

പരസ്പരം നുകർന്നാസ്വദിക്കുന്ന ആ പ്രണയ നിമിഷങ്ങൾക്കിടയിൽ എപ്പോഴോ സിബിയുടെ കൈകൾക്കിടയിൽപ്പെട്ട് റിയയുടെ കൊന്ത പൊട്ടിത്തെറിച്ച് നിലത്തു മുത്തുകൾ ഉരുണ്ടുപോയത് അവർ രണ്ടുപേരും അറിഞ്ഞില്ല.

# അധ്യായം 22

നല്ല ഉറക്കത്തിൽ ആയിരുന്നു സിബി അർദ്ധരാത്രിയിൽ എപ്പോഴോ ആണ് അവൻ കണ്ണുതുറന്നത് കഴിഞ്ഞുപോയ നിമിഷങ്ങൾ ഓരോന്നായി അവന്റെ മനസ്സിലേക്ക് ഓടിയെത്തി. പ്രണയോന്മാദത്തിന്റെ മധുരമുള്ള നിമിഷങ്ങൾക്കൊടുവിൽ റിയയെ വാരിപ്പുണർന്ന് ഗാഢനിദ്രയിലേക്കാഴ്ന്നു പോയത് അവന് ഓർമ്മയുണ്ടായിരുന്നു.

റിയയെ തന്നിലേക്ക് ചേർത്തണയ്ക്കാനായി കൈയുയർത്തിയപ്പോഴാണ് അവൾ കൈക്കുള്ളിൽ ഇല്ലെന്ന് സിബിക്ക് മനസ്സിലായത്. പുതപ്പ് എടുത്തു മാറ്റി ചുറ്റും നോക്കിയ അവൻ റിയ കിടക്കയിൽ ഇല്ലെന്നു മനസ്സിലാക്കിയതോടെ ചാടിയെഴുന്നേറ്റ് ബാത്ത്റൂമിന്റെ ഡോർ തുറന്നു നോക്കിയെങ്കിലും അവൾ അവിടെയും ഇല്ലായിരുന്നു. അപ്പോഴാണ് വാതിൽ തുറന്നു കിടക്കുന്നതവൻ ശ്രദ്ധിച്ചത് സിബിയുടെ നെഞ്ചിൽ ഒരു ഇടിമിന്നൽ പാഞ്ഞു. തിടുക്കത്തിൽ ഒരു ടീഷർട്ട് വലിച്ചെടുത്ത് ധരിച്ച് അവൻ പുറത്തേക്കിറങ്ങി. സമയം പാതിരാത്രി കഴിഞ്ഞിരിക്കുന്നത് കൊണ്ടു തന്നെ നോക്കുന്നിടത്തെല്ലാം ഇരുട്ട് മാത്രമായിരുന്നു. വരാന്തയിൽ അങ്ങേയറ്റത്ത് ഒരു ബൾബ് മാത്രം കത്തി നിൽക്കുന്നുണ്ട്. പിന്നെയുള്ള വെളിച്ചം ഗേറ്റിനടുത്താണ്.

സിബിക്ക് എങ്ങോട്ട് പോകണമെന്നോ ആരെ വിളിക്കണമെന്നോ പെട്ടെന്ന് മനസ്സിലായില്ല. തീർത്തും നിസ്സഹായനായി കുറച്ചു നിമിഷങ്ങൾ ആ ഇരുട്ടിൽ തന്നെ നിന്ന ശേഷം അവൻ രണ്ടും കൽപ്പിച്ചു ഉച്ചത്തിൽ വിളിച്ചു.

'റിയാ... റിയാ നീ എവിടെ?'

തുടർച്ചയായി രണ്ടുമൂന്നു പ്രാവശ്യം വിളിച്ചുകൊണ്ട് അവൻ വരാന്തയിലൂടെ അങ്ങോട്ടുമിങ്ങോട്ടും നടന്നു.

'എന്താണ് സാർ?ആരെയാണ് വിളിക്കുന്നത്?'

നേരത്തെ പരിചയപ്പെട്ട സിസ്റ്ററും  മറ്റൊരു സിസ്റ്ററും കൂടി ഇറങ്ങി വരുന്നത് കണ്ടപ്പോൾ സിബിക്ക് ജീവൻ തിരിച്ചു കിട്ടിയ ആശ്വാസമായിരുന്നു. വിങ്ങുന്ന മുഖത്തോടെ അവരുടെ അടുത്തേക്ക് ഓടിച്ചെന്നു കൊ

ണ്ട് അവൻ പറഞ്ഞു.

'സിസ്റ്റർ.. എന്റെ ഭാര്യ.!അവളെ കാണുന്നില്ല.'

'കാണുന്നില്ലെന്നോ..? നിങ്ങൾ ഒരുമിച്ചല്ലേ മുറിയിലേക്ക് പോയത്. ഭക്ഷണം കഴിക്കാൻ നേരത്ത് സിസ്റ്റർ വന്നു വിളിച്ചപ്പോൾ പ്രതികരണം ഒന്നും കാണാഞ്ഞ് തിരിച്ചുവന്നു. രണ്ടുപേരും നല്ല ഉറക്കമായിരുന്നു എന്ന് തോന്നിയത് കൊണ്ടാണ് പിന്നീട് ഞങ്ങൾ ശല്യം ചെയ്യാതിരുന്നത്...'

'ക്ഷീണം കൊണ്ട് ഉറങ്ങിപ്പോയിരുന്നു സിസ്റ്റർ. ഉറങ്ങുമ്പോൾ അവൾ എന്റെ കൂടെ ഉണ്ടായിരുന്നു...'

സിബി കരച്ചിലിന്റെ വക്കിൽ എത്തിയിരുന്നു. യാതൊരുവിധ പരിചയവുമില്ലാത്ത ഈ ഒരു ദേശത്ത് അവളെ താൻ എവിടെ പോയി അന്വേഷിക്കുമെന്ന ആധിയായിരുന്നു അവന്. അവന്റെ ആ വിഷമം മനസ്സിലാക്കി സിസ്റ്റർ പറഞ്ഞു.

'ഡോക്ടർ വിഷമിക്കാതിരിക്കൂ! ഞങ്ങൾ ഒന്നു നോക്കട്ടെ. സിസ്റ്റർ മറ്റുള്ളവരെ കൂടി ഒന്നു വിളിക്കൂ.. നമുക്കെല്ലാവർക്കും ഒന്നന്വേഷിക്കാം. എന്നിട്ടു കണ്ടില്ലെങ്കിൽ പോലീസിൽ അറിയിച്ചാൽ പോരെ?'

നിമിഷനേരം കൊണ്ട് മഠവും പരിസരവും പ്രകാശത്തിൽ കുളിച്ചു. ഏതൊക്കെയോ മുറികളിൽ നിന്നിറങ്ങി വന്ന സിസ്റ്റർമാർ എല്ലാവരും ചേർന്ന് ആ വലിയ കെട്ടിടത്തിന്റെ പലയിടത്തേക്കായി റിയയെ അന്വേഷിച്ചു പോകുന്നത് നിസ്സഹായനായി സിബി നോക്കി നിന്നു. ഇങ്ങോട്ടേക്ക് പുറപ്പെടാൻ ഒരുങ്ങിയ നിമിഷത്തെ അവൻ മനസ്സുകൊണ്ട് ശപിച്ചു.

അവിടുത്തെ പോലെ ഇനിയിപ്പോൾ അവൾ സെമിത്തേരിയിലേക്കോ മറ്റോ ഇറങ്ങി പോയിട്ടുണ്ടാകുമോ? എന്ന ചിന്ത അപ്പോഴാണ് സിബിയിൽ വന്നത്. അവൻ തിടുക്കത്തിൽ ചാടി എഴുന്നേറ്റു കൊണ്ട് മുന്നിൽ കണ്ട സിസ്റ്ററിനോട് ചോദിച്ചു.

'വേർ ഈസ് ദ സെമിറ്ററി?'

ഈ പാതിരാത്രിക്ക് ഇയാൾ എന്തിനാണ് ശവക്കോട്ടയെ കുറിച്ച് ചോദിക്കുന്നത് എന്ന് മനസ്സിലാവാതെ ആ സിസ്റ്റർ സിബിയെ തന്നെ അന്തംവിട്ടു നോക്കി നിന്നു.

'സിസ്റ്റർ... ഇക്കടെ ഉന്തീ...'

ആരോ മുകളിലെ മുറിക്കുള്ളിൽ എവിടെയോ നിന്ന് വിളിച്ചു പറയുന്നതിനോടൊപ്പം തന്നെ സിസ്റ്റർമാർ എല്ലാവരും അങ്ങോട്ടേക്ക് ഓടുന്നത് കണ്ടപ്പോൾ അവിടെ എവിടെയോ റിയ ഉണ്ടെന്ന് സിബിക്ക് മനസ്സിലായി.

ഒരു നിമിഷം പോലും പാഴാക്കാതെ അവനും അവരെ പിന്തുടർന്നു.

രണ്ടാം നിലയിലേക്ക് കയറിയപ്പോൾ തന്നെ അതൊരു ഡോർമെറ്ററി ആണെന്ന് സിബിക്ക് മനസ്സിലായി. നിറയെ റൂമുകളാണ്. അവിടെ ആവാം കുട്ടികൾ താമസിക്കുന്നത്. അങ്ങേ അറ്റത്തേക്ക് നടക്കുമ്പോൾ ചില മുറികൾ പുറത്തു നിന്നും പൂട്ടിയിട്ടുണ്ട്. അതിൽ ഒരു മുറിക്ക് മുന്നിലാണ് സിസ്റ്റർമാർ എല്ലാവരും കൂടി നിൽക്കുന്നത്. സിബി തിടുക്കത്തിൽ അങ്ങോട്ടേക്ക് ചെന്നപ്പോൾ അവരെല്ലാവരും രണ്ടു വശങ്ങളിലേക്കു മാറി നിന്നു.

വല്ലാത്തൊരു പൂപ്പൽ മണം തങ്ങിനിന്ന ഒരു പഴയ മുറി ആയിരുന്നു അത്. ആ മുറിയുടെ അരികിലായി പൊടിപിടിച്ചു കിടക്കുന്ന ഒരു പഴയ ബെഡിൽ റിയ സുഖമായി കിടന്നുറങ്ങുന്നുണ്ടായിരുന്നു. അവളെ കണ്ടതോടെ സിബിക്ക് തന്റെ ജീവൻ തിരിച്ചു കിട്ടിയ ആശ്വാസമായിരുന്നു.

തിടുക്കത്തിൽ അവൾക്കടുത്തേക്ക് ചെന്ന് സിബി അവളെ കുലുക്കി ഉണർത്താൻ ശ്രമിച്ചെങ്കിലും അവൾക്ക് ഒരനക്കവും ഉണ്ടായില്ല. ഇതെല്ലാം കണ്ടുകൊണ്ട് നിന്ന സിസ്റ്റർമാരിൽ ഒരാൾ കൊണ്ടുവന്ന വെള്ളം അവളുടെ മുഖത്തേക്ക് കുടഞ്ഞ് റിയയെ എഴുന്നേൽപ്പിക്കാൻ ശ്രമിക്കുന്നുണ്ടായിരുന്നു. കുറച്ചു നിമിഷങ്ങൾക്കൊടുവിൽ റിയ ചെറുതായി ഞരങ്ങിയതോടെ സിബി അവളെ എഴുന്നേൽപ്പിക്കാൻ ശ്രമിച്ചു.

'റിയാ.. എഴുന്നേൽക്ക്, നമുക്കുറൂമിലേക്ക് പോകാം.'

എത്രയും പെട്ടെന്ന് അവളെ റൂമിലേക്ക് കൊണ്ടുപോകണം എന്നായിരുന്നു അവന്റെ മനസ്സിൽ. ഒരു പക്ഷേ സിസ്റ്റർ ചോദിച്ചാൽ ഇതിനു മുൻപ് സംഭവിച്ച എല്ലാ കാര്യങ്ങളും ഇവിടെ വിശദീകരിക്കേണ്ടി വരും. അതുകൊണ്ടു തന്നെ തിടുക്കത്തിൽ അവൻ റിയയെ താങ്ങിപ്പിടിച്ച് പുറത്തേക്ക് നീങ്ങി.വാതിലിനടുത്തേക്ക് തിരിഞ്ഞ സിബി ചുവരിലെ ഒരു ഫോട്ടോ കണ്ട് ഞെട്ടിത്തരിച്ചു നിൽക്കുന്നത് സിസ്റ്റർ ശ്രദ്ധിച്ചു. അവർ പതുക്കെ അയാളുടെ അടുത്തേക്ക് ചെന്ന് ചോദിച്ചു.

'എന്താണ് ഡോക്ടർ?'

ഒരു സ്വപ്നത്തിൽ നിന്നെന്ന പോലെ ഉണർന്ന് സിബി അവരെ തന്നെ നോക്കിക്കൊണ്ട് ആ ഫോട്ടോയിലേക്ക് ചൂണ്ടി ചോദിച്ചു.

'ഇത് ആരൊക്കെയാണ്?'

'ഓ അതോ... നജീമയും സ്പന്ദനയുമാണ്. അവർ രണ്ടുപേരും ചെറുപ്പം മുതലേ വലിയ കൂട്ടുകാരായിരുന്നു.'

'ആ കുട്ടി ഇപ്പോൾ എവിടെയാണ്?'

തന്റെ ചോദ്യം കേട്ടതോടെ സിസ്റ്റർ ഒന്നു പതറുന്നത് സിബി വ്യക്ത

മായി കണ്ടു. ഒരു നിമിഷത്തെ ആലോചനക്കുശേഷം അവർ തിടുക്കത്തിൽ പറഞ്ഞു.

'അവളെ വേറെ ഒരു കുടുംബം ദത്തെടുത്തു അമേരിക്കയിലേക്ക് കൊണ്ടുപോയി.'

തുടർന്ന് അവർ മറ്റു സിസ്റ്റർമാർക്ക് നേരെ തിരിഞ്ഞു കൊണ്ട് പറഞ്ഞു.

' എല്ലാവരും പോയി കിടന്നുറങ്ങിക്കോളൂ... ഇവിടെ പ്രശ്നമൊന്നുമില്ല. ഡോക്ടർ ഭാര്യയെ കൊണ്ട് ചെന്ന് കിടത്തു. രാവിലെ ആറുമണിക്ക് ഇവിടത്തെ വണ്ടി റെയിൽവേ സ്റ്റേഷനിലേക്ക് പോകുന്നുണ്ട്. അതിൽ പോകാം നിങ്ങൾക്ക് രണ്ടുപേർക്കും.'

ഒന്നും പറയാതെ സിബി റിയയെ താങ്ങിപ്പിടിച്ചുകൊണ്ട് മുറിയിൽ നിന്നും പുറത്തേക്കിറങ്ങി നടന്നു. സിസ്റ്റർ പറഞ്ഞ ഓരോ വാക്കും പച്ചക്കള്ളം ആണെന്ന് അവനറിയാമായിരുന്നു. ദിവസങ്ങൾക്കു മുൻപ് പേരാവൂർ ഗവൺമെന്റ് ഹോസ്പിറ്റൽ മോർച്ചറിയിൽ വച്ച് തനിക്ക് മുന്നിൽ മരിച്ചു മരവിച്ചു ദ്രവിച്ചു തുടങ്ങിയ ശരീരമായി കിടന്ന ആ പെൺകുട്ടിയാണ് ഇപ്പോൾ അമേരിക്കയിൽ ദത്തുമകളായി ജീവിക്കുന്നുണ്ടെന്ന് സിസ്റ്റർ പറഞ്ഞത്. അതിനു പിറകിലെ കാരണം എന്തു തന്നെയായാലും ഇപ്പോൾ സിസ്റ്റർ തുറന്നു പറയില്ലെന്നും സിബിക്ക് വ്യക്തമായിരുന്നു. ഒന്നും മിണ്ടാതെ അവൻ റിയയെ താങ്ങിപ്പിടിച്ച് താഴേക്ക് നടന്നു.

റിയ കണ്ണു തുറക്കുമ്പോൾ പുലർ വെളിച്ചം വീണു തുടങ്ങിയിരുന്നു. എവിടെനിന്നോ ബാങ്ക് വിളി കേൾക്കുന്നുണ്ട്. ഇപ്പോഴും സിബിയുടെ കൈക്കുള്ളിൽ ആണ് താനെന്ന് അവന്റെ ഗന്ധം അറിഞ്ഞപ്പോഴാണ് അവൾ തിരിച്ചറിഞ്ഞത്. ചൊടികളിൽ ഊറിയ ഒരു മധുര പുഞ്ചിരിയോടെ അവൾ ഒന്നുകൂടി അവന്റെ നെഞ്ചിലേക്കു ചുരുണ്ടു കൂടി.

റിയയുടെ ചലനം തിരിച്ചറിഞ്ഞ സിബി ഒരു ഞെട്ടലോടെ അവളെ ഇറുകെ പിടിച്ചു കൊണ്ട് ചോദിച്ചു.

'എന്താടാ? തനിക്ക് എഴുന്നേൽക്കണോ?'

നിഷേധാർത്ഥത്തിൽ ഒന്നു കുറുകി കൊണ്ട് കൈകൾ ഉയർത്തി അവൾ അവന്റെ കഴുത്തിലൂടെ ചുറ്റിവരിഞ്ഞു. അർദ്ധരാത്രിയിൽ സംഭവിച്ചതൊന്നും അവളുടെ ഓർമ്മയിൽ ഇല്ലെന്ന് സിബിക്ക് മനസ്സിലായി. ഒന്നും പറയാതെ അവൻ അവളുടെ നെറുകയിൽ മൃദുവായി ചുംബിച്ചു കൊണ്ട് ചുമലിൽ തട്ടി...

സിബിയും റിയയും പോകാൻ ഒരുങ്ങുമ്പോഴാണ് സിബിയുടെ ഫോൺ റിങ് ചെയ്തത്. ഷാജഹാൻ സാർ ആണെന്ന് കണ്ടതോടെ അ

വൻ പെട്ടെന്ന് തന്നെ കോൾ എടുത്തു.

'സിബി സേഫ് ആയി തിരികെ വരാൻ നോക്കൂ... എന്തോ ഒരു കളി നടക്കുന്നുണ്ട്. അന്വേഷണം തൽക്കാലം ഫ്രീസ് ചെയ്തിരിക്കുകയാണ്. ക്രൈംബ്രാഞ്ചിന് കൈമാറാനാണ് എന്നൊക്കെ പറയുന്നുണ്ടെങ്കിലും ഞങ്ങളുടെ അന്വേഷണം കൃത്യമായ വഴിയിൽ തന്നെയാണെന്ന് ഞങ്ങൾക്കുറപ്പുണ്ട്. ഒരുപക്ഷേ അതുകൊണ്ടുമാവാം...'

മറ്റൊന്നും പറയുകയോ കേൾക്കുകയോ ചെയ്യാതെ സാർ ഫോൺ വച്ചു കഴിഞ്ഞിരുന്നു. അവന് എന്തോ അപകടം മണത്തു തുടങ്ങിയിരുന്നു. എങ്കിലും റിയയോട് അതിനെപ്പറ്റി ഒന്നും സൂചിപ്പിക്കാതെ രണ്ടു പേരും തയ്യാറായി പോകാൻ ഇറങ്ങി.

'താൻ ഇവിടെ ഇരിക്കൂ! ഞാനൊന്നു സിസ്റ്ററെ കണ്ടു വരാം...'

എന്നു പറഞ്ഞു പുറത്തേക്ക് ഇറങ്ങിയ സിബി കണ്ടത് തങ്ങളുടെ മുറിയിലേക്ക് വരുന്ന സിസ്റ്ററെയാണ്. അവരുടെ കണ്ണുകളിലെ പരിഭ്രമത്തിന്റെ പിടപ്പ് മനസ്സിലാകാത്തത് പോലെ അവൻ പറഞ്ഞു.

'സിസ്റ്റർ. ഞങ്ങൾ ഇപ്പോൾ പോവുകയാണ്. ദൈവനാമത്തിൽ തിരുവസ്ത്രം ധരിച്ച നിങ്ങൾ ഞങ്ങളോട് മറച്ചുപിടിച്ച സത്യങ്ങൾ ഇന്നല്ലെങ്കിൽ നാളെ ദൈവത്തിനോടും നിയമത്തിനോടും തുറന്നു പറയേണ്ടി വരും.'

'ഡോക്ടർ എന്താണീ പറയുന്നത്? അറിയുന്ന കാര്യങ്ങളെല്ലാം ഞാൻ നിങ്ങളോട് ഷെയർ ചെയ്തിട്ടുണ്ട്. സത്യത്തിൽ നിങ്ങൾ ഡോക്ടർ തന്നെയാണോ?'

'അതല്ലല്ലോ സിസ്റ്റർ ഇവിടുത്തെ വിഷയം.ഈ തിരുവസ്ത്രമണിഞ്ഞ് ഇങ്ങനെ കളവു പറയാൻ നിങ്ങൾക്ക് ലജ്ജയില്ലേ? അമേരിക്കയിൽ ദത്തെടുക്കപ്പെട്ട നജീമയുടെ ശവശരീരം മോർച്ചറിയിൽ കിടക്കുന്നത് കണ്ടിട്ടാണ് ഞങ്ങൾ ഇങ്ങോട്ടേക്ക് വന്നത്. എല്ലാം അറിഞ്ഞു വന്ന ഞങ്ങളോട് തന്നെ ഇത്രയും വലിയ നുണ പറയാൻ നിങ്ങൾക്ക് എങ്ങനെ കഴിയുന്നു?'

അവരുടെ മുഖം വിളറി വെളുക്കുന്നത് കണ്ടപ്പോൾ തന്നെ അവരിൽ നിന്നും ബാക്കി സത്യങ്ങൾ പുറത്തുവരും എന്ന് സിബിക്ക് അറിയാമായിരുന്നു.

'ഡോക്ടർ അതു പുറത്തു പറയാൻ കഴിയാത്ത ചില പ്രശ്നങ്ങൾ ഉള്ളതു കൊണ്ടാണ് ഞാൻ മറച്ചുവെച്ചത്.'

'നിങ്ങൾ അത് പറഞ്ഞാലും ഇല്ലെങ്കിലും തീർച്ചയായും ഇന്നല്ലെങ്കിൽ നാളെ സത്യം വെളിച്ചത്ത് വരും സിസ്റ്റർ. പക്ഷേ അദൃശ്യമായി

എന്റെ റിയയുടെ കൂടെ കൂടിയ ഒരു ആത്മാവിന് നിത്യശാന്തി നേടിക്കൊടുക്കാനുള്ള ശ്രമത്തിലാണ് ഞങ്ങൾ. അറിയുന്നതു പറഞ്ഞാൽ ഈയൊരു അവസ്ഥയിൽ ഞങ്ങൾക്ക് ഏറ്റവും വലിയ സഹായമായിരിക്കും അത്.'

'ആ പെൺകുട്ടികൾ രണ്ടുപേരും വളർന്നുവരുന്ന പ്രായത്തിൽ ശരിയല്ലാത്ത ഒരു ബന്ധമുണ്ടായിരുന്നു ഡോക്ടർ.'

' ആരുമായിട്ട്.?'

'അവർ പരസ്പരം തന്നെ..! മഠത്തിലെ അടുക്കളക്കാരി ചേട്ടത്തിയാണ് കയ്യോടെ പിടിച്ചത്. അങ്ങനെയുള്ള വിഷയങ്ങൾ ഇടയ്ക്കിടെ മഠത്തിൽ പതിവാണ്. അതുകൊണ്ടു തന്നെ പതിവു താക്കീതുകൾക്കൊടുവിൽ രണ്ടുപേരെയും രണ്ടു റൂമിലേക്ക് മാറ്റിയെങ്കിലും സ്പന്ദന വല്ലാത്ത തന്റേടം ഉള്ള കുട്ടിയായിരുന്നു. അവൾ ആരെയും കൂട്ടാക്കാതെ നജീമയുടെ മുറിയിലേക്ക് വീണ്ടും താമസം മാറി. അതൊരു പാവം കുട്ടിയായിരുന്നു. സ്പന്ദനയെ അവൾക്ക് വല്ലാത്ത ഭയമായിരുന്നു. രണ്ടുപേരും അന്ന് ടാറ്റാ ഷോറൂമിൽ സെയിൽസ് ഗേൾസ് ആയിട്ടാണ് ജോലി ചെയ്തിരുന്നത്. അവിടെവെച്ച് ഒരു പയ്യനുമായി പ്രണയത്തിലായത് നജീമയാണ്. അതിന്റെ പേരിൽ സ്പന്ദന മഠത്തിൽ വലിയ പ്രശ്നങ്ങൾ ഉണ്ടാക്കി. അവളാണ് നേരിട്ട് പള്ളിയിൽ പോയി അച്ചന് നജീമയുടെ പ്രണയം ഒറ്റിക്കൊടുത്തത്. അന്ന് രാത്രി നജീമയെ ചോദ്യം ചെയ്യാൻ വേണ്ടി പള്ളിയിലേക്ക് വിളിപ്പിച്ചിരുന്നു...'

അവിടെ വരെ എത്തിയപ്പോഴേക്കും സിസ്റ്ററുടെ സ്വരം താഴ്ന്നു. സിബിക്ക് ഏറെക്കുറെ കാര്യങ്ങൾ വ്യക്തമായി വരികയായിരുന്നു.

'എന്നിട്ട്..?'

മുഖത്തെ വിയർപ്പ് തുടച്ചുകൊണ്ട് നേർത്ത ശബ്ദത്തിൽ സിസ്റ്റർ തുടർന്നു.

'ഇവിടെ ചോദ്യം ചെയ്യൽ,എന്നാൽ കുറച്ചു കഠിനമായ രീതിയിലാണ്. അതുകൊണ്ടു തന്നെ പിറ്റേന്ന് രാവിലെ നജീമക്ക് തീരെ വയ്യാതായി. ഒറ്റിക്കൊടുത്തപ്പോൾ അവളുടെ പ്രണയം തകരണം എന്നു മാത്രമേ സ്പന്ദന ആഗ്രഹിച്ചിരുന്നുള്ളൂ.

പക്ഷേ നജീമയുടെ അവസ്ഥ കണ്ടപ്പോൾ അവൾക്ക് ആകെ ഭ്രാന്ത് പിടിച്ചതുപോലെ ആയി. അപ്പോൾ തന്നെ സ്പന്ദന നജീമയെയും കൊണ്ട് ഇവിടെ നിന്നിറങ്ങി.

പിന്നീട് കുറച്ചു മാസങ്ങൾക്ക് ശേഷം നജീമയെ ഷോപ്പിലുള്ള ആ യുവാവ് വിവാഹം കഴിച്ച വിവരം ഞങ്ങൾ അറിഞ്ഞിരുന്നു. പക്ഷേ അ

പ്പോഴും സ്പന്ദന അവരുടെ കൂടെ തന്നെ ഉണ്ടായിരുന്നു. അവളും ശിവ മണിയും തമ്മിലാണ് പ്രണയം എന്ന രീതിയിൽ ആയിരുന്നു പുറത്തൊക്കെ വാർത്ത പരന്നത്. ഈയൊരു വിഷയത്തിൽ അധികം കൈകടത്തിയാൽ ഞങ്ങൾക്കും നല്ലതല്ലെന്ന ബോധമുള്ളതുകൊണ്ട് പിന്നീട് ആ ഭാഗത്തേക്ക് ഞങ്ങളും ആലോചിച്ചില്ല...'

'തുറന്നു പറഞ്ഞതിന് നന്ദി സിസ്റ്റർ... ഞാൻ ഒരു കാര്യം ചോദിച്ചോട്ടെ? ഇവിടെ പഠിച്ചു വളരുന്ന കുട്ടികൾ ജോലി കിട്ടി പുറത്തു പോയി കഴിഞ്ഞാൽ പിന്നെ അവരെപ്പറ്റി നിങ്ങൾ അന്വേഷിക്കാറില്ലേ?'

'ഇല്ല... ഇവിടെ അടുത്ത് എവിടെയെങ്കിലും ജോലി ചെയ്യുന്ന കുട്ടികളാണെങ്കിൽ മഠത്തിൽ തന്നെയാണ് താമസിക്കുക. അല്ലാത്ത കുട്ടികളിൽ ഭൂരിഭാഗം പേരും സ്വന്തം കാലിൽ നിന്നു തുടങ്ങിയാൽ പിന്നെ അവരുടെ യാതനകൾ നിറഞ്ഞ ഭൂതകാലത്തെ മറന്നു കളയാറാണ് പതിവ്...'

താൻ വിചാരിച്ചതിനേക്കാൾ വളരെ വലിയൊരു ശൃംഖല തന്നെയാണ് ഇതിനുപിന്നിൽ പ്രവർത്തിക്കുന്നതെന്ന് സിബിക്ക് ഏറെക്കുറെ മനസ്സിലായി കൊണ്ടിരിക്കുകയായിരുന്നു.

തിരിഞ്ഞു നടക്കാൻ ആഞ്ഞ അവനെ പിറകിൽ നിന്നും വിളിച്ചുകൊണ്ട് സിസ്റ്റർ കല്ലിച്ച ശബ്ദത്തിൽ പറഞ്ഞു.

'അവസാനമായി ഒരു കാര്യം കൂടി ഡോക്ടർ.. ആ കുട്ടികളെ അന്വേഷിച്ചാണ് നിങ്ങൾ വന്നതെന്ന് അറിഞ്ഞപ്പോൾ തന്നെ എനിക്ക് മനസ്സിലായിരുന്നു വരാൻ പോകുന്ന അപകടം എന്താണെന്ന്. പിശാചുക്കളുടെ മക്കളാണവർ. സ്വന്തം ജീവിതം നോക്കി തിരിച്ചു പോകുന്നതാണ് നിങ്ങൾ രണ്ടുപേർക്കും നല്ലത്.'

പറഞ്ഞു തീരുന്നതിനു മുൻപ് തന്നെ സിസ്റ്റർ തിരിഞ്ഞു നടന്നു കഴിഞ്ഞിരുന്നു.

# അധ്യായം 23

'ഇന്നലെ രാത്രി ഞാൻ ഇറങ്ങി പോയില്ലേ സിബിച്ചാ? '

'എന്തേ തനിക്ക് ഇപ്പോൾ അങ്ങനെ ഒരു സംശയം? '

'അല്ല... എന്റെ കഴുത്തിലെ കൊന്ത കാണുന്നില്ല. കഴിഞ്ഞപ്രാവശ്യം സിസ്റ്റർ എന്റെ കഴുത്തിൽ കൊന്ത ഇട്ടു തന്നതിനു ശേഷം ഞാൻ രാത്രി പുറത്തിറങ്ങി പോവാറില്ല. ഒടുവിൽ മനഃപ്പൂർവ്വം കൊന്ത അഴിച്ചു വെച്ച് കിടന്ന ദിവസമാണ് ഞാൻ വീണ്ടും സെമിത്തേരിയിലേക്ക് പോയത്.

പക്ഷേ ഇന്നലെ ഞാൻ മനഃപ്പൂർവ്വം അഴിച്ചിട്ടില്ല. എന്നാലും അഴിഞ്ഞുപോയ സ്ഥിതിക്ക് ഞാൻ ഇറങ്ങി പോയിട്ടുണ്ടാവില്ലേ?'

തിരിച്ചുള്ള യാത്രയിൽ ട്രെയിനിൽ ഇരുന്നു സംസാരിക്കുകയായിരുന്നു ഇരുവരും. സംഭവിച്ചതെല്ലാം അവൾ അറിഞ്ഞിരിക്കണം എന്ന് സിബിക്ക് അറിയാമായിരുന്നെങ്കിലും രാവിലത്തെ തിടുക്കത്തിനിടയിൽ ഒന്നും പറയാൻ കഴിഞ്ഞില്ല.

'തന്റെ സംശയങ്ങൾ എല്ലാം ശരിയായിരുന്നെടോ. ഇന്നലെ രാത്രി താൻ ഉറക്കത്തിൽ അവിടെ നിന്ന് എഴുന്നേറ്റ് മറ്റൊരു മുറിയിൽ പോയി കിടന്നു. അത് നമ്മൾ മോർച്ചറിയിൽ വച്ച് കണ്ട ബോഡിയുടെ ഉടമയായ പെൺകുട്ടിയുടെതായിരുന്നു. അവളുടെ പേര് നജീമ. അറിഞ്ഞിടുത്തോളം ഇനിയും ഒരു ഡെഡ്ബോഡി കൂടി ആ സെമിത്തേരിയിൽ ഉണ്ടാവും. അതാവും നീ കാണുന്ന പെൺകുട്ടി. മൂന്നു പേരാണ് ഒരേസമയം കൊല്ലപ്പെട്ടിരിക്കുന്നത്. മൂന്നും അനാഥ കുട്ടികൾ. അതുകൊണ്ടുതന്നെ അവർക്കുവേണ്ടി ചോദിക്കാനോ പറയാനോ ആരും ചെന്നിട്ടില്ല. അത് കൃത്യമായി അറിയുന്ന ഏതോ ഒരു സംഘം തന്നെയാണ് ഇതിന് പുറകിൽ.'

പുതുതായി തുറന്നുവന്ന സത്യത്തിനു മുന്നിൽ കുറച്ചു സമയം റിയ പകച്ചിരുന്നു പോയി. നിമിഷങ്ങൾ നീണ്ടുനിന്ന ആലോചനക്കൊടുവിൽ അവൾ ചോദിച്ചു

'ഇനി നമ്മൾ എന്താണ് ചെയ്യുക?ആ സെമിത്തേരിയിൽ ബോഡി ഉ

ണ്ടോ എന്ന് എങ്ങനെ അറിയും?'

സിബിയും അതുതന്നെയായിരുന്നു ആലോചിക്കുന്നത്. ഇനി അധിക ദൂരം ഈ കേസിനു പുറകെ സഞ്ചരിക്കുന്നത് സുരക്ഷിതമല്ലെന്ന് അവന് മനസ്സിലായിരുന്നു.

'ആദ്യം തന്റെ മമ്മിയെ ഒന്ന് കാണണം. മിക്കവാറും നമ്മുടെ എല്ലാ സംശയങ്ങൾക്കും ഉള്ള ഉത്തരം അവിടെ നിന്നു കിട്ടും. കിട്ടിയില്ലെങ്കിൽ അതിന്റെ ബാക്കി നമുക്ക് ചെയ്യാം...'

ഒന്നും മനസ്സിലാവാതെ തന്നെ ഉറ്റു നോക്കിനിൽക്കുന്ന റിയയുടെ കഴുത്തിലെ ദന്തക്ഷതം ഏറ്റ പാടുകൾ അപ്പോഴാണ് സിബി ശ്രദ്ധിച്ചത്. വല്ലായ്മയോടെ അതിനുമുകളിൽ വിരൽ തൊട്ടുകൊണ്ട് അവൻ ചോദിച്ചു.

'വേദനയുണ്ടോ നിനക്ക്?...'

ഒരു പുഞ്ചിരിയോടെ അവനെ നോക്കിയ റിയ നിഷേധാർത്ഥത്തിൽ തലയാട്ടിക്കൊണ്ട് പുറത്തേക്ക് മുഖം തിരിച്ചു. സിബി അവളുടെ അരികിലേക്ക് നീങ്ങിയിരുന്ന് ചുമലിലൂടെ കൈയിട്ട് തന്നിലേക്ക് ചേർത്തുപിടിച്ചുകൊണ്ട് ചോദിച്ചു.

'ഇന്നലെ അങ്ങനെ ഒക്കെ സംഭവിക്കുമെന്ന് ഞാനും തീരെ പ്രതീക്ഷിച്ചില്ല. നിന്റെ മമ്മിയോട് നമ്മുടെ കാര്യം കൂടി സംസാരിക്കണം. താൻ വിഷമിക്കേണ്ട.'

'എനിക്കെന്തിനാ വിഷമം? എനിക്ക് സന്തോഷമേയുള്ളൂ... ഒരു ദിവസമെങ്കിൽ ഒരു ദിവസം നേരത്തെ എനിക്ക് സിബിച്ചന്റെ കൂടെ ജീവിക്കണം. എത്രനാൾ എന്നറിയാതെ ജീവിക്കുന്ന എനിക്ക് കളയാൻ ഒരു നിമിഷം പോലുമില്ല...'

'ഇതുപോലെ എന്നോട് സംസാരിക്കരുതെന്ന് തന്നോട് ഞാൻ മുൻപേ പറഞ്ഞിട്ടുണ്ട്. തന്റെ ആരോഗ്യത്തെ പറ്റി ഒരു ഡോക്ടർ ആയ എന്നോട് പറഞ്ഞു തരേണ്ട കാര്യമില്ല.'

സിബിയുടെ മുഖം മാറുന്നത് കണ്ട റിയ പെട്ടെന്ന് തന്നെ വിഷയം മാറ്റി.

'മമ്മി നമ്മളോട് സത്യം പറഞ്ഞില്ലെങ്കിൽ എന്താ ചെയ്യുക? നെക്സ്റ്റ് പ്ലാൻ എന്താണ്?'

'നോക്കാം നമുക്ക്! ആദ്യം താൻ മമ്മിയെ വിളിച്ച് എവിടെയാണ് ഉള്ളത്? എന്ന് ചോദിക്കു നമുക്ക് അങ്ങോട്ടേക്ക് പോകാം.'

*****

എറണാകുളത്തെ റിയയുടെ പപ്പയുടെ പുതിയ ഫ്‌ളാറ്റിൽ വച്ചായിരുന്നു സിബിയും റിയയും സാമും സോണിയയും ആയുള്ള കൂടിക്കാഴ്ച. മകളെ കാത്തുനിൽക്കുന്ന അച്ഛനമ്മമാരുടെ പതിവ് സ്നേഹ പ്രകടനങ്ങൾക്ക് ശേഷം റിയയെയും കൊണ്ട് മമ്മി അകത്തേക്കും സിബിയേയും കൊണ്ട് സാം സാർ ബാൽക്കണിയിലേക്കും നടന്നു. ബാൽക്കണിയുടെ റെയിലിങ്ങിൽ പിടിച്ചുകൊണ്ട് സിബി പുറത്തേക്കു നോക്കി. സിറ്റിയുടെ ഹൃദയഭാഗത്ത് ആയതു കൊണ്ട് അതിമനോഹരമായ എറണാകുളം ടൗണിന്റെ നല്ലൊരു വ്യൂ തന്നെ ഏഴാം നിലയിലെ ആ ബാൽക്കണിയിൽ നിന്ന് നോക്കിയാൽ കാണാമായിരുന്നു.

'ഓക്കെ സിബി... പറയൂ എന്താണ് വിശേഷങ്ങൾ?'

മുഖവുരയില്ലാതെയുള്ള സാം സാറിന്റെ ചോദ്യം കേട്ട് സിബി ഒന്ന് തിരിഞ്ഞു നിന്നു.

'ഇത്രയും ദൂരം സഞ്ചരിച്ച് കൊണ്ട് താങ്കൾ ഇവിടെ വരണമെങ്കിൽ അതിനു പിറകിൽ എന്തെങ്കിലും കാരണമുണ്ടാവുമെന്ന് എനിക്ക് ഊഹിക്കാം.'

'അതെ സാർ.. കുറച്ചു പ്രശ്നങ്ങൾ ഉണ്ട്. അത് വിശദീകരിക്കുന്നതിനു മുൻപായി റിയക്ക് ആരുടെ ഹൃദയമാണ് മാറ്റിവെച്ചത് എന്ന് ഒന്നറിഞ്ഞാൽ കൊള്ളാമെന്നുണ്ട്. അറിയാം, ചിലർക്ക് അത് ഷെയർ ചെയ്യാൻ ബുദ്ധിമുട്ടുണ്ടാവും. പക്ഷേ ഒരു ഡോക്ടർ എന്ന നിലയിലെങ്കിലും എനിക്ക് അതിനെക്കുറിച്ച് അറിയണമെന്നുണ്ട്.'

പഴുതുകൾ അടച്ചുള്ള സിബിയുടെ ചോദ്യം സാം സാറിനെ ഒന്ന് ചിന്തിപ്പിച്ചു.

'അതിനെക്കുറിച്ച് പറയാൻ ഞങ്ങൾക്ക് താല്പര്യമില്ല ഡോക്ടർ. ആ ഡോണറുടെ യാതൊരുവിധ വിവരങ്ങളും വെളിപ്പെടുത്തില്ലെന്ന് ഞങ്ങൾ അവരുടെ റിലേറ്റീവ്സിന് വാക്കു കൊടുത്തിരുന്നു.'

റിയയെയും കൊണ്ട് അങ്ങോട്ടേക്ക് വന്ന സോണിയ മാമിന്റെതായിരുന്നു ആ വാക്കുകൾ. അവരുടെ രണ്ടുപേരുടെയും പ്രവർത്തികൾ കാണുമ്പോൾ അവർ തങ്ങളുടെ ഈ ഒരു വരവിനു വേണ്ടി ദിവസങ്ങളായി കാത്തുനിന്നതുപോലെ തോന്നി സിബിക്ക്. ഇനി എന്താണ് പറയേണ്ടതെന്ന് അറിയാതെ ആലോചിച്ചു നിൽക്കുന്ന സിബിയോട് സാം സാർ പറഞ്ഞു.

'റിയ ഞങ്ങളുടെ മകളാണ് അവളുടെ ഇഷ്ടപ്രകാരമാണ് ആ ഉൾഗ്രാമത്തിൽ അവളെ ഞങ്ങൾ കൊണ്ടുവന്ന് ചേർത്തത്. എന്ന് കരുതി അവളുടെ കാര്യങ്ങൾ ഞങ്ങൾ അറിയുന്നില്ലെന്ന് നിങ്ങൾ രണ്ടുപേരും

കരുതരുത്...'

പറഞ്ഞു നിർത്തിയ ശേഷം റിയയുടെ അരികിലേക്ക് ചെന്ന് അവളുടെ ചുമലിൽ പിടിച്ചുകൊണ്ട് അയാൾ തുടർന്നു.

'നിനക്ക് ഡോക്ടറെ ഇഷ്ടമാണെന്ന് ഞങ്ങൾക്ക് അറിയാം.. ഡോക്ടറെ പറ്റി ഞങ്ങൾ വിശദമായി അന്വേഷിച്ചു. നമ്മുടെ നിലയ്ക്കും വിലയ്ക്കും തികച്ചും അനുയോജ്യമായ ഒരാളെ തന്നെയാണ് നീ തിരഞ്ഞെടുത്തത്. അതുകൊണ്ടുതന്നെ ഈ ഒരു ബന്ധത്തിൽ എനിക്കോ നിന്റെ മമ്മിക്കോ യാതൊരുവിധ എതിർപ്പുമില്ല.

പൂർണ്ണ മനസ്സോടെയാണ് നിന്നെ സ്നേഹിച്ചതെങ്കിൽ ഡോക്ടർക്ക് കാര്യങ്ങൾ മനസ്സിലാവും. നിങ്ങൾക്ക് രണ്ടുപേർക്കും എപ്പോഴാണോ താൽപര്യം ആ നിമിഷം വിവാഹം നടത്താൻ ഞങ്ങൾ ഒരുക്കമാണ്. അതുകൊണ്ട് അനാവശ്യമായ കാര്യങ്ങളിൽ ചെന്നു വീണ് ബുദ്ധിമുട്ടുകൾ ഉണ്ടാക്കാതെ നല്ലൊരു കുടുംബം കെട്ടിപ്പടുക്കാൻ നോക്കൂ രണ്ടുപേരും.'

തീർത്തും അപ്രതീക്ഷിതമായി അങ്ങനെയൊരു സംസാരം അവിടെ ഉണ്ടായതോടെ റിയക്ക് സന്തോഷം അടക്കാൻ ആയില്ല. പതുക്കെ മമ്മിയോട് കാര്യങ്ങൾ അവതരിപ്പിച്ച ശേഷം പപ്പയെ അറിയിക്കാം എന്നൊക്കെയാണ് അവൾ പ്ലാൻ ചെയ്തിരുന്നത്. പക്ഷേ യാതൊരുവിധ ടെൻഷനും ഇല്ലാതെ ഒരു വലിയ പ്രശ്നം എളുപ്പത്തിൽ തീരുമാനമായിരിക്കുന്നു. അവൾ മുഖം തിരിച്ചു സിബിയെ നോക്കി. അവന്റെ മുഖത്തും സന്തോഷമാണ്. എങ്കിലും എന്തൊക്കെയോ സംശയങ്ങൾ ഇപ്പോഴും ചോദിക്കാൻ ബാക്കി നിൽക്കുന്നു. അതു മനസ്സിലാക്കിയിട്ടെന്ന വണ്ണം റിയയുടെ പപ്പ പറഞ്ഞു.

'എനിക്ക് സിബിയുടെ മനസ്സിൽ എന്താണെന്ന് ഊഹിക്കാൻ കഴിയും! പക്ഷേ ആ ഒരു സമയത്ത് ഞങ്ങൾക്ക് മുന്നിൽ വേറെ വഴികൾ ഉണ്ടായിരുന്നില്ല. ഞങ്ങളുടെ മകളുടെ ജീവനേക്കാൾ വലുതല്ലല്ലോ മറ്റൊന്നും. അതുകൊണ്ടാണ് അവരുടെ ഇഷ്ടത്തിന് വിട്ടുകൊടുത്തത്.'

സാം സാർ പറയുന്നത് പകുതി കളവാണെന്ന് സിബിക്ക് അറിയാമായിരുന്നു. പക്ഷേ അതിനെ എതിർക്കാനുള്ള ചോദ്യങ്ങളൊന്നും തന്റെ കയ്യിലില്ല.

'ഏതായാലും നമുക്ക് കഴിക്കാം. എത്ര ദിവസമായി നമ്മൾ ഒരുമിച്ച് ആഹാരം കഴിച്ചിട്ട്.'

സോണിയ മാഡത്തിന്റെ ചോദ്യത്തോടെ എല്ലാവരുടെയും ശ്രദ്ധ അങ്ങോട്ടേക്കായി. വിഭവ സമൃദ്ധമായ ഒരു സദ്യ തന്നെ അവർക്ക് വേണ്ടി

അന്നവിടെ തയ്യാറാക്കിയിട്ടുണ്ടായിരുന്നു.

'മോൾക്ക് ഇന്ന് തന്നെ പോകണോ? രണ്ടുദിവസം കഴിഞ്ഞു പോയാൽ പോരെ?'

'മമ്മി എത്ര ദിവസം ഉണ്ട് ഇവിടെ?'

'മമ്മിക്ക് നാളെ ഒന്ന് ഹോസ്പിറ്റലിലേക്ക് പോണം മോളെ. അവിടെ ചില പ്രശ്നങ്ങൾ ഉണ്ട്. അതിനു കൂടി വേണ്ടിയാണ് മമ്മിയും പപ്പയും വന്നത്. വൈകുന്നേരം ഇങ്ങോട്ടേക്ക് തന്നെ വരും. രണ്ടുദിവസം കഴിഞ്ഞ് നമുക്ക് ഒരുമിച്ചു പോകാം കണ്ണൂരിലേക്ക്. ഞങ്ങൾക്ക് സിബിയുടെ വീടൊക്കെ ഒന്ന് കാണാമല്ലോ.'

'അത് വാടകവീടാണ്. തൽക്കാലത്തേക്ക് ഹോസ്പിറ്റലിൽ നിന്ന് തന്നതാണ് ആ വീട്.'

സിബിയുടെ മറുപടികേട്ട് സാം സാർ പറഞ്ഞു.

'അറിയാം.. എന്നാലും ഞങ്ങൾ ഒന്നു വന്ന് പരിചയപ്പെട്ടൊക്കെ ഇരിക്കാമല്ലോ...'

ആകെ കുഴങ്ങി റിയ മുഖം തിരിച്ച് സിബിയെ നോക്കി. അവന്റെ മുഖത്തും സമ്മതഭാവം ആയിരുന്നു. അതവൾക്ക് അത്ര ഇഷ്ടപ്പെട്ടില്ലെങ്കിലും മമ്മിയും പപ്പയും കൂടി തന്റെ കൂടെ വരുമെന്ന് കേട്ടപ്പോൾ അവൾക്ക് എതിർക്കാൻ തോന്നിയില്ല.

'മോളെ! കഴിച്ചു കഴിഞ്ഞ് സിബിക്ക് ഫ്ളാറ്റ് ഒക്കെ ഒന്ന് കാണിച്ചു കൊടുക്ക്...'

സിബി കൈകഴുകാൻ എഴുന്നേൽക്കുമ്പോഴേക്കും റിയയും അവനോടൊപ്പം എഴുന്നേറ്റ് കൈ കഴുകി.

നാലു ബെഡ്റൂമുകൾ ഉള്ള ഒരു ലക്ഷ്വറി അപ്പാർട്ട്മെന്റ് തന്നെയായിരുന്നു അത്. അവിടെ ഇന്റീരിയറിനായി ഉപയോഗിച്ചിട്ടുള്ള പല പെയിന്റിങ്ങുകളും റിയ വരച്ചതാണെന്ന അറിവ് സിബിയെ അതിശയിപ്പിച്ചു.

'എന്നാലും സിബിച്ചന് എന്നെ ഇവിടെ വിട്ടിട്ടു പോകാൻ തീരെ വിഷമമില്ലേ?'

ആലിലക്കണ്ണന്റെ ഒരു വലിയ പെയിന്റിംഗ് നോക്കിനിൽക്കുകയായിരുന്ന സിബി റിയയുടെ ചോദ്യം കേട്ട് തിരിഞ്ഞു നോക്കി.

ആ കാപ്പിപ്പൊടി കണ്ണുകളിൽ നിറയെ പരിഭവവുമായി മുഖം വീർപ്പിച്ചു നിൽക്കുകയാണ് അവൾ. ഒരു പുഞ്ചിരിയോടെ അവൾക്ക് നേരെ തിരിഞ്ഞ് ചുമലിൽ കൈവച്ചുകൊണ്ട് സിബി പറഞ്ഞു.

'അതുകൊണ്ടല്ല എന്റെ പൊന്നേ! നിന്റെ പപ്പയും മമ്മിയും അല്ലേ? അവർക്കും ഉണ്ടാവില്ലേ നിന്റെ കൂടെ നിൽക്കാൻ ആഗ്രഹം? ഞാനാ

യിട്ട് അതിന് തടസ്സം നിൽക്കണം എന്നാണോ നീ പറയുന്നത്?

താൻ ഇവിടെ രണ്ടു ദിവസം മമ്മിയെ പറ്റി കൂടി നിൽക്ക്, എന്നിട്ട് പറ്റുമെങ്കിൽ എങ്ങനെയെങ്കിലും ഡോണറുടെ പേര് കണ്ടുപിടിക്കാൻ നോക്ക്. ഇല്ലെങ്കിൽ നമ്മൾ ഇത്രയും ചെയ്തതിന് ഒരുഫലവും ഇല്ലാതെ ആയിപ്പോകും.'

'ആഹാ രണ്ടുപേരും ഇവിടെയുണ്ടായിരുന്നോ? മോളെ മമ്മി വിളിക്കുന്നുണ്ട്.'

അങ്ങോട്ടേക്ക് വന്ന സാം സാറിന്റെ വാക്കുകൾ കേട്ട് റിയ വേഗം പുറത്തേക്കിറങ്ങിപ്പോയി. നടന്നകലുന്ന അവളെ തന്നെ ശ്രദ്ധിച്ചുകൊണ്ട് സാം സാർ സിബിയുടെ അടുത്തേക്ക് വന്നു ചോദിച്ചു.

'സിബിയുടെ പേരന്റ്സ് ആക്സിഡന്റിൽ കൊല്ലപ്പെട്ടതാണ് അല്ലേ?'

'അതെ സാർ...'

ഒരു നിമിഷത്തെ നിശബ്ദതയ്ക്കുശേഷം അയാൾ തുടർന്ന് ചോദിച്ചു.

'പപ്പയ്ക്ക് ഹാർട്ട് ട്രാൻസ്പ്ലാന്റേഷൻ നടത്തിയിരുന്നു! എന്നിട്ടും തിരിച്ചു കിട്ടിയില്ല അല്ലേ?'

'ഇല്ല. കുറച്ചു ദിവസങ്ങൾ ചെറിയൊരു പ്രതീക്ഷ ഉണ്ടായിരുന്നു. പിന്നെ ആളങ്ങ് പോയി...'

സിബിയുടെ ദുഃഖത്തിൽ പങ്കുചേരുന്നതു പോലെ കുറച്ചുനിമിഷങ്ങൾ നിശ്ശബ്ദനായി നിന്ന ശേഷം സാം സാർ ചോദിച്ചു.

'ആരായിരുന്നു ഡോണർ?'

അപ്പോഴാണ് സിബി ആ ചോദ്യത്തിന്റെ ഉത്തരം എന്താണെന്ന് ആലോചിച്ചത്.

അന്നത്തെ ആ അവസ്ഥയിൽ ഒരു ഹൃദയം ലഭിക്കുക എന്നത് തന്നെ വലിയ കാര്യമായിരുന്നു. 30 ലക്ഷം രൂപയോ മറ്റോ ആണെന്ന് തോന്നുന്നു ഹോസ്പിറ്റലിൽ അടച്ചത്. ആരാണെന്നോ എന്താണെന്നോ ഉള്ള ചോദ്യം ഒന്നും അപ്പോൾ ഉണ്ടായില്ല.

എല്ലാം ഹോസ്പിറ്റൽ തന്നെയാണ് ഡീൽ ചെയ്തത്. സർജറി കഴിഞ്ഞ് ദിവസങ്ങൾക്കുള്ളിൽ തന്നെ പപ്പ മരിച്ചു പോയതുകൊണ്ട് പിന്നീട് താനും അതിനെപ്പറ്റി ആലോചിച്ചിട്ടില്ല.

ഒന്നും പറയാനാവാതെ ചിന്തയിലാണ്ടു നിൽക്കുന്ന സിബിയുടെ ചുമലിൽ കൈവെച്ച് ഒന്ന് തട്ടിക്കൊണ്ട് സാം സാർ പറഞ്ഞു.

'അറിയില്ല അല്ലേ! അതുതന്നെയാണ് ഞങ്ങളുടെ അവസ്ഥയും. ആ ഒരു സിറ്റുവേഷനിൽ അവളുടെ ജീവനു മാത്രമാണ് ഞങ്ങൾ പ്രാധാന്യം കൽപ്പിച്ചത്. മറ്റാർക്കും മനസ്സിലായില്ലെങ്കിലും അത് സിബിക്ക് മന

സ്സിലാകുമെന്ന് ഞാൻ കരുതുന്നു.'

വെറും ഒറ്റ സംസാരം കൊണ്ട് അയാൾ തന്റെ സകല ചോദ്യങ്ങൾക്കും ഉത്തരം തന്നു തിരിഞ്ഞു നടന്നു പോകുന്നതും നോക്കി സിബി ഒന്നും പറയാനാവാതെ നിന്നു. ഒരുപക്ഷേ അയാൾ പറഞ്ഞതാവാം ശരിയെന്ന് അവന് അപ്പോൾ തോന്നുന്നുണ്ടായിരുന്നു...

# അധ്യായം 24

സിബി പോയി ഫ്ളാറ്റിൽ ഒറ്റയ്ക്ക് ആയതോടെ റിയ വല്ലാതെ മൗനി ആയിപ്പോയത് പോലെ സോണിയയ്ക്ക് തോന്നി. പൊതുവേ അവളുടെ പ്രകൃതം അങ്ങനെ ആയതുകൊണ്ട് തന്നെ അവർ അതിന് വലിയ പ്രാധാന്യം കൊടുത്തില്ലെങ്കിലും റിയ ആകെ വല്ലാത്ത ഒരു അവസ്ഥയിൽ ആയിരുന്നു.

പരസ്പരം പ്രണയിച്ചിരുന്നുവെങ്കിലും ഇത്രയേറെ അഗാധമായി തമ്മിൽ അലിഞ്ഞുചേർന്ന് ഒന്നായിരിക്കാനുള്ള ഏറ്റവും സുന്ദരമായ അവസ്ഥയിൽ എത്തിച്ചേർന്നപ്പോഴേക്കും തനിച്ചായി പോയതിന്റെ ഭ്രാന്ത് പിടിപ്പിക്കുന്ന ഒറ്റപ്പെടലിൽ ആയിരുന്നു അവൾ.

സിബിയുടെ അവസ്ഥയും മറിച്ചായിരുന്നില്ല.

ആവശ്യപ്പെട്ടത് അവളുടെ പപ്പയും മമ്മിയും ആയതുകൊണ്ട് മാത്രമാണ് അവന് അവളെ അവിടെ നിർത്തി പോരേണ്ടി വന്നത്. തിരിച്ചുള്ള യാത്രയിലും വീട്ടിലെത്തിയിട്ടും അവന്റെ മനസ്സ് വല്ലാതെ കലുഷിതമായിരുന്നു. രണ്ടുപേരും വിരഹദുഃഖം മറക്കാനായി സദാസമയം ഫോണിൽ തന്നെയായിരുന്നു.

അർദ്ധരാത്രി വരെ സിബിയുമായി സംസാരിച്ചിരുന്നു പുലർച്ചെ എപ്പോഴോ ആണ് റിയ ഉറങ്ങിയത്. അതുകൊണ്ടുതന്നെ അവൾ എഴുന്നേൽക്കുമ്പോൾ സമയം 8 കഴിഞ്ഞിരുന്നു. പപ്പയും മമ്മിയും പോയിട്ടുണ്ടാവും എന്ന് കരുതി നൈറ്റ് ഡ്രസ്സിൽ തന്നെ പുറത്തേക്ക് ഇറങ്ങിയ റിയ ഹാളിലെ സംസാരം കേട്ട് ആരോ വന്നിട്ടുണ്ടെന്നു മനസ്സിലാക്കി കർട്ടനു മറവിൽ തന്നെ നിന്നു.

'ഇത്രയും ദിവസങ്ങളുടെ അന്വേഷണത്തിൽ നിന്നും മനസ്സിലായത് അവർ രണ്ടുപേരും ഒളിച്ചോടി പോയത് തന്നെയാണ് എന്നാണ്. പക്ഷേ ഫോൺ എടുക്കാത്തത് കൊണ്ട് തന്നെ ലൊക്കേഷൻ ട്രെയ്സ് ചെയ്യാനോ എവിടെയാണ് ഉള്ളതെന്ന് കണ്ടെത്താനോ സാധിച്ചിട്ടില്ല. പിന്നെ മറ്റൊരു പ്രധാന കാര്യം അവർ രണ്ടുപേരും ഓർഫൻസ് ആയതുകൊണ്ട് ബന്ധങ്ങൾ ഉപയോഗിച്ചുള്ള അന്വേഷണവും സാധ്യമല്ല.

അവർ രണ്ടുപേരും വളർന്ന അനാഥാശ്രമങ്ങളിൽ ഞങ്ങൾ പോയിരുന്നു പ്രത്യേകിച്ച് അവിടെ നിന്ന് എടുത്തു പറയാനുള്ള ഒരു സൂചനയും ലഭിച്ചില്ല.'

കാക്കി പാന്റും കറുത്ത ടീഷർട്ടും അണിഞ്ഞ നല്ല ഉയരമുള്ള ഒരാൾ സോഫയിൽ ഇരുന്ന് പപ്പയോട് സംസാരിക്കുന്നത് റിയ കേൾക്കുന്നുണ്ടായിരുന്നു. അതൊരു പോലീസ് ഓഫീസർ ആണെന്ന് അവൾക്ക് മനസ്സിലായി. പപ്പയും നല്ല ബഹുമാനത്തോടുകൂടിയാണ് സംസാരിച്ചത്.

'എനിക്ക് മനസ്സിലാകുന്നുണ്ട് സാർ. ഞങ്ങൾക്കും അവരെ തിരിച്ചു കിട്ടിയിട്ട് പ്രത്യേകിച്ച് കാര്യമൊന്നുമില്ല. വേറെ സ്റ്റാഫുകൾ ജോയിനായി കഴിഞ്ഞു. എങ്കിലും നമുക്ക് ഒരു കടമയുണ്ടല്ലോ അതുകൊണ്ട് കംപ്ലൈന്റ് തന്നെന്ന് മാത്രം.'

ഇരുന്നിടത്തുനിന്ന് അയാൾ എഴുന്നേൽക്കുമ്പോഴേക്കും മമ്മി രണ്ട് കപ്പുകളിൽ ചായയുമായി അങ്ങോട്ടേക്ക് വരുന്നുണ്ടായിരുന്നു. ഒരു കപ്പിലെ ചായ എടുത്ത് ഒന്ന് മൊത്തിയശേഷം അയാൾ പറഞ്ഞു.

'അതൊന്നും കുഴപ്പമില്ല.. ഇനി എന്തെങ്കിലും മൂവ്മെന്റ് ഉണ്ടായാൽ ഞങ്ങൾ അപ്പോൾ തന്നെ അറിയിക്കാം...'

ചായക്കപ്പ് തിരികെ വെച്ച് പപ്പയോടൊപ്പം പുറത്തേക്ക് ഇറങ്ങിയ അയാളെ തന്നെ നോക്കി നിൽക്കുന്ന റിയയെ അപ്പോഴാണ് സോണിയ ശ്രദ്ധിച്ചത്.

'ആരാ മമ്മി ആ പോലീസ് ഓഫീസർ?ആരെയാ കാണാതായത്?'

മമ്മിയുടെ മുഖം വല്ലാതാവുന്നത് റിയ ശ്രദ്ധിക്കുന്നുണ്ടായിരുന്നു.

'എന്തു പറയാനാ എന്റെ കുഞ്ഞേ...ഹോസ്പിറ്റലിൽ രണ്ടു സ്റ്റാഫുകൾ ഒളിച്ചോടിയിരുന്നു. അതിന്റെ പരാതി കൊടുത്തിട്ട് അന്വേഷണ കാര്യങ്ങൾ പറയാൻ വേണ്ടി വന്നതാണ്...'

അലസമായി പറഞ്ഞുകൊണ്ട് തിടുക്കത്തിൽ അടുക്കളയിലേക്ക് കയറിയ മമ്മി. സർവന്റ്സിന് എന്തൊക്കെയോ നിർദ്ദേശങ്ങൾ നൽകിയ ശേഷം ബാഗ് എടുത്ത് പുറത്തേക്കിറങ്ങി വന്നു റിയയുടെ കവിളിൽ തട്ടിക്കൊണ്ടു പറഞ്ഞു.

'പോയി കുളിച്ചു ബ്രേക്ക്ഫാസ്റ്റ് കഴിക്കൂ. പപ്പയും മമ്മിയും ഇന്ന് ഇത്തിരി വൈകും...'

തിരക്കിട്ട് പുറത്തേക്കിറങ്ങിപ്പോകുന്ന മമ്മിയെ ശ്രദ്ധിക്കാതെ എന്തോ ആലോചിച്ചു കൊണ്ട് റിയ അകത്തേക്ക് നടന്നു. ബെഡ്റൂമിൽ എത്തിയ അവൾ ഫോൺ എടുത്ത് ബാൽക്കണിയിലേക്ക് ഇറങ്ങി സിബിയുടെ നമ്പർ ഡയൽ ചെയ്തു.

'എന്റെ കിളിപ്പെണ്ണിന് അവിടെ നിൽക്കാൻ വയ്യെങ്കിൽ ഞാൻ വന്നു കൊണ്ടുപോരാം...'

സിബിയുടെ കളിയാക്കിയുള്ള സംസാരം കേട്ടപ്പോൾ റിയക്ക് നെഞ്ചിൽ ഒരു തണുപ്പ് വീണു.

'സിബിച്ചോ... എനിക്ക് ആകെ വല്ലാതെ ആകുന്നു.. നമ്മൾ അറിയാതെ ഇവിടെ എന്തൊക്കെയോ നടക്കുന്നുണ്ട്. സത്യമാണോ എന്നറിയില്ല. എങ്കിലും എന്തൊക്കെയോ സംശയങ്ങൾ.'

ഹോസ്പിറ്റലിലേക്ക് ഡ്രൈവ് ചെയ്ത് പൊയ്ക്കൊണ്ടിരിക്കുകയായിരുന്നു സിബി. അവളുടെ സ്വരത്തിലെ ഗൗരവം തിരിച്ചറിഞ്ഞതോടെ കാര്യം എന്തോ ഉണ്ടെന്നു മനസ്സിലാക്കിയ അവൻ വണ്ടി ഒരു അരികിലേക്ക് മാറ്റി നിർത്തി കൊണ്ട് ചോദിച്ചു.

'എന്താടോ? തന്റെ ശബ്ദം എന്താ വല്ലാതിരിക്കുന്നത്?'

' ഞാൻ എഴുന്നേറ്റു വരുമ്പോൾ ഇവിടെ ഒരു പോലീസ് ഓഫീസർ ഉണ്ടായിരുന്നു സിബിച്ച!

മാസങ്ങൾക്കു മുൻപ് ഹോസ്പിറ്റലിൽ നിന്നും ഒളിച്ചോടി പോയ ഒരു കപ്പിൾസിന്റെ വിവരമൊന്നും ലഭിച്ചിട്ടില്ല എന്നു പറയാനാണ് അയാൾ വന്നത്...'

'അതിനെന്താ? നിനക്ക് അറിയുന്ന ടീം ആണോ അവർ?'

'അതല്ല സിബിച്ചാ... പറഞ്ഞുതീർത്തു പോകുന്നതിനു മുൻപ് അയാൾ ഒന്നു കൂടി പറഞ്ഞു. ആ കപ്പിൾസ് രണ്ടുപേരും ഓർഫൻസ് ആയതു കൊണ്ട് അവരെക്കുറിച്ച് അന്വേഷിക്കാൻ സൂചനകൾ ഒന്നും കിട്ടിയിട്ടില്ലെന്ന്. അവർ രണ്ടുപേരും വളർന്ന അനാഥാലയങ്ങളിൽ പോയി അന്വേഷിച്ചിട്ടും കാര്യമായ സൂചനകൾ ഒന്നും ലഭിച്ചിട്ടില്ല, എന്നും എടുത്തുപറഞ്ഞു.'

സിബിക്ക് മനസ്സിൽ എവിടെയോ ഒരു കൊള്ളിയാൻ മിന്നി. നിമിഷങ്ങളോളം ചിന്തിച്ചിരുന്ന ശേഷം അവൻ റിയയോട് ചോദിച്ചു.

'നീ എന്താണ് ചിന്തിക്കുന്നത് റിയ?'

'എനിക്കറിയില്ല... നല്ലതൊന്നും എന്റെ ചിന്തയിൽ വരുന്നേയില്ല.. ഒരു പക്ഷേ നമ്മളുടെ അനുഭവങ്ങൾ അങ്ങനെ ആയതുകൊണ്ടാവാം.. അങ്ങനെ എന്തെങ്കിലും ഉള്ളുകളികൾ നടന്നതുകൊണ്ടാവുമോ ആ ആത്മാവ് എന്നെ മാത്രം തേടി വരുന്നത്? സിബിച്ചൻ ഒന്ന് ആലോചിച്ചു നോക്കിയേ ഇനിയും ഒരു പെൺകുട്ടിയുടെ ബോഡി കൂടി ആ കല്ലറയിൽ തന്നെ ഉണ്ടെന്നാണ് എനിക്ക് തോന്നുന്നത്. അവൾ തന്നെയാവും എന്നെ ശല്യപ്പെടുത്തി കൊണ്ടിരിക്കുന്നത്...'

'ഞാൻ അങ്ങോട്ട് വരട്ടെ നിന്നെക്കൊണ്ടുപോകാൻ?'

പെട്ടെന്ന് സിബിയിൽ നിന്ന് അങ്ങനെയൊരു ചോദ്യം വന്നപ്പോൾ റിയക്ക് ആശ്വാസമാണ് തോന്നിയത്.

'നാളെ അങ്ങോട്ടേക്ക് വരാം എന്നല്ലേ പപ്പയും മമ്മിയും പറഞ്ഞത്. നമുക്കു നോക്കാം ഇല്ലെങ്കിൽ ഞാൻ കയറിപ്പോരും.'

ഒരു മൂളലോടെ ഫോൺ വെച്ച സിബി ഇനി എന്താണ് ചെയ്യേണ്ടത് എന്നറിയാതെ നിമിഷങ്ങളോളം തരിച്ചിരുന്നു. പിന്നെ കാർ സ്റ്റേഷനിലേക്ക് തിരിച്ചു.

സിബി എത്തുമ്പോൾ ഷാജഹാൻ സാർ പുറത്തേക്ക് പോകാൻ ഇറങ്ങുകയായിരുന്നു. അവനെ കണ്ടതോടെ ഒരു പുഞ്ചിരിയോടെ അയാൾ മുന്നോട്ടേക്ക് വന്ന് കൈ കൊടുത്തുകൊണ്ട് ചോദിച്ചു.

'എന്തായി ഡോക്ടറുടെ അന്വേഷണം?'

'സാറിന്റെ അന്വേഷണം എന്തായി?'

'ഞങ്ങളുടെത് ആ ഫയൽ മടക്കി കഴിഞ്ഞു. ഇനി അടുത്ത അന്വേഷണ ഉദ്യോഗസ്ഥൻ വരുമ്പോൾ അവർക്ക് കൈമാറും. ബാക്കി അവർ നോക്കിക്കോളും. ലക്ഷണം കണ്ടിട്ട് കുറച്ചു കാലം അവർ പ്രഹസനം തുടരും പിന്നെ അടച്ചുപൂട്ടും...'

സിബിക്ക് താൻ പറയാൻ വന്നത് സാറിനോട് പറയാൻ തോന്നിയില്ല. കാരണം അത് പറഞ്ഞാലും ഇവിടെനിന്ന് യാതൊരുവിധ സഹായവും ലഭിക്കില്ലെന്ന് അവന് ഉറപ്പായിരുന്നു.

'അതൊക്കെ പോട്ടെ.. താനെന്താ ഇവിടെ? എന്തെങ്കിലും സഹായം വേണോ? കേസിന്റെ കാര്യങ്ങളൊക്കെ എന്തായി?'

'ഒന്നുമില്ല സർ.. വെറുതെ ഒന്ന് കാണാൻ കയറിയതാണ്. എന്നാൽ ശരി, പൊയ്ക്കോട്ടെ?'

എന്നു പറഞ്ഞുകൊണ്ട് ഇറങ്ങിപ്പോകുന്ന സിബിയെ ഒന്നും മനസ്സിലാവാതെ ഷാജഹാൻ സാർ പകച്ചു നോക്കി.

കാറിൽ കയറിയ സിബി കുറച്ച് സമയം എന്തോ ആലോചിച്ചു കൊണ്ട് അങ്ങനെ തന്നെ ഇരുന്നു. പിന്നെ ഫോൺ എടുത്തു ഫേസ്ബുക്ക് ഓപ്പൺ ചെയ്തു. Live ബട്ടൺ അമർത്തി.

*****

കുളി കഴിഞ്ഞു വന്ന് ബാൽക്കണിയിലെ ഹാങ്ങിങ് ചെയറിൽ വെറുതെ ചാഞ്ഞു കിടക്കുകയായിരുന്നു റിയ. ഫോൺ ബെല്ലടിച്ചപ്പോൾ അവൾ സിബിയുടെ കോളാണെന്ന് കണ്ട് തിടുക്കത്തിൽ അറ്റൻഡ്

ചെയ്തു.

'താൻ പെട്ടെന്ന് ബാഗ് എടുത്ത് ഇങ്ങോട്ടേക്ക് വിട്ടോ. ഞാൻ വരുന്നുണ്ട്. വഴിയിൽ വെച്ച് ഞാൻ പിക്ക് ചെയ്തോളാം. തൽക്കാലം നമുക്ക് ഇവിടെ നിന്നൊന്നു മാറി നിൽക്കണം. കാര്യങ്ങളൊക്കെ നേരിട്ട് കണ്ടിട്ട് പറയാം. ഇപ്പോൾ പപ്പയോടും മമ്മിയോടും പറയേണ്ട...'

അവന്റെ സ്വരത്തിലെ തിടുക്കം കണ്ടപ്പോൾ തന്നെ കാര്യത്തിന്റെ ഗൗരവം റിയക്ക് മനസ്സിലായി. 10 മിനിറ്റിനുള്ളിൽ തന്നെ ഒരു ചെറിയ ബാഗുമായി റിയ പുറത്തേക്കിറങ്ങി പോയത് സെക്യൂരിറ്റി മാത്രമേ കണ്ടുള്ളൂ.

കണ്ണൂർ എസിപി ഓഫീസിൽ ആയിരുന്നു സിഐ ഷാജഹാൻ. എസിപി അജയ് സാറിനോടൊപ്പം തന്നെ മറ്റു ഉയർന്ന അന്യസംസ്ഥാന ഉദ്യോഗസ്ഥരെ കൂടി കണ്ടതോടെ വിഷയം ഗൗരവമുള്ളതാണെന്ന് ഷാജഹാനും മനസ്സിലായിരുന്നു.

'ഷാജഹാൻ ഡോക്ടറുടെ ലൈവ് കണ്ടിരുന്നോ?'

'ഇല്ല സാർ! ഇങ്ങോട്ട് വരുന്ന വഴിയാണ് ഞാൻ അറിഞ്ഞത്. എത്രയും പെട്ടെന്ന് എത്തിച്ചേരണമെന്ന് പറഞ്ഞതുകൊണ്ട് കാണാൻ സമയം കിട്ടിയില്ല.'

'ഇറ്റ്സ് ഓക്കേ.. വിഷയത്തിന്റെ ഗൗരവം മനസ്സിലാക്കി ഡോക്ടറുമായി ഒന്ന് സംസാരിക്കാൻ ശ്രമിച്ചിരുന്നു ഞങ്ങൾ. പക്ഷേ കാറും മൊബൈലും അടക്കം തൃശ്ശൂർ വടക്കുംനാഥ ക്ഷേത്ര പരിസരത്ത് ഉപേക്ഷിച്ച ശേഷമാണ് ഡോക്ടർ പോയിട്ടുള്ളത്. പെട്ടെന്ന് ഡോക്ടറെ കണ്ടെത്തുക പ്രായോഗികമല്ല. പക്ഷേ വിഷയം ഇത്രയേറെ സ്പ്രെഡ് ആയ സ്ഥിതിക്ക് ആ സെമിത്തേരി നമുക്ക് ഒന്ന് ചെക്ക് ചെയ്യേണ്ടിവരും. '

കാര്യങ്ങൾ ഏറെക്കുറെ ഷാജഹാൻ അറിഞ്ഞിരുന്നെങ്കിലും കേസ് തങ്ങളുടെ കയ്യിൽ നിന്നും തിരിച്ചു വാങ്ങിയതിന്റെ ചൊരുക്ക് ഉള്ളിലുള്ളതു കൊണ്ട് അയാൾ തീർത്തും മൗനം പാലിച്ചു. അത് മനസ്സിലാക്കിക്കൊണ്ട് അജയ് സാർ തുടർന്നു.

'സി മിസ്റ്റർ ഷാജഹാൻ.. ഇത് കമ്മം ഡിസ്ട്രിക് കമ്മീഷണർ സൂര്യനാരായണ റാവുവാണ്. അവിടെ വർഷങ്ങൾക്കു മുൻപ് ഇതുപോലെ തന്നെ കല്ലറയിൽ നിന്നും പഴകിയതും അല്ലാത്തതുമായ ജഡങ്ങൾ കിട്ടിയ സംഭവം ഉണ്ടായിട്ടുണ്ട്. അതുകൊണ്ടുതന്നെ നമ്മുടെ കേസിന്റെ തുടർനടപടികൾ ഇവർ കൂടി അറിഞ്ഞുകൊണ്ട് ആവുന്നത് ഇവരുടെ തുടരന്വേഷണത്തിന് ഉപകാരമാകും.'

ഇപ്പോഴാണ് ഷാജഹാൻ സാറിന് കാര്യങ്ങൾ കൃത്യമായത്. ഇതിനു

പിന്നിൽ ഒരു വമ്പൻ ലോബിയുണ്ടെന്ന് അയാൾക്ക് ആദ്യം തന്നെ സംശയം ഉണ്ടായിരുന്നു.

'ഞാൻ എന്താണ് സർ ചെയ്യേണ്ടത്?'

ആ ഡോക്ടറെ കിട്ടുന്നതുവരെ സെമിത്തേരി സെർച്ച് ചെയ്യാതെ ഇരുന്നാൽ ജനങ്ങൾ തന്നെ കയറി ഒരു പക്ഷേ അത് ചെയ്തെന്ന് വരും. അതിവേഗത്തിലാണ് ആ വീഡിയോ സോഷ്യൽ മീഡിയ മുഴുവൻ സ്പ്രെഡ് ആയത്. അതുകൊണ്ട് എത്രയും പെട്ടെന്ന് നമുക്ക് ആ സെമിത്തേരി ഒന്ന് സെർച്ച് ചെയ്യണം.

'പക്ഷേ അത്രയും കല്ലറ പൊളിക്കാനാണോ?'

'അതൊന്നും വേണ്ടിവരില്ല. അവിടെനിന്ന് ആദ്യം കിട്ടിയ പെൺകുട്ടിയുടെ ശരീരത്തിൽ ഉപയോഗിച്ചിട്ടുള്ള കെമിക്കലുകൾ ആ സെമിത്തേരിയിലെ മറ്റ് ഏതെങ്കിലും കല്ലറയ്ക്കുള്ളിൽ ഉണ്ടോ എന്ന് നമുക്ക് എളുപ്പത്തിൽ കണ്ടെത്താൻ കഴിയും. അപ്പോൾ കാര്യങ്ങൾ എളുപ്പമായല്ലോ. അയാൾ പറഞ്ഞത് എത്രത്തോളം സത്യമാണെന്ന് അറിയില്ല. എങ്കിലും നമുക്കൊന്ന് ശ്രമിച്ചു നോക്കാം.'

*****

ഇതൊന്നുമറിയാതെ വാൽപ്പാറ റൂട്ടിൽ എവിടെയോ ഉള്ളിലേക്ക് ഒരുപാട് ദൂരം സഞ്ചരിച്ചാൽ എത്തിച്ചേരാൻ കഴിയുന്ന ഒരു റിസോർട്ടിൽ ആയിരുന്നു ഇന്നലെ മുതൽ സിബിയും റിയയും. ഇന്നലെ മുതൽ സംഭവിക്കുന്നതൊക്കെയും ഒരു മധുര സ്വപ്നം പോൽ സുന്ദരമായിരുന്നു അവൾക്ക്. കുളി കഴിഞ്ഞ് ഇറങ്ങിവന്ന അവളെയും കാത്ത് സിബി പുറത്തു തന്നെ നിൽക്കുന്നുണ്ടായിരുന്നു.

'എന്തേ? സിബിച്ചൻ നേരത്തെ കുളിച്ചതല്ലേ? പിന്നെ എന്തിനാ ഇവിടെ വന്ന് നിന്നത്?'

'അന്നത്തെപ്പോലെ നീയെങ്ങാൻ തലകറങ്ങി വീണാൽ ഒരു ചാൻസ് കൂടി കിട്ടുമല്ലോ എന്നോർത്ത് വന്നതാണ്...'

കുറുമ്പോടെയുള്ള സിബിയുടെ മറുപടി കേട്ട് റിയയുടെ മുഖം ചുവന്നു പോയി. മുഖം വെട്ടിതിരിച്ചു നടക്കാനാഞ്ഞ അവളെ പിടിച്ച് തന്നിലേക്ക് ചേർത്തു നിർത്തിക്കൊണ്ട് സിബി കയ്യിലുള്ള ചെറിയ സ്വർണ കുരിശിന്റെ മാല അവളുടെ കഴുത്തിൽ അണിയിച്ചു.

ഒന്നും മനസ്സിലാവാതെ നിറഞ്ഞ കണ്ണുകളോടെ തന്നെത്തന്നെ ഉറ്റു നോക്കി നിൽക്കുന്ന പ്രിയപ്പെട്ടവളോട് അവൻ പറഞ്ഞു.

'എന്റെ മമ്മിയുടെ താലിയാണ്. ഒരുപക്ഷേ നമ്മുടെ വിവാഹം ഇങ്ങനെ ആയിരിക്കാം നടക്കാൻ പോകുന്നത്. ഇനിയൊരു രജിസ്റ്റർ മാരേജ്

മാത്രം മതി. നിനക്ക് ആർഭാടങ്ങൾ വേണമെന്ന് ആഗ്രഹമുണ്ടോ?'

'ഇല്ല... ഒരു ദിവസമെങ്കിൽ ഒരു ദിവസം നേരത്തെ എനിക്ക് സിബിച്ചന്റെ കൂടെ ജീവിച്ചാൽ മതി.'

ഒരേങ്ങലോടെ അവന്റെ നെഞ്ചിലേക്ക് വീണു പുണർന്ന റിയയെ മുറുകെ കെട്ടിപ്പിടിച്ചുകൊണ്ട് സിബി മൂർദ്ധാവിൽ ചുംബിച്ചു. ചുംബനത്തിനൊടുവിൽ മുഖമുയർത്തിയ അവൻ ടിവിയിലെ സ്ക്രോളിങ്ങിൽ നീങ്ങുന്ന ന്യൂസുകണ്ട് പകച്ചുനിന്നു.

'പേരാവൂർ തുണ്ടി പള്ളി സെമിത്തേരിയിൽ നിന്നും ഒരു ജഡം കൂടി കണ്ടെടുത്തു.'

അവൻ റിയയെ ചുമലിൽ പിടിച്ച് ടിവിക്ക് നേരെ തിരിച്ചു നിർത്തി. സ്ക്രീനിൽ ജഡത്തിന്റെ മുഖം വ്യക്തമായി കാണുന്നുണ്ട്.

ഒറ്റ നിമിഷം...

മറവികളുടെ സകല തടസവും തുടച്ചു നീക്കിക്കൊണ്ട് ഒരു വെള്ളച്ചാട്ടം പോലെ അവളുടെ ആ മുഖം റിയയുടെ മനസ്സിലേക്ക് കടന്നുവന്നു...

'ഇവളാണ് സിബിച്ചാ.. ഇവൾ തന്നെ... എനിക്കുറപ്പാണ്.'

കിടുകിടെ വിറക്കുന്ന റിയയുടെ ശരീരത്തെ തന്നോട് ചേർത്ത് പിടിച്ചുകൊണ്ട് സിബി വാർത്തയിലേക്ക് ശ്രദ്ധിച്ചു.

'തുടർച്ചയായി ലഭിച്ച മൂന്ന് മൃതദേഹങ്ങൾക്കും പിന്നിൽ പ്രവർത്തിച്ചത് ഒരേ സംഘം തന്നെയാണെന്ന് പോലീസ് കണ്ടെത്തിയിട്ടുണ്ട്. ഒരു അന്താരാഷ്ട്ര ലോബി തന്നെ ഇതിന് പിറകിൽ ഉണ്ടെന്ന സംശയം എസിപി അജയ് മേനോൻ വ്യക്തമാക്കി. ഇതിനു പുറകിലെ ഏറ്റവും കൗതുകകരമായ കാര്യം പോലീസിന്റെ ബുദ്ധിയിൽ നിന്നല്ല ഈ അന്വേഷണം ആരംഭിച്ചത് എന്നതാണ്. ഇതേ സെമിത്തേരി പരിസരത്ത് താമസിക്കുന്ന ഡോക്ടർ ഒരു ലൈവ് ഫേസ്ബുക്കിൽ ഷെയർ ചെയ്തതിനെ തുടർന്നാണ് കൊല്ലപ്പെട്ട മൂന്നുപേരുടെയും ഡീറ്റെയിൽസ് കൃത്യമായി പോലീസിന് ലഭിച്ചത്. അതിന്റെ ബാക്കി വിവരങ്ങൾ നമ്മളോട് സിഐ ഷാജഹാൻ ഇപ്പോൾ പങ്കുവയ്ക്കും.'

സ്ക്രീനിൽ സിഐ ഷാജഹാൻ സാറിന്റെ മുഖം തെളിഞ്ഞു. മൈക്കുകൾക്ക് നേരെ തിരിഞ്ഞ് അദ്ദേഹം പറയുകയാണ്.

'ഡോക്ടറുടെ ഫേസ്ബുക്ക് ലൈവിൽ പറഞ്ഞ പ്രകാരം ചെന്നൈ എയ്ഞ്ചൽ ഹോസ്പിറ്റലിൽ വച്ച് 2020 മാർച്ച് മാസത്തിൽ നടന്ന നാല് ഹാർട്ട് ട്രാൻസ്പ്ലാന്റേഷൻ സർജറിയുടെ ഡീറ്റെയിൽസ് ഞങ്ങൾ ശേഖരിച്ചിട്ടുണ്ട്. അതോടൊപ്പം തന്നെ ഡോക്ടർക്ക് വേണ്ടിയുള്ള അന്വേഷ

ണവും ഊർജിതമാക്കിയിട്ടുണ്ട്.'

പറയുന്നതിനോടൊപ്പം തന്നെ സ്ക്രീനിൽ 4 പേരുടെ മുഖം തെളിഞ്ഞു. അതിൽ ഒന്ന് താനാണെന്ന് റിയ ഒരു ഞെട്ടലോടെ തിരിച്ചറിഞ്ഞു. വിറച്ചുകൊണ്ട് സിബിക്ക് നേരെ മുഖം തിരിച്ച അവൾ കണ്ടത് തളർന്നു നിൽക്കുന്ന സിബിയെയാണ്.

' ഇച്ചായാ...'

വിറയോടെ ഉള്ള അവളുടെ ശബ്ദം കേട്ട് ഉറക്കത്തിൽ നിന്നു ഞെട്ടിയതുപോലെ സിബി റിയക്ക് നേരെ തിരിഞ്ഞു നിന്നുകൊണ്ട് പറഞ്ഞു.

'അത്.. അതെന്റെ പപ്പയാണ്...'

സിബി വിരൽ ചൂണ്ടിയടുത്തേക്ക് റിയ ഞെട്ടലോടെ മുഖം തിരിച്ചു.

'തോമസ് ആറ്റിങ്ങൽ (68)'

എന്ന പേരിൽ സ്ക്രീനിൽ കാണിക്കുന്ന ഗാംഭീര്യമുള്ള ഒരു മധ്യവയസ്കന് നേരെയാണ് സിബി വിരൽ ചൂണ്ടിയിരിക്കുന്നത്. റിയക്ക് തലയിൽ എന്തോ മൂളുന്നതുപോലെ തോന്നി.

ഇരു കൈകളും ചെവിയിൽ അമർത്തിക്കൊണ്ട് അവൾ സിബിയുടെ കൈകളിലൂടെ ഊർന്ന് താഴേക്കിരുന്നു...

# അധ്യായം 25

**'ഞാ**ൻ പറഞ്ഞല്ലോ സാർ! ഇവിടെ മൂന്നുവർഷം മുമ്പ് ഒരു ആക്സിഡന്റ് നടന്ന് അതിൽ കോമ സ്റ്റേജിൽ ഹോസ്പിറ്റലിൽ എത്തിച്ചവരാണ് ഞങ്ങൾക്ക് ആ കുട്ടികളുടെ ശരീരം ഓർഗൻസ് എടുക്കാൻ ഉള്ള അനുമതി പത്രത്തിൽ ഒപ്പിട്ടു നൽകിയത്. ആ കുട്ടികൾ വളർന്ന അനാഥാലയത്തിന്റെ ഭാരവാഹികൾ ആയിരുന്നു അത്. നടപടികളെല്ലാം പൂർത്തിയാക്കിയതിനു ശേഷം ഞങ്ങൾ മൂന്ന് ശവശരീരങ്ങളും അവർക്ക് തന്നെ വിട്ടു കൊടുത്തതാണ്. ആ സമയത്ത് എന്റെ മകൾ ഇവിടെ ഒരു ആക്സിഡന്റ് പറ്റി വെന്റിലേറ്ററിൽ ആയിരുന്നു. പരിശോധനയിൽ അവൾക്ക് അനുയോജ്യമായ ഹൃദയം ഉണ്ടെന്നു കണ്ടെത്തിയത് കൊണ്ട് അന്ന് തന്നെ സർജറി ചെയ്തിരുന്നു. രണ്ടാമത്തേത് കോട്ടയത്ത് വെന്റിലേറ്ററിൽ ഉണ്ടായിരുന്ന ഡോക്ടർ സിബിയുടെ പിതാവിന്റെ സാമ്പിൾസും ആയിട്ടാണ് മാച്ച് ആയത്. അതുകൊണ്ട് അദ്ദേഹത്തെ ചെന്നൈയിലേക്ക് വരുത്തിയശേഷം അവിടെ വച്ചാണ് സർജറി നടത്തിയത്. എങ്കിലും നിർഭാഗ്യവശാൽ അദ്ദേഹം കുറച്ചു മാസങ്ങൾ മാത്രമേ ജീവിച്ചിരുന്നുള്ളൂ...'

'ഓക്കേ മിസ്റ്റർ സാം. അങ്ങനെയെങ്കിൽ ആ മൂന്നാമത്തെ ഹൃദയം ആർക്കാണ് ട്രാൻസ്പ്ലാന്റ് ചെയ്തത്.?'

'അത് തമിഴ്നാട് ഹൈക്കോട്ട് ജഡ്ജ് ആയ മണിവർണ്ണൻ സാറിന്റെ ഇളയ മകൻ അനന്തകൃഷ്ണൻ എന്ന പയ്യനാണ്. ഒരു ബൈക്ക് ആക്സിഡന്റിനെ തുടർന്നാണ് അവൻ വെന്റിലേറ്ററിൽ ആയത്.'

എയ്ഞ്ചൽസ് ഗ്രൂപ്പ് ഓഫ് ഹോസ്പിറ്റൽസിന്റെ എം ഡി സാമിനെ കാണാൻ വന്നതായിരുന്നു എ സി പി അജയ് സാറും ഷാജഹാനും. ചോദിക്കുന്ന ഓരോ ചോദ്യങ്ങൾക്കും കൃത്യമായി തയ്യാറാക്കി വെച്ച മറുപടി അദ്ദേഹത്തിന്റെ കയ്യിൽ ഉണ്ടായിരുന്നു.

'താങ്കളുടെ മകൾ റിയയുടെ ഇപ്പോഴത്തെ കണ്ടീഷൻ എന്താണ്?'

'അവൾ പെർഫെക്റ്റ്ലി ഓക്കെയാണ്.'

'അനന്തകൃഷ്ണൻ എന്ന പയ്യൻ?'

'അവന് മാനസികമായി നല്ല സുഖമില്ല എന്നാണ് അറിഞ്ഞത്. കഴിഞ്ഞ രണ്ടു വർഷത്തോളം ആരോഗ്യത്തോടെ തന്നെയാണ് ജീവിച്ചത്. ഇപ്പോഴും എന്തോ പേടി തട്ടിയതിന്റെ ചെറിയ ഒരു ചികിത്സ മാത്രമാണ് അവന് നടക്കുന്നത്. ഹൃദയസംബന്ധമായി യാതൊരുവിധ കുഴപ്പങ്ങളും ഇല്ല...'

'അന്ന് ഒപ്പിട്ട ആ പേപ്പേഴ്സ് ഇവിടെ ഉണ്ടാവില്ലേ? ഐ മീൻ.. അന്നത്തെ അനാഥാലയത്തിന്റെ നടത്തിപ്പുകാർ.'

' ഉണ്ടാകും സാർ. അത് മെയിൻ ഓഫീസിലാണ് ഉണ്ടാവുക. എടുത്തുവെക്കാൻ പറഞ്ഞിട്ടുണ്ട്. സർ വരൂ...'

*** ***

'നമ്മൾ ഒന്നും സ്വപ്നത്തിൽ പോലും പ്രതീക്ഷിക്കാത്ത എന്തൊക്കെയോ ചില കളികൾ ഇതിനു പിറകിൽ നടന്നിട്ടുണ്ട് ഷാജഹാൻ സാറേ! ഒരേ ദിവസം ഒരുമിച്ച് താമസിക്കുന്ന മൂന്നുപേർക്ക് ആക്സിഡന്റ് ഉണ്ടാവുന്നു. മൂന്നുപേരുടെയും ആന്തരിക അവയവങ്ങൾ മുഴുവനായും നീക്കം ചെയ്യുന്നു. ഹോസ്പിറ്റലുകാർ പറയുന്നത് അനാഥാശ്രമത്തിന്റെ ഭാരവാഹികളുടെ അനുമതിയോടെയാണ് അന്തരിക അവയവങ്ങൾ നീക്കം ചെയ്തതെന്നാണ്. കൃത്യമായി അനുമതിപത്രത്തിൽ അവരുടെ ഒപ്പും ശേഖരിച്ചിട്ടുണ്ട്.അങ്ങനെയെങ്കിൽ എന്തുകൊണ്ട് അവർ ഡെഡ് ബോഡി തിരിച്ചു കൊണ്ടുപോയി സംസ്കരിച്ചില്ല?'

ഹോസ്പിറ്റലിൽ നിന്നിറങ്ങി അനാഥാലയത്തിലേക്കുള്ള യാത്രയിൽ ആയിരുന്നു പോലീസ് ടീം.

'എനിക്ക് തോന്നുന്നത് ഈ പിള്ളേരെ വളർത്തി മനഃപ്പൂർവ്വം ഓർഗൻസ് വിറ്റ് പൈസ ഉണ്ടാക്കുന്നത് അനാഥാലയത്തിന്റെ അറിവോടുകൂടി തന്നെയാണെന്നാണ് സാർ.'

പെട്ടെന്നാണ് ഷാജഹാൻ സാറിന്റെ ഫോൺ റിങ്ങ് ചെയ്തത്. പരിചയമില്ലാത്ത നമ്പർ ആയതുകൊണ്ട് അദ്ദേഹം ഒന്നു സംശയിച്ച ശേഷമാണ് ഫോൺ എടുത്തത്.

' സാർ ഞാൻ ഡോക്ടർ സിബിയാണ്. എനിക്ക് സാറിനെ ഒന്ന് കാണണം...'

'ആ സിബി.. താൻ എന്തായാലും നാട്ടിലേക്ക് വാ. അപ്പോഴേക്കും ഞങ്ങളും എത്തും. പിന്നെ തന്റെ അപ്പന്റെ സർജറിക്ക് എത്ര പണമാണ് അവിടെ അടച്ചതെന്ന് തനിക്ക് ഓർമ്മയുണ്ടോ? ആർക്കാണ് അത് കൊടുത്തതെന്നും എന്തെങ്കിലും..?'

'ഇല്ല സർ! അമ്മച്ചിയുടെ മരണത്തോടെ ഞാൻ തീർത്തും തളർന്നു പോയിരുന്നു.

പപ്പയുടെ ചികിത്സാ കാര്യങ്ങൾ എല്ലാം ചെയ്തത് ഞങ്ങളുടെ ഫാമിലി മെമ്പേഴ്സിൽ ചിലരാണ്. പണത്തിന് പഞ്ഞമില്ലാത്തതു കൊണ്ട് തന്നെ അതിനെപ്പറ്റി ഒന്നും ഞാൻ അന്വേഷിച്ചിട്ടേയില്ല...'

'ആ പിന്നെ ആ ഡെഡ്ബോഡികൾ ഇനിയും വെച്ചിരിക്കാൻ കഴിയില്ല.

ആരും ഏറ്റെടുക്കാത്ത സ്ഥിതിക്ക് നാളെ വൈകുന്നേരം നിദ്രാലയത്തിൽ വെച്ച് ദഹിപ്പിക്കാൻ ആണ് തീരുമാനിച്ചിരിക്കുന്നത്.'

ഷാജഹാൻ സാറിന്റെ വാക്കുകൾ കേട്ടതോടെ ഫോൺ കട്ട് ചെയ്ത സിബി മുഖം തിരിച്ചു റിയയോട് ചോദിച്ചു.

'നിനക്ക് അവരെ കാണണോ?'

'വേണം.. സിബിച്ചനു കാണണ്ടേ? കാണുന്നതും കേൾക്കുന്നതും ഒന്നുമല്ല സത്യമെങ്കിൽ നമ്മൾ ഒന്ന് ചെന്നെങ്കിൽ എന്ന് അവരും ആശിക്കുന്നുണ്ടാവും.'

പിറ്റേന്ന് വൈകുന്നേരം 5 മണിക്ക് സിബിയും റിയയും നിദ്രാലയത്തിൽ എത്തുമ്പോൾ ഒരുമിച്ച് തയ്യാറാക്കിയ മൂന്നു ചിതയിൽ ശിവമണിയും സ്പന്ദനയും നജീമയും അവസാന യാത്രയ്ക്ക് ഒരുങ്ങുകയായിരുന്നു.

വിറക്കുന്ന കാലടികൾ പെറുക്കി വെച്ച് നജീമയുടെ ശരീരത്തിനരികിലേക്ക് നടക്കുമ്പോൾ റിയയുടെ ഹൃദയം ക്രമാതീതമായി പിടച്ചു കൊണ്ടിരുന്നു. സിബിയുടെ കൈകളിൽ മുറുകെപ്പിടിച്ചുകൊണ്ട് ഉയർന്നുവരുന്ന ശ്വാസഗതിയെ നിയന്ത്രിക്കാൻ പണിപ്പെട്ട് അവൾ മുഖം താഴ്ത്തി.

വെളുത്ത തുണിയിൽ പൊതിഞ്ഞു കെട്ടിയ മുഖത്തിന്റെ ചെറിയൊരു ഭാഗം മാത്രമേ അവൾക്ക് കാണാൻ കഴിഞ്ഞുള്ളൂ. പക്ഷേ ആ മുഖം റിയക്ക് നല്ല പരിചയമായിരുന്നു. നെഞ്ചിനുള്ളിലെ കിതപ്പ് നിയന്ത്രിക്കാൻ കഴിയാതെ റിയ ഹൃദയത്തിനുമേൽ കൈവെച്ച് വിതുമ്പി കരഞ്ഞു.

താൻ അറിഞ്ഞതൊന്നുമല്ല സത്യമെന്ന് അവളുടെ മനസ്സ് മന്ത്രിച്ചു കൊണ്ടിരിക്കുന്നുണ്ടായിരുന്നു. തന്റെ ഭയം സത്യമാണെങ്കിൽ ഈ പെൺകുട്ടി ഒന്നുമറിയാതെ തനിക്കുവേണ്ടി ബലിയാട് ആയതാണ്. എവിടെ കൊണ്ടുപോയി തീർക്കും ദൈവമേ ഞാൻ ഈ പാപം?എന്നാണ് അവളുടെ മനസ്സാക്ഷി അപ്പോൾ മന്ത്രിച്ചത്.

സിബിയുടെ കണ്ണുകൾ ശിവമണിയുടെ മുഖത്തായിരുന്നു പപ്പയ്ക്ക് വേണ്ടി വിലക്കെടുക്കപ്പെട്ട ഹൃദയത്തിന്റെ ഉടമ...

മനസ്സുകൊണ്ട് ശരവണന്റെ കാൽക്കൽ നമസ്കരിച്ചു കൊണ്ടവൻ ഏങ്ങലടിച്ചു കരയുന്ന റിയയെ താങ്ങിപ്പിടിച്ച് കുറച്ചകലെ നിൽക്കുന്ന ഷാജഹാൻ സാറിന്റെ അടുത്തേക്ക് നടന്നു. അദ്ദേഹത്തോടൊപ്പം നിൽക്കുന്ന ഓഫീസറാണ് സൂര്യനാരായണ സാർ എന്ന് സിബിക്ക് മനസ്സിലായി. അയാൾ റിയയെ തന്നെ അതി സൂക്ഷ്മമായി നിരീക്ഷിക്കുകയായിരുന്നു.

'സിബിക്ക് പുതുതായി എന്തെങ്കിലും വിവരം കിട്ടിയോ?'

'ഇല്ല സാർ. എന്റെ അന്വേഷണം സ്റ്റക്കായി പോയതുകൊണ്ടാണ് ലൈവ് ഇടേണ്ടി വന്നത്. ആ കല്ലറ ഒന്ന് തുറക്കാൻ ഞങ്ങൾക്കു മുന്നിൽ വേറെ വഴികൾ ഇല്ലായിരുന്നു.'

'ഹേയ് അതേതായാലും നന്നായി. നമുക്കു മാത്രമാണ് ഇതു പുതിയ കേസ്ഇദ്ദേഹത്തെ സംബന്ധിച്ച് ഈ കേസിന് ഒരുപാട് പഴക്കമുണ്ട്. വർഷങ്ങളായി ഈ കേസിനു പിറകെ അദ്ദേഹം നടന്നു തുടങ്ങീട്ട്.'

ഒന്നും മനസ്സിലാവാതെ നോക്കുന്ന സിബിയോടും റിയയോടും ഷാജഹാൻ സാർ തുടർന്നു.

'ഇത് വെറും ഒരു അവയവ മാഫിയ മാത്രമല്ല! ഏറ്റവും ബുദ്ധിയുള്ള ഒരാളുടെ തല ഇതിനു പിറകിൽ ഉണ്ട് എന്നാണ് നാരായണ റാവു സാർ പറയുന്നത്. ഇവർ ടാർഗറ്റ് ചെയ്യുന്നത് അനാഥാലയങ്ങളിലെ കുട്ടികളെ മാത്രമാണ്. വളർന്നു വലുതായി കഴിഞ്ഞാൽ യുവതി യുവാക്കളെ ഓരോ ജോഡികളായി തികച്ചും യാദൃശ്ചികം എന്നപോലെ പലയിടങ്ങളിൽ ജോലിക്ക് എടുക്കും. ഒരുമിച്ചുള്ള ജോലിയും ഒരേ സാഹചര്യത്തിൽ ജീവിച്ചവരും ആവുമ്പോൾ സ്വാഭാവികമായും അവർക്കിടയിൽ പ്രണയം മുളപൊട്ടും. ഇനി അഥവാ അങ്ങനെ ആയില്ലെങ്കിൽ അതിനുള്ള എല്ലാ സാഹചര്യവും ഇവർ തന്നെ ഒരുക്കി കൊടുക്കും. പിന്നെ കമ്പനിയിലും താമസസ്ഥലത്തും ആ വാർത്ത നന്നായി പറഞ്ഞു പരത്തും. പെട്ടെന്നൊരു സുപ്രഭാതത്തിൽ ആ കപ്പിൾസിനെ കാണാതായാൽ ആരും സംശയിക്കില്ലല്ലോ.

അനാഥരായതുകൊണ്ട് അവരെ അന്വേഷിച്ച് ആരും കേസ് കൊടുക്കാനോ പ്രശ്നങ്ങൾ ഉണ്ടാക്കാനോ വരികയുമില്ല. ഓർഗൻസ് എടുത്തു കഴിഞ്ഞതിനുശേഷം ഈ മൃതദേഹങ്ങൾ കുറച്ചുകാലം സൂക്ഷിക്കും. മറ്റു പ്രശ്നങ്ങൾ ഒന്നും ഇല്ലാതെ അവരെ എല്ലാവരും മറന്നു എന്ന് ഉറപ്പാകുമ്പോൾ ഇതുപോലെ അധികം ആൾതാമസം ഇല്ലാത്ത കുഗ്രാമങ്ങളിലെ സെമിത്തേരികളിൽ കൊണ്ടുപോയി നിക്ഷേപിക്കും . അതിനു മുൻപ് ആ വീട്ടിൽ ഉടനെ മരണപ്പെടാൻ പ്രായത്തിലുള്ള വൃദ്ധർ

ആരെങ്കിലുമുണ്ടോ ഇല്ലയോ എന്നതും അവർ ഉറപ്പുവരുത്തും. കുടും ബത്തോടെ വിദേശത്ത് താമസിക്കുന്നവരുടെ കല്ലറകളാണ് കൂടുതലും തിരഞ്ഞെടുക്കാറ്.'

'പക്ഷേ ഇതിനൊക്കെ തെളിവുണ്ടോ സർ? സാറല്ലേ പറഞ്ഞത് തി കച്ചും നിയമപരമായ രീതിയിൽ തന്നെയാണ് ഇവരുടെ കാര്യങ്ങളൊ ക്കെ നീക്കിയിട്ടുള്ളത് എന്ന്?'

'അതെ! അവിടെയാണ് പ്രശ്നം. പക്ഷേ ഹോസ്പിറ്റൽ അധികൃത രിൽ നിന്നും ഒപ്പിട്ടു വാങ്ങിയ ശവശരീരങ്ങൾ എങ്ങനെ സെമിത്തേരി കല്ലറയ്ക്കുള്ളിൽ എത്തി എന്നതിന് തീർച്ചയായും ഓരോ അനാഥാല യത്തിന്റെ നടത്തിപ്പുകാരും ഉത്തരം പറഞ്ഞെ മതിയാവൂ. അവരെ ഓൾ റെഡി അറസ്റ്റ് ചെയ്തു കഴിഞ്ഞു. ഇതിനു പിറകിൽ മറ്റൊരു ടീം കൂടി യുണ്ടെന്നാണ് ഞങ്ങളുടെ ബലമായ സംശയം.'

ഇത്രയും സമയം തങ്ങൾ സംസാരിക്കുന്നത് ശ്രദ്ധയോടെ വീക്ഷി ച്ചു കൊണ്ട് നിന്ന സൂര്യനാരായണ സാർ മുന്നോട്ടേക്ക് വന്നു സിബിക്ക് കൈ കൊടുത്തുകൊണ്ട് പറഞ്ഞു.

'ഓക്കേ സാർ.. നീങ്ക പോങ്കോ... വി വിൽ കണ്ടിന്യൂ...'

അന്നേക്ക് മൂന്നാം ദിവസം ഉച്ചയ്ക്ക് മൂന്നുമണിക്ക് ശേഷം സിഐ ഷാജഹാൻ സാർ സിബിയെ കാണാൻ വേണ്ടി ചെല്ലുമ്പോൾ റിയയു ടെ പപ്പയായ സാം സാറും സോണിയ മാധവും അവരുടെ മറ്റു കുറച്ചു ബന്ധുക്കളും ചേർന്ന് സിബിയുടെയും റിയയുടെയും വിവാഹത്തെ കുറി ച്ച് തീരുമാനമെടുക്കുകയായിരുന്നു.

തന്നെ കണ്ട ആഹ്ലാദത്തോടെ ഇറങ്ങിവന്ന സിബിയോട് അദ്ദേഹം പറഞ്ഞു.

'സോറി ഞാൻ അറിഞ്ഞില്ല! ഇവിടെ ഫാമിലി ഗെറ്റുഗദർ നടക്കുക യാണല്ലോ ഞാൻ പോയി പിന്നെ ഒരു ദിവസം വരാം.'

'ഹേയ് നോ പ്രോബ്ലം സാർ! അല്ലെങ്കിൽ തന്നെ എന്റെ ഭാഗത്തുനി ന്ന് സംസാരിക്കാൻ എനിക്കും ആരെങ്കിലുമൊക്കെ വേണ്ടേ? സാർ അ കത്തേക്ക് വരൂ.'

അകത്തേക്ക് കയറിവരുന്ന ഷാജഹാൻ സാറിനെ കണ്ട് അന്നത്തെ ചോദ്യം ചെയ്യലിന്റെ ഓർമ്മയിൽ സാം സാറിന്റെ മുഖം ഒന്നു മങ്ങിയെ ങ്കിലും അദ്ദേഹം സ്വതഃസിദ്ധമായ കൗശല ചിരിയോടെ ചോദിച്ചു.

'ഹലോ സർ! എന്തായി അന്നത്തെ അന്വേഷണം? ന്യൂസിൽ കുറ ച്ചുദിവസം കണ്ടിരുന്നു. എല്ലാവരെയും കിട്ടി അല്ലേ?'

ഒരു ചിരിയോടെ സോഫയിലേക്ക് ഇരുന്നുകൊണ്ട് ഷാജഹാൻ സാർ

പറഞ്ഞു.

'പൂർണ്ണമായും വിജയിച്ചു എന്നു പറയാൻ ആയിട്ടില്ല! നിലവിൽ ഈ അനാഥാലയങ്ങൾ എല്ലാം ഒരേ സംഘാടകരുടെ കീഴിലാണ് പ്രവർത്തിക്കുന്നത്. അതുകൊണ്ട് തൽക്കാലം അവർ അറസ്റ്റിൽ ആയിട്ടുണ്ട്.

ഇതിന് പിറകിൽ മറ്റ് ആരുമില്ലെന്നും അവയവം വിറ്റ് പണം കൈക്കലാക്കുക എന്നത് തങ്ങളുടെ മാത്രം ഐഡിയ ആണെന്നും ആണ് അവർ പോലീസിനോട് സമ്മതിച്ചിട്ടുള്ളത്. അതുകൊണ്ട് താൽക്കാലികമായി ഈ കേസ് ക്ലോസ് ചെയ്യുക അല്ലാതെ മറ്റു വഴിയില്ല. എങ്കിലും സൂര്യനാരായണ സാർ ഇതിനു പുറകെ തന്നെയുണ്ട്. ഇന്നല്ലെങ്കിൽ നാളെ സത്യം പുറത്തുവരും എന്ന് തന്നെയാണ് ഞങ്ങളുടെ പ്രതീക്ഷ.'

'അതേതായാലും നന്നായി! ഈ കേസു കാരണം ഞങ്ങളും കുറച്ചു വെള്ളം കുടിച്ചിട്ടുണ്ട്. ഇനിയിപ്പോ തൽക്കാലം മറ്റൊന്നും ആലോചിക്കുന്നില്ല. മോളുടെ വിവാഹം നല്ല രീതിയിൽ നടത്തണം. അതിനുള്ള ഒരുക്കങ്ങളിൽ ആണ് ഞങ്ങൾ. '

എല്ലാം കേട്ടു കൊണ്ട് ഒരു പുഞ്ചിരിയോടെ കൈ കെട്ടി നിൽക്കുകയായിരുന്ന സിബിക്ക് മുന്നിലേക്ക് ഹോസ്റ്റലിൽ നിന്നും സിസ്റ്ററോടൊപ്പം റിയ കയറി വന്നു.

'ഇവിടെ കാര്യങ്ങളൊക്കെ തീരുമാനം ആയിട്ട് വരാമെന്നു കരുതി കാത്തു നിന്നതാണ് ഞങ്ങൾ.'എന്ന് പറഞ്ഞു കൊണ്ട് ഒരു പുഞ്ചിരിയോടെ കയറി വന്ന സിസ്റ്ററെ സോണിയ മാം എഴുന്നേറ്റു ചിരിയോടെ സ്വീകരിച്ചു.

സിബിയുടെ അടുത്തേക്ക് ചെന്നു നിന്ന റിയയുടെ കണ്ണുകളിലെ ക്ഷീണം കണ്ടു സിബി സ്വരം താഴ്ത്തി ചോദിച്ചു.

'ഇന്നലെ ഉറങ്ങിയില്ലേ നീ? എന്തെ മുഖം വല്ലാതെ.'

'അറീല സിബിച്ചാ... ഉറക്കം വരുന്നേയില്ല. കണ്ണടക്കുമ്പോൾ എന്തൊക്കെയോ ആസ്വസ്ഥതകൾ...'

'എങ്കിൽ പിന്നെ ഏപ്രിൽ 30ന് നമുക്ക് തീരുമാനിച്ചാലോ. മനസമ്മതം അന്ന് നടത്താം. മെയ് 10ന് വിവാഹം. തനിക്ക് ഓക്കെ അല്ലേ സിബി?'

റിയയുടെ പപ്പയുടെ ചോദ്യം കേട്ടാണ് സിബി ചിന്തയിൽ നിന്നുണർന്നത്. ഒരു ചിരിയോടെ സമ്മതാർഥത്തിൽ തലയാട്ടിക്കൊണ്ട് അവൻ കുറുപ്പേട്ടനെ നോക്കി. അദ്ദേഹത്തിന്റെ മുഖത്തും സന്തോഷം തന്നെ. സിബി കുറുമ്പോടെ റിയയുടെ ചെവിയിൽ മുഖംതാഴ്ത്തി പറഞ്ഞു.

'ഇനി താൻ ധൈര്യമായി രാത്രിയിൽ എഴുന്നേറ്റു നടന്നോ. പിടിക്കുന്ന കാര്യം ഞാനേറ്റു.'

സിബിയുടെ വയറിന് നുള്ളിക്കൊണ്ട് റിയ ലജ്ജയോടെ പുഞ്ചിരിച്ചു. ഇതൊന്നുമറിയാതെ കഷ്ടിച്ച് ഒന്നര കിലോമീറ്റർ അകലെ പേരാവൂർ എയ്ഞ്ചൽസ് ഹോസ്പിറ്റലിന്റെ മോർച്ചറിയിലെ കഡാവറിനുള്ളിൽ നാഗുലിന്റെയും ചിത്രലേഖയുടെയും മൃതദേഹങ്ങൾ ശാപമോക്ഷത്തിനായി കെമിക്കലിൽ കുതിർന്നു മരിച്ചു മരവിച്ചു കിടന്നു.

•

To be Continue...

www.ingramcontent.com/pod-product-compliance
Lightning Source LLC
LaVergne TN
LVHW100259051026
849517LV00006B/2141
* 9 7 8 9 3 9 3 3 9 7 7 6 8 *